ఒకే ఒకటి

అసాధారణ ఫలితాల వెనక ఆశ్చర్యకరమయిన సరళ సత్యం

గ్యారీ కెల్లర్
జే పాపశాన్‌తో

MANJUL
మంజుల్ పబ్లిషింగ్ హౌస్

First published in India by

MANJUL
Manjul Publishing House

Corporate and Editorial Office
• 2nd Floor, Usha Preet Complex,
42 Malviya Nagar, Bhopal 462 003 - India

Sales and Marketing Office
•C-16, Sector 3, Noida, Uttar Pradesh 201301, India
Website: www.manjulindia.com

Distribution Centres
Ahmedabad, Bengaluru, Bhopal, Kolkata, Chennai,
Hyderabad, Mumbai, New Delhi, Pune

First published in the US by Bard Press, Austin, Texas

Telugu translation of The One Thing: The Surprisingly Simple Truth Behind Extraordinary Results by Gary Keller with Jay Papasan

This edition first published in 2022

ISBN 978-93-5543-027-4

Translation by GRK Murthy

Text Design and Illustrations: Caitlin Mclntosh

Printed and bound in India by Parksons Graphics Pvt. Ltd.

రెండు కుందేళ్ళను వెంటాడితే ...

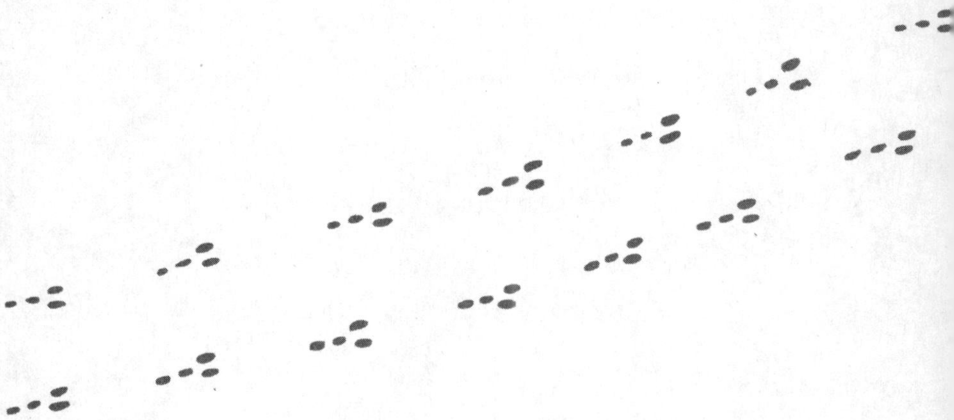

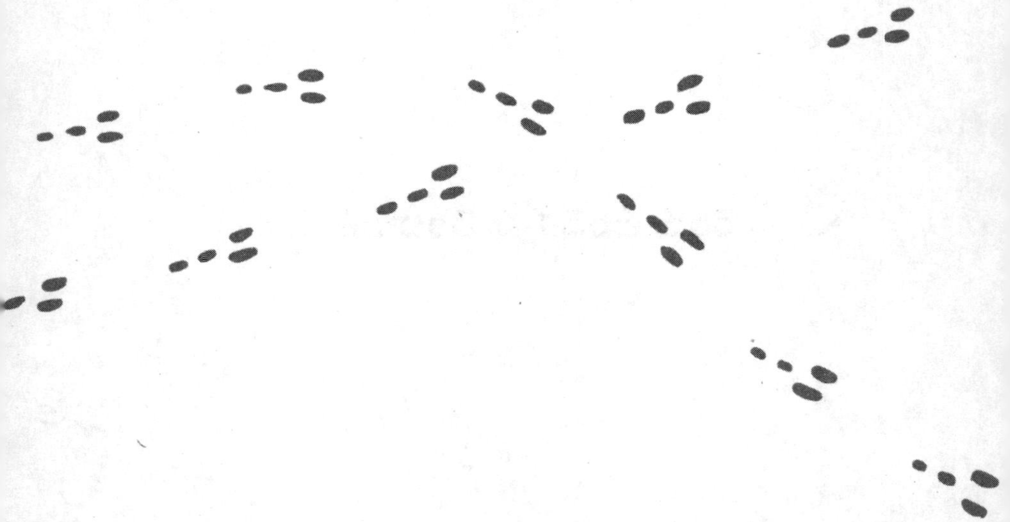

… మీరు దేనినీ పట్టుకోలేరు.

రష్యన్ సామెత

విషయానుక్రమణిక

మూడవ భాగం:
అసాధారణ ఫలితాలు –
మీ సంభావ్యతలకు తాళాలు తెరవండి

1 ఒకే ఒకటి

> "పోస్టల్ స్టాంప్ లాగా ఉండండి – గమ్యం చేరేదాకా ఒకేదాన్ని అంటి పెట్టుకొని ఉండండి."
>
> – జోష్ బిల్లింగ్స్

1991 జూన్ 7 వ తేదీన భూమి 112 నిమిషాలపాటు అదిరింది. నిజంగా కాదు, అలా అనిపించింది – అంతే.

నేను ప్రఖ్యాత హాస్య చిత్రం 'సిటీ స్లిక్కర్స్' చూస్తున్నాను. ప్రేక్షకుల నవ్వులతో హాలు దద్దరిల్లి పోయింది. ఇంతవరకు వచ్చిన వాటిలో అది అత్యంత హాస్యచిత్రంగా పేరు పొందింది. అందులో అనూహ్యమైన జ్ఞానగుళికలు, అంతర్ దృష్టి డోసులు కూడా ఉన్నాయి. మరుపురాని ఒక దృశ్యంలో పట్టువదలని కౌ బాయ్ కర్లీ (కీర్తిశేషులు జాక్ పాలన్స్ నటించారు), సిటీ స్లిక్కర్ మిచ్ (బిల్లీ క్రిస్టల్ ఆ పాత్రలో) తప్పిపోయిన పశువులను వెతకటానికి బయలుదేరుతారు. ఆ సినిమాలో ఆద్యంతమూ దాదాపు వారు ఇద్దరూ పోట్లాడుకుంటూనే ఉంటారు. పక్కపక్కనే సవారి చేస్తూ చివరికి ఇద్దరూ జీవితాన్ని గురించి ఒక సంభాషణలో కలుస్తారు. ఉన్నట్టుండి కర్లీ తన గుర్రాన్ని ఆపి మిచ్ వైపు తిరుగుతాడు.

కర్లీ : నీకు జీవిత రహస్యం తెలుసా?

మిచ్ : తెలీదు. ఏమిటి?

కర్లీ : ఇది. [ఒక వేలు పైకి ఎత్తుతాడు]

మిచ్ : నీ వేలా?

కర్లీ : ఒక్కటి. కేవలం ఒకే ఒకటి. నువ్వు దాన్ని అంటిపెట్టుకొని ఉండు. మిగతాది అంతా ఎందుకూ పనికిరాదు.

మిచ్ : అది బాగానే ఉన్నది, కాని ఆ 'ఒకే ఒకటి' ఏమిటి?

కర్లీ : నువ్వు కనుక్కోవలసింది అదే.

సఫలతకు రహస్యం ఒక కాల్పనిక పాత్ర నోటినుంచి మన చెవులకు చేరుతుంది. రచయితలు ఉద్దేశ పూర్వకంగా వ్రాసినా, లేదా యాదృచ్ఛికంగా జరిగినా వారు వ్రాసింది మాత్రం పరమసత్యం. మీరు కోరింది సాధించటానికి 'ఒకే ఒకటి' అత్యుత్తమ మార్గం.

నాకు ఈ విషయం చాలాకాలానికి కాని అర్ధం కాలేదు. గతంలో నేను సఫలత చవి చూశాను. కాని గోడకు కొట్టుకున్న తర్వాతకాని నా ఫలితాలకు నా పద్ధతికి లంకె కుదర్చటం మొదలు కాలేదు. మేం జాతీయ అంతర్జాతీయ ఆశలతో పదేళ్ళలో సఫలమైన ఒక సంస్థ నిర్మించాం. ఉన్నట్టుండి వ్యాపారం ఆశించినట్లు సాగటంలేదు. నేను ఎంత అంకితభావంతో ఎంత కష్టపడి పనిచేసినా, నా జీవితం అతలాకుతలంగా ఉన్నది. నా చుట్టూ అంతా కూలిపోతున్న అనుభూతి కలిగింది.

నేను విఫలుడిని అవుతున్నాను.

ఏదో ఒకటి ఆగాలి

నా ఎదట ఉచ్చుతాడు వేలాడుతున్నట్లు తోచింది. నేను సహాయంకోసం వెతికాను. అది ఒక కోచ్ రూపంలో ఎదురయింది. ఆయనకు నేను నా పరిస్థితి అంతా వివరించాను. వ్యక్తిగతంగాను, వృత్తిపరంగాను నాకు ఎదురవుతున్న సవాళ్లు అన్నీ ఏకరువు పెట్టాను. నా జీవిత లక్ష్యాలు, జీవితంలో నేను అనుసరించదలచిన బాట అన్నీ క్షుణ్ణంగా చర్చించాం. అన్నీ అర్ధం చేసుకున్నతర్వాత ఆయన సమాధానాలకోసం వేట ఆరంభించారు. ఆయన పరిశోధన క్షుణ్ణం. మేం మళ్ళీ కలిసినపుడు ఆయన మా సంస్థ ఆర్గనైజేషనల్ చార్ట్ –సంస్థ మొత్తం స్థూలంగా – గోడకు తగిలించి ఉంచారు.

ఒక సరళమైన ప్రశ్నతో మా చర్చ ప్రారంభమయింది: "పరిస్థితులు చక్కబడాలంటే మీరు ఏం చెయ్యాలో తెలుసా?" నాకు ఆవగింజంత కూడా ఐడియాలేదు.

నేను చెయ్యవలసినది ఒక్కటే నని ఆయన అన్నారు. ఆయన 14 ఉద్యోగ పదవులు గుర్తించారు. ఆ పదవులలో యోగ్యులైన వ్యక్తులు ఉంటే సంస్థ, నా ఉద్యోగం, నా జీవితమూ బాగుపడతాయని చెప్పారు. నాకు షాక్ తగిలింది. అంతకు మించింది, ఇంకా ఏదో చాలా చెయ్యవలసి ఉంటుందని నా ఆలోచన అన్న విషయం ఆయనకు స్పష్టంగా చెప్పాను.

ఆయన అన్నారు,"కాదు. జీసస్ కు 12 మంది అవసరమయ్యారు. మీకు 14 మంది కావాలి."

అది రూపాంతర క్షణం. అంత కొద్దిమంది అంతపెద్ద మార్పు తీసుకు రాగలరని నాకు ఎప్పుడూ తోచలేదు. నేను చాలా ఏకాగ్రతతో పనిచేస్తున్నా ననుకుండేవాడిని. కాని అది నిజం కాదని ఇప్పుడు తెలిపోయింది. ఆ 14 మందిని వెతికి తీసుకురావటం అన్నిటికంటే ముఖ్యమైన పని అని అర్ధమయింది. కనుక ఈ సమావేశం మూలంగా నేను ఒక పెద్ద నిర్ణయం చేశాను. నన్ను నేను ఉద్యోగంలోనుంచి తీసివేసుకున్నాను.

సి ఇ ఓ గా నేను పదవినుంచి తొలిగి ఆ 14 మందిని వెతకటం నా ఏకైక లక్ష్యం చేసుకున్నాను.

ఇప్పుడు భూమి నిజంగా కదిలింది. మూడు సంవత్సరాలలో మేము ఏడాదికి 40 శాతం చొప్పున ఎదుగుతూ పది సంవత్సరాలు నడిచాం. ప్రాంతీయ స్థాయినుంచి అంతర్జాతీయ స్థాయికి ఎదిగాం. అసాధారణ సఫలత సాధించాం. తిరిగి చూడటం అనేదే లేదు.

సఫలతలో నుంచి సఫలత పుట్టుకు వస్తూ ఉంటే ఆ దారిన మరొకటి పుట్టుకు వచ్చింది. 'ఒకే ఒకటి' భాష పుట్టింది.

14 మందినీ కనుక్కున్న తర్వాత మా ఉన్నత ఉద్యోగులతో ఒక్కొక్కరితో వ్యక్తిగతంగా పనిచెయ్యసాగాను. అందువల్ల వ్యాపారము, తద్వారా వారి ఉద్యోగస్థాయి మెరుగు పడతాయని ఆశ. ప్రతి సమావేశంలోనూ ఆ తర్వాత రాబోయే సమావేశంలోగా వారు సాధిస్తామని ఒప్పుకున్న అంశాలు చర్వితచర్వణం చేస్తాను. ఇది ఒక అలవాటు చేసుకున్నాను. ఇక్కడ దురదృష్టం ఏమిటంటే వారిలో చాలామంది ఒప్పుకున్న పనులన్నీ దాదాపు పూర్తిచేసేవారు. అయితే వాటిలో అతిముఖ్యమైన పనులు మాత్రం వెనకబడి ఉండేవి. ఏతావాతా ఫలితాలు దెబ్బతినేవి. మళ్ళీ నిరాశ, నిస్పృహ. వారి సఫలతకు తోడ్పడే ఉద్దేశంతో వారు చెయ్యవలసిన పనుల జాబితా తగ్గిస్తూ వచ్చాను. ఈ వారం ఈ మూడు పనులు మాత్రం...ఈ వారం ఈ రెండు పనులు మాత్రం... చివరికి గత్యంతరం లేక వీలయినంత కిందికి దిగాను. అడిగాను.": 'ఈ వారం మీరు చెయ్యగలిగిన ఒకే ఒక్క పని ఏమిటి? ఆ పని చేస్తే మిగిలినవి సులువు అవుతాయి లేదా అనవసరమవుతాయి." అంతే. అత్యంత అనూహ్య ఘటన జరిగింది.

ఫలితాలు ఆకాశాన్నంటాయి.

ఈ అనుభవాల తర్వాత నా సఫలతలు, వైఫల్యాలు పరిశీలించాను. ఆసక్తికరమైన ఒక విషయం గోచరించింది. నేను ఒకే విషయం మీద ఏకాగ్రం చేసిన సమయాలలో ఘనసాఫల్యం ఎదురయింది. నా ఏకాగ్రత చెదిరినపుడు నా సఫలత కూడా చెదిరింది.

బల్బ్ వెలిగింది!

చిన్నతనం

ప్రతి ఒక్కరికీ రోజులో ఉన్న గంటలు ఒకటే కదా! కాని, కొందరు మిగతావారికంటే ఎక్కువ సాధిస్తున్నట్లు కనబడతారు. ఎలా? వారు ఎక్కువపని ఎలా చేస్తారు? ఎక్కువఎలా సాధిస్తారు? ఎక్కువ ఎలా సంపాదిస్తారు? ఎక్కువ ఎలా కలిగి ఉంటారు? సమయం అనేది ఒక మారక ద్రవ్యం అయితే, దానితో కొందరు మాత్రమే మిగతావారికంటే ఎక్కువ ఎలా కొనగలుగుతున్నారు? అతిముఖ్యమైన పనులు చేపట్టటమే వారి ముఖ్యవ్యాపకం చేసుకుంటారు. అదే సమాధానం. వారు చిన్నవారవుతారు.

మీరు చేపట్టిన పనిలో విజయం సాధించి తీరాలంటే మీరు ఎప్పుడూ ఒకే బాట అనుసరించాలి. చిన్నవారు కావాలి.

చిన్నవారు కావటమంటే, మీరు చెయ్యగలిగిన పనులన్నీ విడిచిపెట్టి, మీరు చెయ్యవలసిన పని మాత్రమే చెయ్యటం. అన్ని విషయాలూ ముఖ్యం కావని తెలుసుకోవటం, అతి ముఖ్యవిషయాలు గుర్తించటమే ఇక్కడ కీలకం. మీరు చేసేపని మీ కోరికకు ముడిపడి ఉండటమే ఇక్కడ జరిగేది. అసాధారణమైన ఫలితాలు మీ ఏకాగ్రత తీవ్రత మీద ఆధార పడుతాయని గుర్తించాలి.

జీవితంలో, పనిలో అత్యుత్తమ స్థాయి చేరుకోవాలంటే, ఎంత చిన్నవారయితే అంత మేలు. కాని దాదాపు అందరూ ఇందుకు విరుద్ధంగా ఆలోచిస్తారు. ఘనవిజయం అంటే చాలా సమయం తినేస్తుందనీ, అందులో చాలా మెలికలు ఉన్నాయనీ వారి ఆలోచన. కనుకనే వారి క్యాలెండర్ లో చెయ్యవలసిన పనుల జాబితా అతి భారం. మతిపోయే జటిలం. సఫలత, విజయము అందుబాటులో ఉండవు. దానితో వారు తక్కువ స్థాయికి దిగిపోతారు. కొద్ది పనులు బాగా చేస్తే సఫలత, విజయము కలుగుతాయని గ్రహించక, వారు ఎన్నోపనులు ఒకేసమయంలో ప్రయత్నించి దారి తప్పుతారు. చివరికి వారు సాధించేది అత్యల్పం. కాలక్రమేణ వారు తమ ఆశలు, ఆశయాలు తగ్గించుకుంటారు, కలలు కల్లలని వదిలివేస్తారు, జీవితం చిన్నబుచ్చుకునేట్లు చేస్తారు. ఈ చిన్నతనం తగినది కాదు.

మీ శక్తి, సమయం పరిమితమై ఉన్నాయి. కనుక మీరు అన్నిటిలో వేలు పెడితే, మీ కృషి పలచబడుతుంది. మీ ఘనవిజయాలు ఒకదానికొకటి కూడాలని మీ కోరిక. కాని అక్కడ జరిగేది కూడిక కాదు – తీసివేత. చాలాపనులు పక్కవాయిద్యాలలాగా చెయ్యటం కాక, అతి కొద్ది పనులు ప్రతిభావంతంగా చెయ్యాలి. చాలావిషయాలలో

వేలు పెట్టటం వల్ల, బహుముఖ ప్రజ్ఞలా కనబడుతుంది కాని, దానితోబాటు వచ్చే చెడు చాలా ఉంటుంది: గడువు తేదీ దాటిపోవటం, ఫలితాలు నిరాశా జనకం, విపరీతమైన ఒత్తిడి, గంటలకొద్దీ పని, నిద్రలేమి, ఆహారలోపం, వ్యాయామ లోపం, కుటుంబంతో మిత్రులతో గడిపే సమయం లోపం – అన్నీ మనకు సాధ్యమేనన్న భావనవల్ల కలిగే పరిణామాలు. ఇదంతా మీ ఊహకందని పరిణామం.

చిన్నతనం అనేది అసాధారణ ఫలితాలకు సరళమైన బాట. అది పనిచేస్తుంది. అది ఎక్కడైనా, ఎప్పుడైనా దేనికైనా పనిచేస్తుంది. ఎందుచేత? దాని లక్ష్యం ఒక్కటే. మిమ్మల్ని గమ్యం చేర్చటం.

మీరు సాధ్యమయినంత చిన్నతనం చేరితే, మీరు ఒకే విషయాన్ని తేరి చూస్తూ ఉంటారు. అదీ విషయం.

2 డామినో ఎఫెక్ట్

"ప్రతి పెద్ద మార్పూ
పడిపోతున్న
డామినోలలాగా
మొదలవుతుంది."
– బి జె థార్న్ టన్

2009 నవంబర్ 13 డామినో డే. ఆనాడు నెదర్లాండ్స్ లోని లీవువార్డెన్ లో వైజర్స్ డామినో ప్రొడక్షన్స్ వారు 4,491,863 డామినోలను వరసగా నిల్చోబెట్టి ఒక ప్రపంచ రికార్డ్ స్థాపించారు. ఈ వరుసలో ఒక డామినో పడటంతో ఒకదానితర్వాత మరొకటిగా అన్ని డామినోలు పడిపోయాయి. ఈ డామినోలు అన్నీ పడినప్పుడు విడుదల అయిన శక్తి 94,000 జౌల్స్. ఆశక్తి ఒక సగటు మనిషి 545 బస్కీలు తీయటానికి సరిపోతుందని అంచనా.

నుల్చోని ఉన్న ప్రతి ఒక్క డామినో కొంత సంభావ్య శక్తికి సంకేతం. వాటిని ఎంత ఎక్కువ సంఖ్యలో నిల్చోబెడితే అంత సంభావ్య శక్తి చేరదీసినట్లు. తగినన్ని నిల్చోబెట్టండి, అప్పుడు ఒక్క చిటికెతో అచ్చెరువు గొలిపే శక్తి పుట్టించే గొలుసుకట్టు ప్రతిస్పందన కలుగుతుంది. వైజర్స్ డామినో ప్రొడక్షన్స్ వారు ఆ విషయం నిరూపించారు. సరయిన వస్తువు కదిలిస్తే అది అనేక వస్తువులను పడదొయ్యగలదు. అంతే కాదు.

డామినో పతనం ఎన్నో వస్తువులను మాత్రమేకాక, పెద్ద పెద్ద వస్తువులను కూడా పడదొయ్యగలదు– అని 1983 లో అమెరికన్ జర్నల్ ఆఫ్ ఫిజిక్స్ లో లోర్న్ వైట్ హెడ్ వ్రాశారు. ఒక డామినో తనకంటే 50 శాతం పెద్దదయిన డామినోను ఎలా పడదొయ్య గలదో ఆయన వివరించారు.

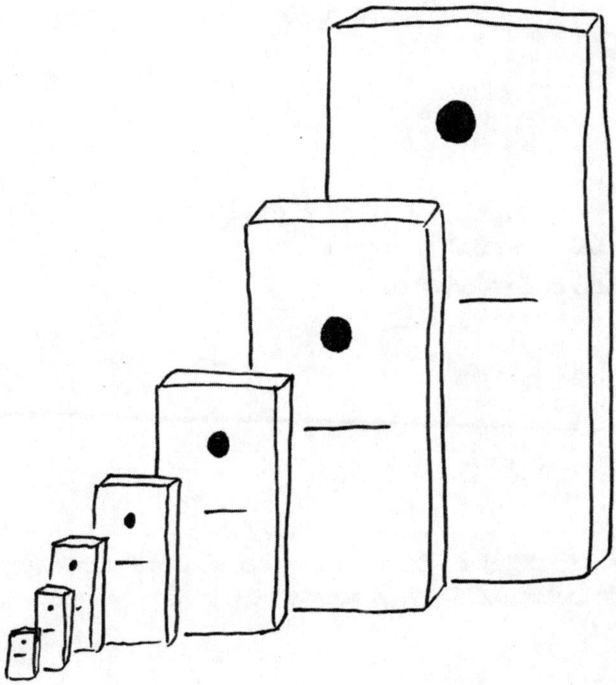

చిత్రం 1. డామినోల జామెట్రిక్ ప్రోగ్రెషన్

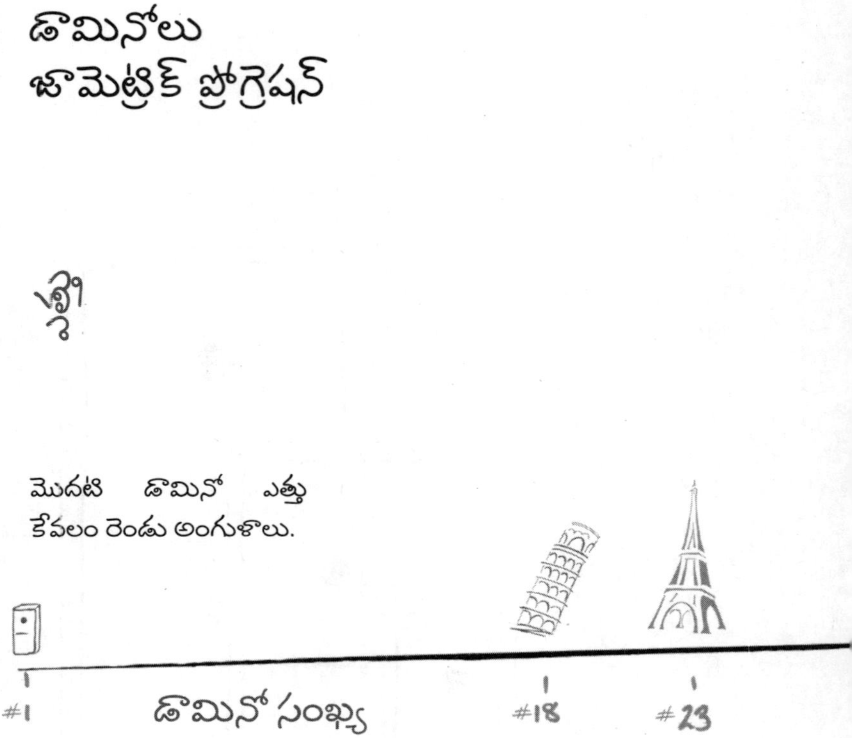

చిత్రం 2: జామెట్రిక్ ప్రోగ్రెషన్ ఒక పొడవాటి రైలు లాంటిది. అది మొదట్లో గమనించటానికి సాధ్యం కానంత మెల్లిగా మొదలవుతుంది. ఆ తర్వాత ఆపటానికి సాధ్యం కాని వేగం పుంజుకుంటుంది.

ఇక్కడ గూఢార్థం గమనించారా? మొదటిది తర్వాతి వాటిని పడదొయ్యటమే కాదు, తర్వాతివి క్రమంగా ఒకదానికంటే మరొకటి పెద్దవి. 2001 లో శాన్ ఫ్రాన్సిస్కో ఎక్స్ప్లోరేటొరియమ్ కు చెందిన ఒక భౌతిక శాస్త్రవేత్త వైట్ హెడ్ ప్రయోగాన్ని మరొకసారి ప్రదర్శించారు. ఆయన ప్లై వుడ్ తో చేసిన ఎనిమిది డామినోలు – ప్రతి ఒక్కటీ అంతకు ముందు దానికంటే 50 శాతం పెద్దది–తయారు చేశారు. మొదటి డామినో కేవలం రెండు అంగుళాల ఎత్తు. చివరిది దాదాపు మూడు అడుగుల ఎత్తు ఉన్నది. డామినో పతనం చిన్న క్లిక్ తో మొదలై, ధాం అనే పెద్ద శబ్దంతో అంతమయింది.

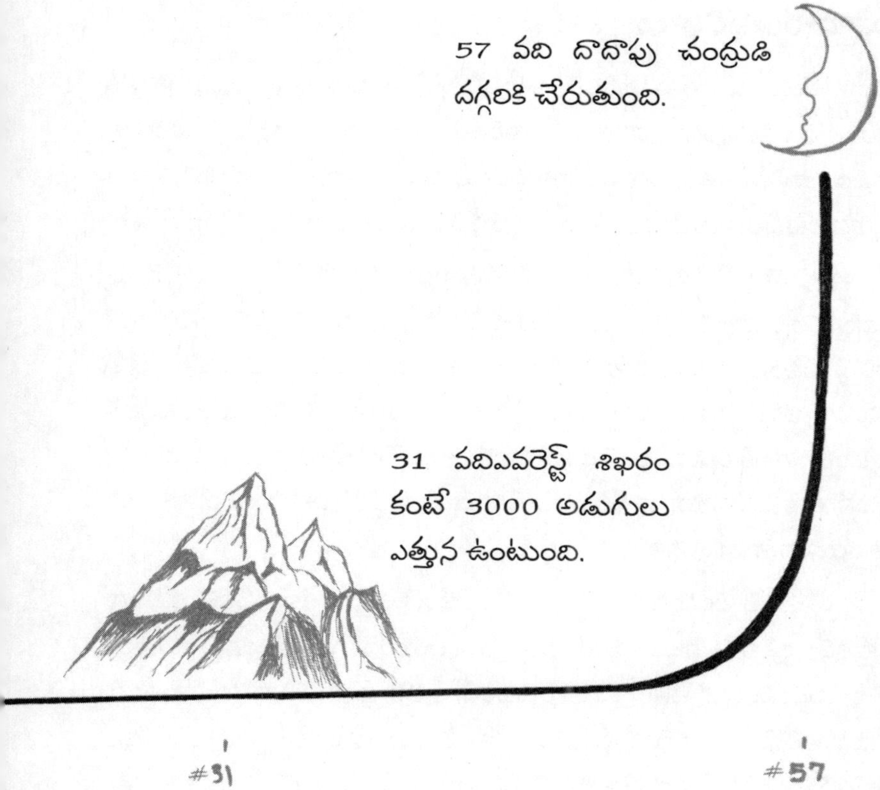

ఇది ఇలా కొనసాగితే ఏమవుతుందో ఊహించండి. మామూలు డామినో పతనం సమాంతర శ్రేణిలో ఉంటే, వైట్ హెడ్ పద్ధతిన అది గుణోత్తరశ్రేణి (జామెట్రిక్ ప్రోగ్రేషన్) అని చెప్పాలి. ఫలితం ఊహకు అందకపోవచ్చు. పదో డామినో దాదాపు NFL క్వార్టర్ బ్యాక్ 'పెటన్ మ్యానింగ్' ఎత్తున ఉంటుంది. 18 వ దానికి వచ్చేసరికి లీనింగ్ టవర్ ఆఫ్ పీసా ఎత్తున ఉంటుంది. 23 వ డామినో ఐఫెల్ టవర్ ను మించిన ఎత్తు ఉంటుంది. 31 వ డామినో ఎవరెస్ట్ శిఖరం పైన 3000 అడుగుల ఎత్తు ఉంటుంది. 57 వ డామినోకు వచ్చేసరికి భూమికీ చంద్రుడికీ ఉన్నంత దూరం అవుతుంది.

అసాధారణ ఫలితాలు – సాధన

కనుక, మీరు సఫలతను గురించి ఆలోచిస్తున్నపుడు చంద్రుడిని పట్టుకోవటానికి ప్రయత్నం చెయ్యండి. ప్రాధాన్యత గుర్తించి, అత్యంత ముఖ్యమైన విషయం సాధించటానికి మీ శక్తినంతా ప్రయోగిస్తే చంద్రుడిని పట్టుకోవటం సాధ్యమవుతుంది. అసాధారణ ఫలితాలు సాధించటమంటే మీ జీవితంలో డామినో ఎఫెక్ట్ సృష్టించటమే.

డామినోలు పడదొయ్యటం ముక్కుసూటి వ్యవహారం. మీరు చెయ్య వలసినదల్లా, వాటిని వరుసగా నుల్చోబెట్టి మొదటిదానిని తొయ్యటమే. కాని వాస్తవ ప్రపంచంలో అది మరింత క్లిష్టం. ఇక్కడ సవాలు ఏమిటంటే, జీవితం అన్నీ వరుసగా అమర్చి,'నువ్వు ఇక్కడి నుంచి మొదలుపెట్టు' అని చెప్పదు. మంచి సఫలత సాధించినవారికి ఈ విషయం తెలుసు. కనుక వారు ప్రతిరోజూ తమ ముఖ్య కార్యాలను వరుసగా అమరుస్తారు. వాటిలో అన్నిటికంటే ముఖ్యమైన దానిని ఆరంభించి అది పూర్తయినదాకా కుస్తీపడతారు.

ఈ పద్ధతి ఎందుకు ఫలిస్తుంది? ఎందుకంటే అసాధారణ సఫలత క్రమంగా వస్తుంది, ఒకేసారి కాదు. సరళరేఖతో మొదలయింది గుణోత్తరంగా అవతారం ఎత్తుతుంది. సరయిన పనితో మొదలు పెట్టండి. ఆ తర్వాతపని సరిగా నిర్వహించండి. క్రమేణ అది వెరసి గుణోత్తర సంభావ్య శక్తిని విడుదల చేస్తుంది. ఈ డామినో ఎఫెక్ట్ మీ ఉద్యోగం, వ్యాపారం వంటి పెద్ద విషయాలనుంచి, రోజులో – తర్వాత ఏమి చెయ్యాలా అని మీరు ఆలోచించే – అతి స్వల్ప విషయాల వరకూ వర్తిస్తుంది. సఫలత మరొక సఫలతను తీసుకు వస్తుంది. అది అలా మళ్ళీ మళ్ళీ జరిగేసరికి మీ సఫలత శిఖరాగ్రాలను చేరుతుంది.

మీరు ఎంతో జ్ఞానిఅయిన వ్యక్తిని కలిసినపుడు, వారు దానిని కాలక్రమేణ సాధించారని గుర్తు ఉంచుకోండి. చాలా నైపుణ్యాలు కల వ్యక్తి తారసపడినపుడు, వారు ఆ నైపుణ్యాలు కాలక్రమంలో నేర్చుకున్నారని తెలుసుకోండి. అసాధారణ విజయాలు సాధించిన వ్యక్తి ఎదురైతే వారుకూడా ఆ విజయాలు కాలక్రమేణ సాధించారని గుర్తు ఉంచుకోండి. అపారసంపద కలిగిన వ్యక్తిని చూసినపుడు, అది ఎంతోకాలం శ్రమ తర్వాత కలిగిందని గుర్తించండి.

కాలక్రమేణ అనేది ఇక్కడ కీలకం. సఫలత క్రమంగా కలుగుతుంది. ఒక్కొక్కటి ఒకసారిగా.

3 సఫలత జాడలు వదులుతుంది

> "ఒకసారి ఒకే విషయం మీద ఏకాగ్రత నిలిపేవారే ఈ విశ్వంలో పురోగమిస్తారు."
>
> –ఓగ్ మాన్డినో

ఒకే విషయం అన్నదానికి నిదర్శనం ప్రతి చోటా ఉన్నది. నిశితంగా గమనించండి. అది సర్వదా దర్శన మిస్తుంది.

ఒకే ఉత్పాదన, ఒకే సేవ

అసాధారణ సఫలత సాధించిన సంస్థలు సదా ఒకే ఉత్పాదన, లేదా ఒకే సేవ అందిస్తాయి. ఆ ఉత్పాదన/సేవ వారికి పేరు తెచ్చినవై ఉంటాయి, లేదా రాబడి తెచ్చిపెట్టేవి అయి ఉంటాయి. కల్నల్ శాండర్స్ రహస్యమైన ఒకే ఒక్క కోడి వంటకంతో KFC ఆరంభించారు. ఒక సంస్థలో తయారయిన ఒకే ఉత్పాదనతో ఎడాల్ఫ్ కూర్స్ కంపెనీ 1947 నుంచి 1967 నాటికి 1500 శాతం పెరిగింది. ఇంటెల్ ఆదాయమంతా దాదాపు మైక్రోప్రాసెసర్స్ ద్వారానే వస్తుంది. మరి, స్టార్ బక్స్ మాటేమిటి? మీకు తెలుసు ననుకుంటాను.

ఒకే వస్తువుతో అసాధారణ ఫలితాలు సాధించిన వాణిజ్యసంస్థల జాబితాకు అంతులేదు. కొన్నిసమయాల్లో తయారయింది, డెలివరీ చేసిందే అమ్మకం అవుతుంది. కొన్ని సమయాలలో అలా కాదు. గూగుల్ గమనించండి. వారి ఒకే ఒక అంశం అన్వేషణ. అదే వారి ఆదాయానికి మూలమైన అమ్మకాలు, ప్రకటనలు జరుపుతుంది.

మరి స్టార్ వార్స్ మాటేమిటి? అక్కడ ఒకే వస్తువు సినిమాలా, వస్తువులా? వస్తువులని అంటే మీరు కరెక్ట్ – తప్పు కూడాను. ఇటీవల ఆటవస్తువులమీద వారి

ఆదాయం 10 బిలియన్ డాలర్లు, ముఖ్యమైన ఆరు సినిమాలమీద ప్రపంచమంతటా కలిపి 4.3 బిలియన్ డాలర్లు.

ఇక్కడ సమాధానం స్పష్టంగా లేదు. అంతమాత్రాన మనం కనుక్కున్న సమాచారం విలువ తక్కువేమీ కాదు.సాంకేతిక నవకల్పనలు, సాంస్కృతిక మార్పులు, పోటీదారుల దాడులు అన్నీ కలిసి వాణిజ్యంలో 'ఒక్క వస్తువు' పరిణతి చెందాలని, లేదా మారాలని నియంత్రిస్తూ ఉంటాయి. సఫలత సాధించిన సంస్థలన్నిటికీ ఈ విషయం తెలుసు. కనుకనే వారు 'మన ఒకే ఒక వస్తువు ఏమిటి?' అని సదా ప్రశ్నిస్తూ ఉంటారు.

ఒక అసాధారణ ఏకైక ఘటన జరుగుతున్నపుడే మరొక అసామాన్య ఘటన సృష్టించటంలో యాపుల్ అధ్యయనం చెయ్యాలి. 1998 నుంచి 2012 వరకు యాపుల్ ఒక్క విషయము Macs నుంచి iMacs కు, అక్కడి నుంచి iTunes కు,iPods కు, iPhones కు కదిలారు. iPad అప్పటికే ఉత్పాదనలు అన్నిటిలోనూ శిఖరాగ్రం చేరటానికి ప్రయత్నిస్తున్నది. ప్రతి ఒక్క బంగారు పిచ్చుక వెలుగులోకి వస్తున్నా కూడా ఇతర ఉత్పాదనలు ఆగలేదు, స్థాయి తగ్గలేదు. ప్రస్తుతం వెలుగులోకి వచ్చిన ప్రతి ఒక్క వస్తువూ కాంతి చక్రం సృష్టిస్తూ ఉంటే ఇతరవస్తువులను మిగిలినవాటితోపాటు మరింత మెరుగు పరిచే ప్రయత్నం కొనసాగేది. అందువల్ల కొనుగోలుదార్లు యాపుల్ పరికరాలు అన్నిటికీ అభిమానులయ్యే అవకాశం కలిగేది.

> "అత్యంత ముఖ్యవిషయం ఒక్కటే ఉంటుంది. ముఖ్యమైన విషయాలుచాలా ఉండవచ్చు. కాని వాటిలో అత్యంత ముఖ్యమైనది ఒక్కటే ఉంటుంది."
> – రాస్ గర్బార్

మీకు ఆ 'ఒక్క వస్తువు' దొరికి నపుడు, ఈ వాణిజ్య ప్రపంచం మీకు మరో విధంగా దర్శన మిస్తుంది. ప్రస్తుతం మీ సంస్థకు తన ఒకే ఒక వస్తువు ఏమిటో తెలియకపోతే, ప్రస్తుతం దానిని కనుక్కోవటమే ఆ 'ఒకే ఒక విషయం'.

ఒకే వ్యక్తి

ఒకే ఒక ధ్యేయం అన్న సిద్ధాంతం వివిధ రూపాలలో దర్శన మిస్తుంది. ఆ భావాన్ని మనుషులకు వర్తింప జేయండి. అప్పుడు మీకు అందరికంటే ముఖ్యమైన వ్యక్తి దర్శన మిస్తారు. హైస్కూల్ లో చేరినపుడు, వాల్ట్ డిస్నీ చికాగో ఆర్ట్ ఇన్స్టిట్యూట్

లో రాత్రిపూట జరిగే తరగతులలో చదివారు. తన స్కూల్ వార్తాపత్రికకు కార్టూనిస్ట్ అయ్యారు. పట్టభద్రులయిన తర్వాత ఆయన వార్తాపత్రిక కార్టూనిస్ట్ కావాలని ప్రయత్నించారు. కాని ఆయనకు ఉద్యోగం దొరకలేదు. అప్పుడు ఆయన సోదరుడు రాయ్ ఒక వ్యాపారస్తులు, బ్యాంకర్ కూడాను. రాయ్ ఒక ఆర్ట్ స్టూడియోలో వాల్ట్ కు ఉద్యోగం ఇప్పించారు. ఆయన అక్కడే యానిమేషన్ నేర్చుకుని కదిలే మెదిలే కార్టూన్లు సృష్టించటం మొదలు చేశారు. చిన్న వయసులో వాల్ట్ కు ఒకే ఒక్క వ్యక్తి రాయ్.

శాం వాల్టన్ కు రిటెయిల్ మొదలుపెట్టటానికి అవసరమయిన 20,000 డాలర్లు ఆయన మామగారుఎల్.ఎస్. రాబ్సన్ అప్పు ఇచ్చారు. ఆ తర్వాత శాం తన మొదటి వాల్-మార్ట్ ప్రారంభం చేస్తున్నపుడు రాబ్సన్ ఆ ల్యాండ్ లార్డ్ కు రహస్యంగా 20,000 డాలర్లు చెల్లించారు. కీలకమైన వ్యాపార విస్తరణకు అవసరమైన లీజ్ ఏర్పాటు.

ఆల్బర్ట్ ఐన్ స్టైన్ కు తొలి శ్రేయోభిలాషి మాక్స్ తాల్మూడ్. పది ఏళ్ల వయసు ఉన్న ఐన్ స్టైన్ కు గణితం, సైన్స్, ఫిలాసఫీ సబ్జెక్ట్లలో ముఖ్యమయిన పుస్తకాలు పరిచయం చేశారు. చిన్న ఆల్బర్ట్ కు దారిచూపుతూ, వారానికి ఒకసారి ఐన్ స్టైన్ కుటుంబంతో కలిసి భోజనం చేస్తూ మాక్స్ ఆరుసంవత్సరాలు గడిపారు.

ఎవరూ స్వయంచాలకులు కారు.

తన తండ్రి, తల్లితండ్రులతో గడిపిన సమయము తనను రక్షించాయని ఓప్రా విన్ఫ్రే చెబుతూ ఉంటుంది. "నేను నా తండ్రి దగ్గరికి వెళ్లకపోయి ఉంటే నేను ఇంకొక దారి పట్టి ఉండేదానిని." ది వాషింగ్టన్ పోస్ట్ మ్యాగజిన్ విలేకరి జిల్ నెల్సన్ తో ఆమె అన్నారు. వృత్తిరీత్యా లాయర్, ఏజంట్, మేనేజర్, ఫైనాన్షియల్ ఎడ్వైజర్ జఫరీ డి. జాకబ్స్ తో మొదలయింది. అప్పుడు ఓప్రా ఉద్యోగం కాంట్రాక్ట్ కు సలహాదారులకోసం చూస్తున్నది. మరొక ఉద్యోగంలో దక్షత చూపటం కంటే, స్వంతసంస్థ స్థాపించటం ఉత్తమం అని చెప్పి, నచ్చజెప్పి ఆమెను ఒప్పించారు జాకబ్స్. హార్పో ప్రొడక్షన్స్ ఇన్క్. ఉద్భవం అయింది.

పాటల రచయితలు పాల్ మెక్కార్టినీ, జాన్ లెనన్ ఒకరిమీద మరొకరు ఎంత ప్రభావం చూపారో ఈ ప్రపంచానికి బాగా తెలుసు. కాని రికార్డింగ్ స్టూడియోలో జార్జ్ మార్టిన్ అని ఒక వ్యక్తి ఉన్నారు. మహోన్నత రికార్డ్ స్రష్టలలో ఒకరుగా జార్జ్ పేరు పొందారు. బీటిల్స్ ఒరిజినల్ ఆల్బంలు తయారుచెయ్యటంలో జార్జ్ తనమునకలుగా కల్పించుకునేవారు. అందుకే తరుచు ఆయనను ఐదో బీటిల్ గా వ్యవహరించేవారు. బీటిల్స్ సహజ నైపుణ్యానికి జార్జ్ సంగీత అనుభవం తోడై మధ్యలో ఖాళీలు భర్తీచేస్తే, వారు ఆశించిన శబ్దలహరి వెలికి వచ్చేది. బీటిల్స్ ఆర్కెస్ట్రా ఏర్పాట్లు, సంగీత సాధనాలు

వాటితోబాటు అనేక కీ బోర్డ్ భాగాలు మార్టిన్ రచించిన బ్యాండ్ సహకారంతో వాదితాలు అయ్యాయి.

అత్యంత ముఖ్యమైన వ్యక్తులు, అత్యంత ప్రభావం కలిగించినవారు, శిక్షణ ఇచ్చినవారు, కార్యక్రమాలు నిర్వహించేవారు ప్రతి ఒక్కరికీ వెనక ఎవరో ఒకరు ఉంటారు.

ఒంటరిగా ఎవ్వరూ, ఎవ్వరూ సఫలురు కాలేరు.

ఒక పాశం, ఒక నైపుణ్యం

అసాధారణ సఫలత సాధించిన ఏ కథనైనా చూడండి. దానివెనక ఆ ఏకైక శక్తి ఉండి తీరుతుంది. సఫలత సాధించిన ఏ ఒక్క వ్యాపారంలోనైనా, ఏ ఒక్కరి వృత్తిజీవితంలోనైనా అది దర్శనమిస్తుంది. వ్యక్తిగత నైపుణ్యాలలోను, పాశాలలోను కూడా అది దర్శనమిస్తుంది. పాశాలు, నైపుణ్యాలు మన అందరిలోను ఉన్నాయి. కాని అసాధారణ సఫలత సాధించిన వ్యక్తులలో అతి తీవ్రమైన పాశం, లేదా నైపుణ్యంగా ప్రకాశిస్తుంది. అదే వారి ప్రచోదనం, వారి నిర్వచనం.

> "మీకు ఏకాగ్రత ఉండాలి. మీరు నిశ్చయించుకున్న ఒకే లక్ష్యం చేరుకోవటానికి సర్వస్వము పణం పెట్టండి."
>
> – జనరల్ జార్జ్ ఎస్ పాటన్

పాశానికీ, నైపుణ్యానికీ మధ్య ఎల్ల మసకగా ఉంటుంది. ఆ రెంటిమధ్య ఉన్న అవినాభావ సంబంధమే అందుకు కారణం. అమెరికాలో ప్రఖ్యాత ప్రభావాత్మక చిత్రకారులలో ప్యాట్ మాథ్యూస్ ఒకరు. ఆయన రోజుకు ఒక పెయింటింగ్ చిత్రిస్తూ తన పాశాన్ని ఒక నైపుణ్యంగా, ఆ తర్వాత దానినేఒక వృత్తిగా మార్చుకున్నానంటారు ఆయన. ఎంజలో అమారికో ఇటలీలో అత్యంత సఫలత సాధించిన టూరిస్ట్ గైడ్. ఆయనకు తన దేశం అంటే బహు అభిమానం. తనదేశ ప్రతిభ ఇతరులకు చాటిచెప్పాలనేది ఆయన పాశం. అందులోనుంచే ఆయన తన నైపుణ్యాలు మెరుగుపరుచుకొని దానినే ఒక వృత్తిగా మలుచుకున్నారు. అసాధారణ సఫలతా కథనాలు దాదాపు ఇలాగే నడుస్తాయి. దేనిలోనైనా పాశం ఉంటే దానిమీదనే – దానిని అభ్యసిస్తూనో, దానిమీదనే కృషి చేస్తూనో – అపక్రమ సమయం వెచ్చించటం జరుగుతుంది. దానిమీద వెచ్చించిన సమయం నైపుణ్యంగా రూపు చెందుతుంది. ఆ నైపుణ్యం మెరుగుపడినపుడు ఫలితాలు మరింత మెరుగు పడతాయి. మెరుగుపడిన ఫలితాలు ఆనందాన్నిస్తాయి. తద్వారా ఆ

పాశం మరింత బలపడుతుంది. అప్పుడు దానిమీదే మరింత సమయం గడుస్తుంది. అసాధారణ ఫలితాలకు అది సౌశీల్యవలయం.

పరుగు తీయటం గిల్బర్ట్ తుహబొన్యే పాశం. గిల్బర్ట్ అమెరికా దేశం లాంగ్ డిస్టన్స్ రన్నర్. ఆయన సోంగా (బురుండి) లో పుట్టారు. ఆదినుంచీ ఆయనకు ట్రాక్ అండ్ ఫీల్డ్ అంటే అభిమానం. హైస్కూల్ జూనియర్ గా ఉన్నపుడే ఆయన 400 మీటర్లు, 800 మీటర్ల పరుగు పందెంలో బురుండి నేషనల్ చాంపియన్ షిప్ గెలిచారు. ఆ పాశమే ఆయన ప్రాణం కాపాడింది.

> "సఫలత ఏకైక ధ్యేయాన్ని ఆదేశిస్తుంది."
>
> – వాన్స్ లంబార్డి

1993 అక్టోబర్ 21 న హుటు తెగ సభ్యులు కొందరు గిల్బర్ట్ హైస్కూల్ ముట్టడించి తుట్సి తెగకు చెందిన విద్యార్థులను పట్టుకున్నారు. వెంటనే చంపని వారిని తర్వాత చావకొట్టి సమీపంలో ఉన్న భవనంలో తగలబెట్టారు. కాలుతున్న శరీరాలకింద పాతుకుని ఉన్న గిల్బర్ట్ ఎలాగో తప్పించుకొని బయట పడ్డాడు. తనను వెంటాడుతున్న శత్రు మూకలకంటే వేగంగా పరిగెత్తి దగ్గరలో ఉన్న హాస్పిటల్ చేరుకున్నాడు.

ఆయన టెక్సాస్ వచ్చాడు. తన నైపుణ్యాలకు పదును పెడుతూ ఆయన పోటీలలో పాల్గొంటూ వచ్చాడు. ఆయనకు అబిలేన్ క్రిస్టియన్ యూనివర్సిటీ ఉద్యోగం ఇచ్చింది. అక్కడ ఆయన ఆరుసార్లు ఆల్రి అమెరికా ఆనర్స్ సాధించాడు. పట్టభద్రులైన తర్వాత ఆయన ఆస్టిన్ కు బదిలీ అయారు. ఆ నగరంలో కోచ్ గా ఆయన అత్యంత ప్రజాదరణ పొందారు. బురుండిలో నీటికోసం తవ్వకాలు సాగటానికి మరికొందరితో కలిసి ఆయన గజెల్ ఫౌండేషన్ స్థాపించారు. తవ్వకాలకు అవసరమైన ధనసాహాయం సాధించటమే ఆ సంస్థ లక్ష్యం. వారికి డబ్బు తెచ్చే సూత్రం ఏమిటో తెలుసా? రన్ ఫర్ ది వాటర్ (నీటికోసం పరుగు). ధనసహాయం కోసరం ఆస్టిన్ వీధులలో పరుగుతీయటం. ఆయన జీవితంలో పరుగులిడుతున్న ఆధారసూత్రం గమనించారు గదా!

పోటీదారుడినుంచి బతకనేర్చినవాడుగా, కాలేజ్ నుంచి వృత్తి, వృత్తి నుంచి దాతృత్వం వరకూ గిల్బర్ట్ తుహబొన్యే పరుగు తీయటానికి ఆయన పాశం ఒక నైపుణ్యంగా రూపొందింది. ఆ నైపుణ్యం ఒక వృత్తి సంపాదించి పెట్టింది. ఆ వృత్తి దానానికి ఒక మహదవకాశం ప్రసాదించింది. ఆస్టిన్ లో లేడీ బర్డ్ సరస్సు చుట్టూ పరుగులు తీస్తున్నవారికి గిల్బర్ట్ నవ్వుల స్వాగతం – ఒక పాశం ఒక నైపుణ్యంగా, ఆ రెండూ కలిసి అసాధారణ జీవితంగా ఎలా మారుతాయో చెప్పకుండానే చెబుతుంది.

సఫలత సాధించినవారి జీవితాలలో ఆ ఏకైక అంశం పునరావృతంగా దర్శనమిస్తూ ఉంటుంది. అది పరమ–సత్యం కావటమే అందుకు కారణం. నాకు తన

దర్శనం ప్రసాదించింది. అనుమతిస్తే, అది మీకూ దర్శనం ఇస్తుంది. మీ వృత్తిలోగాని, జీవితంలోగాని మీరు కోరిన సఫలత సాధించటానికి ఆ ఏకైక వస్తువును అమలు పరచటమే అత్యంత సరళ మార్గం.

ఒక జీవితం

అసాధారణ జీవితం కల్పించుకోవటానికి ఆ ఒకేఒక అంశాన్ని సద్వినియోగం చేసిన ఏకైక ఉదాహరణ ఎంచుకోవాలంటే, నాకు మొట్టమొదట అమెరికన్ వాణిజ్యవేత్త బిల్ గేట్స్ దర్శన మిస్తారు. హైస్కూల్ లో బిల్ ఒకే ఒక పాశం కంప్యూటర్లు. తద్వారా ఆయన కంప్యూటర్ ప్రోగ్రామింగ్ లో నైపుణ్యం సాధించాడు. హైస్కూల్ లో ఆయన పాల్ అలెన్ అనే వ్యక్తిని కలిశాడు. పాల్ అలెన్ ఆయనకు ఉద్యోగం ఇచ్చి ఆ తర్వాత మైక్రోసాఫ్ట్ సంస్థ ఏర్పరచటంలో భాగస్తుడయాడు. వారిద్దరూ ఎడ్ రాబర్ట్స్ అనే వ్యక్తికి వ్రాసిన ఉత్తరం కారణంగా ఇదంతా జరిగింది. అల్టేయిర్ 8800 అనే కంప్యూటర్ కు కోడ్ వ్రాసే అవకాశం ఇచ్చి ఆయన వారి జీవితాలు మార్చివేశారు. వారికి కావలసిందికూడా ఆ ఒక్క అవకాశమే. అల్టేయిర్ 8800కు BASIC interpreters డెవలప్ చేసి వాటిని అమ్మటంతో మైక్రోసాఫ్ట్ జీవితం మొదలయింది. అదే బిల్ గేట్స్ ను 15 సంవత్సరాలకాలం ప్రపంచంలోనే అత్యధిక ధనికులుగా నిలబెట్టింది. మైక్రోసాఫ్ట్ నుంచి పదవీవిరమణ చేసినపుడు బిల్ గేట్స్ తన స్థానంలో CEO గా– తను కాలేజ్ లో కలుసుకున్న ఒక వ్యక్తిని–స్టీవ్ బామర్ ను ఎంచుకున్నారు. మైక్రోసాఫ్ట్ ఉద్యోగులలో స్టీవ్ ముప్పయ్యవ వారు. బిల్ ఉద్యోగంలోకి తీసుకున్న తొలి బిజినెస్ మేనేజర్ ఆయనే. ఈ కథ ఇక్కడితో ఆగిపోదు.

ఈ ప్రపంచంలో ఒక మార్పు తీసుకురావటానికి తమ సంపద వినియోగించాలని బిల్, మిలిండా గేట్స్ నిశ్చయించుకున్నారు. ప్రతి ఒక్క జీవితమూ విలువైనదేనన్న విశ్వాసంతో వారు ఒక సంస్థ స్థాపించారు. ఆ సంస్థ లక్ష్యం ఒక్కటే: ఆరోగ్యము, విద్య వంటి 'కఠిన సమస్యలకు' పరిష్కారం కోసం అన్వేషణ. ప్రారంభదశనుంచీ సంస్థ నిధులు ఎక్కువగా ఒక దిశగా వెళ్ళాయి: బిల్, మెలిండా గ్లోబల్ హెల్త్ ప్రోగ్రాం. వైజ్ఞానిక, సాంకేతిక రంగాలలో జరిగిన పురోగతిని పేదదేశాలలో ప్రాణాలు కాపాడటానికి వినియోగించటం ఈ కార్యక్రమం ముఖ్యోద్దేశాలలో ఒకటి. ఇది సాధించటానికి ప్రాణాంతకమైన అంటువ్యాధులను నిర్మూలించటం తమధ్యేయం చేసుకున్నారు. ఆ పయనంలో వారు వాక్సిన్ల మీద దృష్టి కేంద్రీకరించారు. ఈ నిర్ణయం వెనక ఉన్న కారణం బిల్ వివరించారు, "అత్యంత ప్రభావశాలి అయిన అంశం ఏమిటా అని ప్రశ్న వచ్చింది... ఆరోగ్య రక్షణలో వ్యాక్సిన్లు మంత్రదండం వంటివి. అవి చవకగా కూడా తయారు చెయ్యవచ్చు." "డబ్బుతో అత్యంత ప్రభావం చూపగల స్థానం ఏది?"

అన్న మెలిండా ప్రశ్నతో ఆరంభమయిన ప్రశ్నల తోరణం వారిని ఈ స్థాయికి చేర్చింది. ఏకైక వస్తువు శక్తికి బిల్, మిలిండా గేట్స్ సజీవ నిదర్శనాలు.

ఒకే విషయం

ఈ ప్రపంచానికి తలుపులు తెరుచుకున్నాయి. ఎదురుగా కనబడే దృశ్యం అత్యాశ్చర్యకరం. సాంకేతికత, నవకల్పనలతో అవకాశాలు అపారం, సంభవాలు అనంతం. అది ఎంత ఉత్ప్రేరకమో అంత సంభ్రమంలో ముంచివేస్తుంది. ఈ సర్వసమృద్ధివల్ల కలిగే అనూహ్య పరిణామం ఏమిటంటే అధికాధిక సమాచారము, అంతులేని ఎంపికలు మనవైపు శరవేగంతో దూసుకు వస్తున్నాయి. మన పూర్వులు వారి జీవితకాలం అంతటిలోను ఇంత ఉధృతం ఎరిగి ఉండరు. ఈ హడావిడిలో మనం ప్రతిరోజూ నడుములు విరిగేట్లు శ్రమపడతాం, ఆవగింజంత సాధిస్తాం.

సమృద్ధికి మార్గం లేమిలోనుంచేనని మనకు తోస్తుంది. కాని దానికి మొదలు ఎక్కడ? జీవితం చూపే అపార విస్తార అవకాశాలలో ఎంపిక ఎలా? ఉత్తమ నిర్ణయం చెయ్యటం ఎలా? వెనుదిరిగి చూడకుండా, అసాధారణ జీవనస్థాయి అనుభవించటం ఎలా?

ఏకైక విషయమే జీవనయానం కావాలి.

కర్లీకి తెలిసిన రహస్యం సఫలత సాధించిన వ్యక్తులందరికీ తెలుసు. ఆ ఒక్క విషయము సఫలత గుండెలో దాగి ఉన్నది. అసాధారణ ఫలితాలకు అదే నాంది. పరిశోధన, నిజజీవిత అనుభవాలను అనుసరించి అది సఫలతకు చాలా అమాయకమైన, సరళమైన ప్యాకేజిలో భద్రపరచబడి ఉన్న బృహత్ ప్రణాళిక. దానిని వర్ణించటం, వివరించటం సులభమే. ఆచరించటమే కష్టసాధ్యం.

కనుక,ఈ ఒకే ఒక విషయం ఎలా పనిచేస్తుందో మనసువిప్పి మాట్లాడుకొని, నిర్మొహమాటంగా చర్చించే ముందు దానిని అంగీకరించకుండా అడ్డుపడే తప్పుడు సమాచారం బాహాటంగా చర్చించాలని నా ఉద్దేశం. అది అబద్ధాల సఫలత.

వీటిని మన మనసులోనించి బహిష్కరించిన తర్వాత స్వచ్ఛమైన మనసుతో సుగమమైన బాటలో ఒకే ఒక విషయాన్ని చేపట్టవచ్చు.

భాగం 1

అబద్ధాలు

మనలను దారి తప్పించి పడదోస్తాయి

"మీకు తెలియని విషయం
మిమ్మల్ని కష్టాల్లో ముంచదు.'ఇది కాదు'
అని ఖచ్చితంగా అనుకోవటమే
అందుకు కారణం."

– మార్క్ ట్వేయిన్

నిజమనే నమ్మకంతో పేచీ

2003వ సంవత్సరంలో అన్నిటికంటే ఎక్కువగా ప్రయోగం అయిన పదాన్ని నిర్ణయించటానికి మరియం–వెబ్స్టర్ వారు తమ ఆన్ లైన్ డిక్షనరీలో జరిగిన అన్వేషణల విశ్లేషణ మొదలు పెట్టారు. సామూహికంగా మన మనసులలో ఉన్నదానికోసమే వెతుకుతాం గనుక, అన్నిటికంటే ఎక్కువగా అన్వేషణ అయిన పదం వర్తమానంలో మన స్ఫూర్తిని తెలియ జేస్తుంది. ప్రథమ అన్వేషణ విజేత విడుదల అయింది. ఇరాక్ ఆక్రమణతో ప్రతి ఒక్కరూ "డెమోక్రసీ" అంటే ఏమిటో తెలుసుకోవాలని కోరారు. మరుసటి సంవత్సరం వార్తాలాపం చెయ్యటానికి కొత్తగా పుట్టిన పదం "బ్లాగ్" ప్రథమస్థానం ఆక్రమించింది. అన్ని రాజకీయ దుమారాల అనంతరం 2005లో "ఇంటెగ్రిటీ" అగ్రస్థానం సంపాదించింది.

2006 లో మరియం – వెబ్స్టర్ దీనికి ఒక మెలిక పెట్టారు. వెబ్సైట్ దర్శించే వారు తమకు నచ్చిన పదాన్ని సూచించవచ్చు. ఆ తర్వాత "వర్డ్ ఆఫ్ ది ఇయర్" కు ఓటు కూడా వెయ్యవచ్చు. దీనిని నాణ్యమైన ప్రతిపుష్టితో సామూహిక కసరత్తుగా చూడవచ్చు. లేదా

ఒక మంచి మార్కెటింగ్ ప్రయత్నం అనవచ్చు. "ట్రూతినెస్" అన్న పదం 5:1 నిష్పత్తితో అఖండ విజయం సాధించింది. హాస్య నటులు స్టీఫెన్ కోల్బర్ట్ కామెడీ సెంట్రల్ షో అనే కామెడీ సీరియల్ ప్రదర్శించారు. అందులో "ది కోల్బర్ట్ రిపోర్ట్" ప్రప్రథమ కథనం. అందులో ఈ పదం ప్రయోగించారు. ఆ పదానికి "పుస్తకాలలోనుంచి కాక అనుభూతితో తెలిసే నిజం" అని ఆయన నిర్వచనం. ఇది సమాచార యుగం. వార్తలు 24 గంటలూ ప్రసారం అవుతూనే ఉంటాయి. రేడియో మోగుతూనే ఉంటుంది. అడ్డూ ఆపూ లేని 'బ్లాగ్స్'. ఈ వార్తలలో యాదృచ్ఛికంగా, సందర్భానుసారంగా, ఇచ్ఛానుసారం ప్రసారమయ్యే అబద్ధాలు నిజాలలాగా ధ్వనించటమేగాక, నిజమేనని మనలను నమ్మిస్తాయి కూడా.

మనం నమ్మేవాటిని అన్నింటినీ నమ్మవలసిన అవసరం లేదు. ఇక్కడ సమస్య ఏమిటంటే మనం నమ్మినవాటిని ఆచరిస్తూ ఉంటాం. దురదృష్టవశాతూ మనం చాలావాటిని నమ్మేశాం. ఫలితం ఏమిటంటే, 'ఒకే విషయం' అనుసరించటం కష్టతరం అవుతుంది. ఆ 'ఇతర విషయాలు' మన ఆలోచనలను కలచివేస్తాయి, మన ఆచరణలను తప్పుదోవ పట్టిస్తాయి, మన సఫలతను పక్కకు నెట్టివేస్తాయి.

కొమ్ములున్నగుర్రాలను వెంటాడటానికి మనజీవితం చాలదు. అమూల్యమయిన జీవితం అదృష్టంమీద ఆధారపడకూడదు. మనం వెతికే పరిష్కారాలు మనకళ్ళ ఎదుటనే ఉన్నాయి, కాని కంటికి కనబడటం లేదు. అవన్నీ నమ్మశక్యం కాని చెత్త వెనక దాగి ఉన్నాయి. అబ్బురపరిచే లోకజ్ఞానం ఉప్పెన మనలను ముంచెత్తుతుంది. చివరకు ఆ లోకజ్ఞానం అంతా అజ్ఞానంగా తేలుతుంది. ఆ అజ్ఞానమే మన పరిష్కారాలకు ఆటంకం. 'మరిగే నీటిలో కప్ప' ఉపమానం మీ బాస్ ఎప్పుడైనా మీకు చెప్పారా? ("ఒక కప్పను మరుగుతున్న నీళ్ళలోకి గిరాటు వెయ్యండి. వెంటనే అది బయటికి దూకుతుంది. కాని మీరు కప్పను నులివెచ్చని నీటిలోదించి, క్రమంగా నీటివేడి పెంచితే, అది మరిగి చచ్చి పోతుంది."). అది అబద్ధం. మనలను నమ్మించే అబద్ధం. కాని అబద్ధమే. ఎవరైనా మీకు "తలనుంచి తోకదాకా కంపుకొట్టే చేప" ను గురించి చెప్పారా? నిజం కాదు. కేవలం ఒక చేప కథ. అంతా బూటకం. అమెరికా తీరం చేరిన తర్వాత, తన మనుషులను ప్రేరేపించటానికి ఓడలు తగలబెట్టిన కార్టేజ్ కథ విన్నారా? నిజం కాదు. అంతా అబద్ధం. "రౌతుమీద పందెం కాయండి, గుర్రం మీద కాదు." ఒక సంస్థ నాయకత్వం మీద విశ్వాసం కలిగించటానికి అనాదిగా వస్తున్న ఘోషణ. అయితే, దీనిని నమ్ముకుని మీరు పందెం కాశారంటే బికారి కావటానికి రాచబాట. ఆ తర్వాత ఇది ఒక సూత్రం ఎలా అయిందా అని ఆశ్చర్య పోవటం మీవంతు. కాలగతి తరుచు అభూత కల్పనలు, అబద్ధాలు వెదజల్లుతుంది. అవి క్రమంగా పరిచయమై నిజాలవలె ధ్వనిస్తాయి.

అప్పుడు వాటిని ఆధారం చేసుకొని మన నిర్ణయాలు చేస్తాం!

కప్పలు, చేపలు, పరిశోధకుల కథలలో లాగానే సఫలతలో గూడా అబద్ధాలు ఉన్నాయి. ఏదైనా కార్యక్రమం సఫలం అయ్యేట్లు పథకం రచించాలంటే మనకందరికీ ఎదురయ్యే సవాలు ఇదే. "నేను చెయ్యవలసింది చాలా ఉన్నది." "ఒకే సమయంలో ఎక్కువ పనులుచేసి చాలా సాధించగలను." "నేను క్రమశిక్షణగల వ్యక్తిని కావాలి.' "నేను ఎప్పుడు తలుచుకుంటే అప్పుడు తలచింది చెయ్యగలగాలి." "నా జీవితంలో మరికొంత సమతుల్యత కావాలి." "బహుశ నేను అంత పెద్ద కలలు కనగూడదేమో." ఈ ఆలోచనలు తరుచు పునరావృతం చెయ్యండి, అవే సఫలతకు ఆరు అబద్ధాలు అవుతాయి. మనకు అవసరమైన ఒక్క విషయాన్ని చేపట్టకుండా ఆపుతాయి.

మీకు, సఫలతకు మధ్య ఉన్న ఆరు అబద్ధాలు.

1. ప్రతి ఒక్కటీ సమానమే.
2. సర్వతోముఖం ప్రజ్ఞ
3. క్రమశిక్షణాయుత జీవితం.
4. ఆత్మశక్తి పిలిస్తే పలుకుతుంది.
5. సమతుల్యమైన జీవనం
6. పెరుగుట విరుగుట కొరకే.

ఈ ఆరు అబద్ధాలు మన నమ్మకాలు. మన బుర్రలోదూరి మనలను తప్పుదారి పట్టిస్తూ ఉంటాయి. రహదారులలాగా కనిపించే ముళ్ళబాటలు. మన కనుగప్పే వెలిగారం. మన సంభావ్య శక్తి ఉన్నత శిఖరాలు చేరాలంటే ఈ అబద్ధాలను జోకొట్టాలి. నిద్రపుచ్చాలి.

4 ప్రతి ఒక్కటీ ముఖ్యమైనదే

> "అన్నిటికంటే ముఖ్యమైన పనులు అనవసరమైన పనుల దయాదాక్షిణ్యాలకు గురికాకూడదు."
>
> – జోహాన్ వోల్ఫ్ గాంగ్ గొఎథె

న్యాయము, మానవహక్కుల పేరిట సమానత్వం ఒక విలువైన ఆదర్శంగా అనుసరించ బడుతుంది. వాస్తవ ప్రపంచంలో వస్తువులూ, విషయాలూ ఎన్నటికీ సర్వసమానం కావు. ఉపాధ్యాయులు ఎలా మార్కులు వేసినా ఇద్దరు విద్యార్థులు సమానులు కాలేరు. నిర్వాహకులు ఎంత నిష్పాక్షికంగా ఉన్నా రెండు పోటీలు సమానం కాబోవు. జనం ఎంత నేర్పరులైనా కూడా ఇద్దరు వ్యక్తులు ఎన్నటికీ సమానులు కాబోరు. ఒక డైమ్ పది సెంట్లకు సమానం. జనం అందరూ పూర్తిగా నిష్పాక్షికంగా ఆదరించబడాలి. కాని జయాపజయాల ప్రపంచంలో అన్నీ సమానం కావు.

సమానత్వం అబద్ధం.

ఈ అవగాహనే అన్ని నిర్ణయాలకూ మూలం.

మరి ఎలా నిర్ణయిస్తారు? ఇవాళ చెయ్యవలసిన పనులు చాలా ఉన్నాయి. మొదట దేనితో మొదలుపెట్టాలో ఎలా నిర్ణయిస్తారు? చిన్నతనంలో మనం చెయ్యవలసిన పనులన్నీ ఏపనికి సమయం వచ్చినపుడు ఆపని చేశాం. ఇది బ్రేక్ ఫాస్ట్ టైం. ఇప్పుడు స్కూలుకు వెళ్ళాలి. ఇప్పుడు హోం వర్క్ చెయ్యాలి. ఇంటి పనులు, స్నానం, నిద్ర. అయితే మనం ఎదుగుతున్న కొద్దీ నిర్ణయాలు చెయ్యటానికి మనకు కొంత స్వాతంత్ర్యం ఇచ్చారు. డిన్నర్ లోపల హోం వర్క్ పూర్తి చెయ్యగలిగితే, నువ్వు వెళ్లి ఆడుకోవచ్చు.

మనం పెద్దవాళ్ళం అయిన తర్వాత, అంతా మన విచక్షణానుసారంఅయింది. అంతా మన ఇష్టప్రకారం అయింది. మన జీవితం మన ఇష్టానుసారం నడిస్తే, మంచి ఎంపికలు చెయ్యటం ఎలా, అన్నది అన్నిటికంటే ముఖ్యమైనప్రశ్న అయి కూర్చుంటుంది.

మనకు వయసు వచ్చేకొద్దీ విషయాలు క్లిష్టతరం అవుతాయి. "చేసి తీరవలసింది" అని మనం అనుకునేది పేరుకు పోతూ ఉంటుంది. పని ఒప్పుకోవటం, పనిచెయ్యటం, నిబద్ధత అంతా అతిగా జరుగుతుంది. మన అందరి పరిస్థితీ ఎక్కడ మొదలు పెట్టాలో, ఎలా మొదలు పెట్టాలో తెలియని అగమ్యగోచర స్థితి!

ఏది ముందు, ఏది వెనక అన్న భయంకర సంగ్రామం అప్పుడే మొదలవుతుంది. నిర్ణయాలు చెయ్యటానికి ఒక దారి, తెన్నూ ఏమీ లేవు. ఆ ప్రతిస్పందనలో మనం ఏమి చెయ్యాలో నిర్ణయించటానికి మనకు పరిచయమైన, అనుకూలమైన మార్గం అవలంబిస్తాం. తత్ఫలితంగా స్వయంగా మనమే మన సఫలతను కూలదోసే పద్ధతులు అస్తవ్యస్తంగా ఎంచుకుంటాం. రోజంతా ఒక పనిలోనుంచి మరొకదానిలోకి గుడ్డిగా ప్రవేశించి, నిర్గమిస్తూ ఉంటాం – భయానక చిత్రంలో దిక్కుతోచని అయోమయ పాత్రలాగా. బయటికి వెళ్ళటానికి బదులు మెట్లు ఎక్కి పైకి వెళ్తాం. ఉత్తమ నిర్ణయం తప్ప మిగతా అంతా జరుగుతుంది. అప్పుడు పురోగమనానికి బదులు బోను తయారవుతుంది.

ప్రతిఒక్కటీ అర్జెంట్, ముఖ్యము అనిపించినపుడు ప్రతి ఒక్కటీ సమానంగా కనబడుతుంది. మనం కార్యరంగంలోకిదూకి, అమితబిజీ అయిపోతాం. అంతమాత్రాన మనం సఫలతకు చేరువ కాబోవటం లేదు. చేసేపనికీ ఉత్పాదనకూ తరుచు సంబంధం ఉండదు. బిజీగా ఉన్నంతమాత్రాన బిజినెస్ జరగబోవటంలేదు.

"అన్నిటికంటే ముఖ్యమైన పనులు అత్యంత గట్టిగా అరవబోవటంలేదు."

– బాబ్ హాక్

హెన్రీ డేవిడ్ థోరో అన్నట్లు "బిజీగా ఉంటే చాలదు. చీమలుకూడా బిజీగా ఉంటాయి. మనం ఏ విషయంలోబిజీగా ఉన్నామన్నది ప్రశ్న." అర్థయుక్తమైన ఒక్క పనికి బదులు, ఒక వందపనులు చేసేస్తే సమానం కాబోదు. ప్రతి ఒక్కదానికీ సమాన ప్రాముఖ్యత ఉండదు. సఫలత అంటే అందరికంటే ఎక్కువ పనులు చేసేవారు నెగ్గే ఆటకాదు. కాని దైనందిన జీవితంలో దాదాపు అందరి పద్ధతీ అదే.

ఖాళీ పాత్రలు

సమయ నిర్వహణ, సఫలత పరిశ్రమకు 'చెయ్యవలసిన పనుల జాబితా' మంచి పోషకాహారం. మన కోరికలు, ఎదటివారి ఆకాంక్షలు మనమీదికి దూసుకు వస్తుంటే, మనం వాటిని హడావిడిగా కాగితం ముక్కలమీద నోట్ చేసుకుంటాం లేదా క్రమపద్ధతిలో అచ్చు వేసిన నోట్ పాడ్ ల మీద ఒకదానితర్వాత ఒకటి పేరుస్తాం. సమయ పథకాలలో దైనందిన, సాప్తాహిక, మాసిక కర్తవ్యాలకు విలువైన స్థలం రిజర్వ్ చేసి ఉంటాయి. చెయ్యవలసిన పనులు నోట్ చేసుకోవటానికి మొబైల్ ఫోన్లలో కావలసినన్ని యాప్స్ ఉంటాయి. చాలా సాఫ్ట్ వేర్ ప్రోగ్రాములు వారి మెనూలోనే ఈ చెయ్యవలసిన పనుల జాబితా జోడిస్తాయి. మనం ఎక్కడికి వెళ్ళినా జాబితాలు తయారు చెయ్యమనే ప్రోత్సాహం ఎదురవుతుంది. జాబితాలు విలువైనవే. అయినా, వాటికీ ఒక చీకటి కోణం ఉన్నది.

చెయ్యవలసిన పనులజాబితా మన సదుద్దేశాల సంకలనం. కాని అందులో పనికిమాలిన పనులుకూడా ఉంటాయి. అదికూడా జాబితాలో ఉన్నది కనుక చేసితీరాలనే ఆంక్ష ఉంటుంది. అందుచేతనే ఈ పనులజాబితా అంటే మన అందరికీ ప్రేమ–ద్వేషం కలగలుపుగా ఉంటాయి. ఇమెయిల్ ఇన్–బాక్స్ లాగా ఈ జాబితాలు మనలను నియంత్రిస్తాయి. అనవసరమైన ఇ–మెయిల్స్ తో నిండిన ఇన్–బాక్స్ లు మన పనుల ప్రాముఖ్యతను తలకిందులు చేస్తాయి. అవి వచ్చిన క్రమంలోనే వాటిని చేపట్టటమంటే చక్రం కిర్రుమనగానే దానికి కందెన అవసరమని పరిగెత్తినట్లు ఉంటుంది. కాని ఆస్ట్రేలియన్ ప్రధాని బాబ్ హాక్ చెప్పినట్లు, "అతి ముఖ్యమైన కర్తవ్యాలు అన్నిటికంటే బిగ్గరగా అరవబోవటంలేదు."

సాధకులు భిన్నంగా వ్యవహరిస్తారు. అత్యవసర విషయాలు వారి దృష్టినాకర్షిస్తాయి. ఏది ముందు, ఏది వెనక అని నిర్ణయించటానికి వారు తగిన సమయం వెచ్చిస్తారు. ఆ తర్వాత ఆ క్రమమే వారి కార్యక్రమం అవుతుంది. ఇతరులు తర్వాత చేద్దామని వదిలివేసిన వాటిని సాధకులు మొదట పూర్తిచేస్తారు. ఇతరులు వెంటనే చేసేవాటిని సాధకులు పూర్తిగా వదిలివేసినా వదిలి పెట్టవచ్చు. సాధకులు సదా ప్రాముఖ్యతా క్రమంలో పనిచేస్తారు.

చెయ్యవలసిన పనుల జాబితా యథాతథంగా అనుసరిస్తే, అది మిమ్మల్ని దారి తప్పిస్తుంది. చెయ్యవలసిన పనుల జాబితా అంటే, మీ ఆలోచనకు వచ్చిన పనుల జాబితా. ఆ జాబితాలో మొదటి ఐటం మీకు వచ్చిన మొదటి ఆలోచన. అంతే. పనుల జాబితాకు సఫలత అంటే తెలియదు. ఆ మాటకువస్తే పనుల జాబితా కేవలం ఒక జీవనాధారం. ఈరోజు, ఈ జీవితం గడపటానికి పరికరం. అంతేకాని, ప్రతిరోజునూ

మరునాటికి మెట్టుగా మలిచి జీవితంలో సఫలత ప్రసాదించే పరికరం కాదు. గంటల తరబడి చెయ్యవలసిన పనులు టిక్ చేస్తూ, రోజు పూర్తయ్యేసరికి చెత్తబుట్ట నిండి, మీ డెస్క్ శుభ్రంగా ఉన్నంత మాత్రాన సుగుణాలు కాబోవు. వాటికీ సఫలతకూ సంబంధం లేదు. పనుల జాబితాకు బదులు సఫలత జాబితా—అసాధారణ ఫలితాల చుట్టూ తిరిగే ఒక ధ్యేయంతో తయారు చేసింది – మీకు కావాలి.

చెయ్యవలసిన పనుల జాబితా చాంతాడంత పొడుగు ఉంటుంది. సఫలత జాబితా క్లుప్తంగా ఉంటుంది. ఒకటి మిమ్మల్ని అన్నివైపులా లాగుతూ ఉంటుంది. మరొకటి మిమ్మల్ని అవసరమైన దిశగా నడిపిస్తుంది. ఒకటి దిశానిర్దేశం లేని సూచనావళి. మరొకటి క్రమమైన నిర్దేశం. మీ పనుల జాబితాయే సర్వస్వము అయితే, అది మీరు పోవలసినచోటికి తప్ప మిగతా అన్ని చోట్లకూ తీసుకు వెళ్తుంది.

మరి సఫలత సాధించేవ్యక్తి పనుల జాబితాను సఫలత జాబితాగా ఎలా మారుస్తారు? చెయ్యవలసిన పనులు అన్ని ఉండగా, ఎప్పుడు ఏది ముఖ్యమో ఎలా నిర్ణయిస్తారు?

జురాన్ బాట అనుసరించండి.

జురాన్ చిక్కుముడి విప్పారు

1930 లలో జనరల్ మోటార్స్ లో ఒక మేనేజర్ల జట్టు ఒక విచిత్రమైన ఆవిష్కరణ చేశారు. అందువల్ల మరొక అద్భుతమైన రహస్యం వెలుగులోకి వచ్చింది. వారి కార్డ్ రీడర్లలో (తొలినాటి కంప్యూటర్లలో ఇన్-పుట్ సాధనం) ఒకటి చెత్త ఉత్పత్తి చెయ్యసాగింది. తప్పుదార్లు పడుతున్న యంత్రాన్ని పరిశీలన చేస్తూ వారు రహస్య సందేశాలను పంపటానికి కొత్త భాష కనుక్కున్నారు. ఆ నాడు అది చాలా పెద్ద విశేషం. మొదటి ప్రపంచయుద్ధ సమయంలో తొలిసారిగా జర్మనీ ఎనిగ్మా కోడింగ్ మెషిన్లు దర్శన మిచ్చాయి. రహస్యసంకేతం తయారు చెయ్యటమూ, దానిని విడదియ్యటమూ కూడా జాతీయ స్థాయి భద్రతాఅంశం అయింది. అదేస్థాయిలో జనం ఆసక్తికూడా పెరిగింది. జనరల్ మోటార్స్ మేనేజర్లు తమ సంకేతభాష ఎవరూ విప్పదియ్యలేరనే దృఢవిశ్వాసంలోకి దిగారు. కాని వెస్టర్న్-ఎలక్ట్రిక్ కన్సల్టెంట్ అందుకు ఒప్పుకోలేదు. ఆ రహస్య సంకేతం ముడివిప్పుతానని అతను ఒక సవాలు చేశాడు. రాత్రంతా శ్రమించాడు. తెల్లవారుజామున మూడు గంటలకు ఆ రహస్యం విప్పగలిగాడు. ఆయన పేరు జోసెఫ్ ఎం జురాన్.

ఇంతకు మించిన పెద్దరహస్యం ఛేదించి, విజ్ఞానశాస్త్రానికీ, వాణిజ్యానికీ తనుచేసిన మహత్తర సహకారానికి ఇదే తొలిమెట్టు అంటారు జురాన్. సంకేతభాష విప్పటంలో ఆయన ప్రజ్ఞ గమనించిన జనరల్ మోటార్స్ నిర్వాహకులు ఒకరు ఆయనను నిర్వాహకుల వేతనాలసూత్రం విడదియ్యటానికి ఆహ్వానించారు. ఈ సూత్రం విల్ఫ్రేడో పరెటో అనే ఒక ఇటాలియన్ ఆర్థిక శాస్త్రవేత్త మానసపుత్రిక. ఆ శాస్త్రవేత్తను గురించి తెలిసినవారు తక్కువ. 19 వ శతాబ్దంలో పరెటో ఇటలీలో ఆదాయ పంపిణీని గురించి ఒక గణితసూత్రం వెలువరించారు. ఆ సూత్రం ప్రకారం ఆనాడు ఇటలీలో 80 శాతం భూమి 20 శాతం ప్రజల చేతిలో ఉన్నది. సంపద సమానంగా పంపిణీ కాలేదు అన్నది సారాంశం. ఆ సంపద ఎక్కడ ఎవరి చేతిలో చిక్కుకొని ఉన్నదో చెప్పవచ్చునని పరెటో అభిప్రాయం. క్వాలిటీ కంట్రోల్ మేనేజ్మెంట్ లో జురాన్ ఆదిపురుషులని చెప్పవచ్చు. కొద్దిపాటి తప్పిదాలనుంచే అధికభాగం లోపాలు పుట్టుకొస్తాయని ఆయన గమనించారు. ఈ అసమతుల్యత తన అనుభవానికి మాత్రమే పరిమితం కాదు, సర్వత్రా అన్వయించే న్యాయమని ఆయన అభిప్రాయం. పరెటో గమనించినవి అయన ఊహించినవాటికంటే అతీతమై ఉండవచ్చు.

తన ప్రఖ్యాతరచన క్వాలిటీ కంట్రోల్ హ్యాండ్ బుక్ వ్రాస్తున్నపుడు,"స్వల్పసంఖ్యలోప్రాణసమాలు, అధికసంఖ్యలో అల్పవిషయాలు' అన్న భావనకు జురాన్ ఒక చిన్నపేరు పెట్టాలనుకున్నారు. ఆయన వ్రాతప్రతిలో ఒకచోట "పరెటోఅసమాన పంపిణీ సూత్రం..." మరెవరైనా అయితే దానిని జురాన్ రూల్ అని పేరు పెట్టేవారేమో. ఆయన మాత్రం దానిని పరెటోసూత్రం అన్నారు.

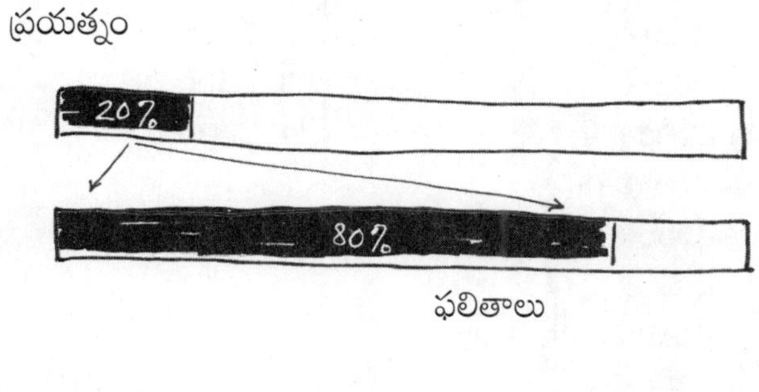

చిత్రం 3: మీ ప్రయత్నాలలో స్వల్పమైనవే అధిక ఫలితాలకు దారి తీస్తాయి అంటుంది 80/20 సూత్రం

ఇక్కడ విశేషం ఏమిటంటే పరెటో సూత్రం భూమ్యాకర్షణ సిద్ధాంతం అంత వాస్తవం. కాని దాదాపు ఎవరూ దాని ప్రాముఖ్యత గమనించరు. అది కేవలం ఒక సిద్ధాంతం కాదు. అది నిరూపించవచ్చు. చూడకుండానే చెప్పదగిన ప్రకృతి స్వభావం. మహోన్నతమైన ఉత్పాదక సత్యాలలో ఇది ఒకటి. 'ది 80/20 ప్రిన్సిపుల్' అనే తన పుస్తకంలో రిచర్డ్ కోచ్ ఈ సూత్రాన్ని నిర్వచిస్తారు: "అల్పసంఖ్యాకమైన కారణాలు, ఉత్పాదకాలు, ప్రయత్నాలు సాధారణంగా అధిక సంఖ్యాకమైన ఫలితాలు, ఉత్పాదనలు, ప్రతిఫలాలకు దారితీస్తాయి." అంటే సఫలతా ప్రపంచంలో వస్తువులన్నీ సమానం కావు. కొన్ని స్వల్ప కారణాలు బహుఫలితాలు కలిగిస్తాయి. సరయిన ఉత్పాదకంనుంచి ఉత్పాదన అంతా సృష్టి అవుతుంది. ఆచితూచి చేసిన ప్రయత్నం అవసరమైన ఫలితాలు అన్నిటినీ ప్రసాదిస్తుంది.

పరెటో మనకు స్పష్టమైన దిశానిర్దేశం చేస్తారు: మీరు కోరినఫలితాలలో అధికశాతం మీరుచేసే స్వల్ప కార్యాలనుంచి వస్తాయి. అసాధారణ ఫలితాలు అపక్రమ నిష్పత్తిలో అతిస్వల్ప కార్యాలనుంచి ఉద్భవిస్తాయి. చాలామంది ఇది గమనించరు.

అంకెలు పట్టుకు వేలాడకండి. పరెటో చెప్పిన సత్యం అసమానతను గురించి. దానిని తరుచు 80/20 నిష్పత్తిగా వ్యవహరించినా ఆ నిష్పత్తి అనేక విధాలుగా ఉండవచ్చు. సందర్భానుసారం అది 90/20 గా అవతారం ఎత్తవచ్చు.అంటే అంటే మీ ప్రయత్నాలలో 20 శాతం నుంచి మీ ఫలితాలలో 90 శాతం లభిస్తాయి . లేదా

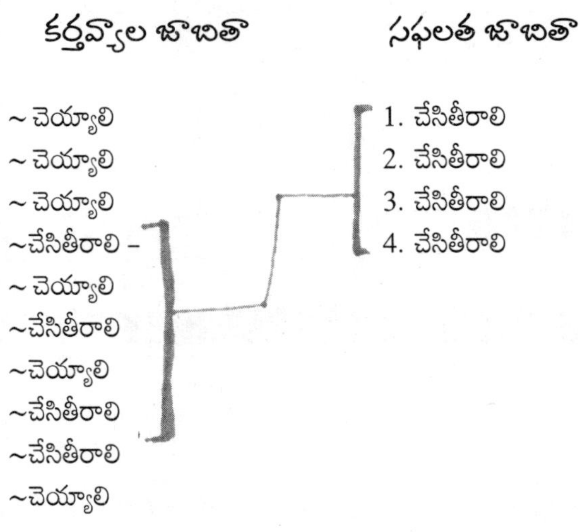

చిత్రం 4: చెయ్యవలసిన పనుల జాబితాలో ముందువెనకలు గుర్తిస్తే అది సఫలత జాబితా అవుతుంది.

అది 70/10 కావచ్చు ఇంకా 65/5 కూడా కావచ్చు. కాకపోతే ఈ నిష్పత్తులన్నీ ఒకే సూత్రం మీద ఆధారపడి వస్తున్నాయని గమనించాలి. అన్నీ సమానం కావనేది జురాన్ సూక్ష్మదృష్టి. కొన్ని మిగిలినవాటి కంటే ముఖ్యమైనవి – చాలా ముఖ్యమైనవి. చెయ్యవలసిన పనుల జాబితాకు మీరు పరెటో సూత్రం అన్వయిస్తే అది సఫలత జాబితాగా రూపొందుతుంది.

ఈ 80/20 సూత్రం నా వృత్తి జీవితంలో అత్యంత ముఖ్యమైన సఫలతా సూత్రాలలో ఒకటి. జురాన్ లాగానే నేను నా జీవితంలో ఈ సూత్రం మళ్ళీ మళ్ళీ గమనించాను. దాదాపు నా ఫలితాలు అన్నీ కొన్ని ఆలోచనల ద్వారానే లభించాయి. కొందరు ఖాతాదారులు మిగతా అందరికంటే చాలా విలువైనవారు; వ్యాపారంలో నా సఫలత అంతా కొద్దిమంది వ్యక్తుల ద్వారానే కలిగింది; నాకు వచ్చిన సొమ్ము అంతా కొన్ని పెట్టుబడులద్వారానే లభించింది. ఎటుచూసినా అసమానమైన పంపిణీ రాజ్యం చేస్తున్నది. అది దర్శనం ఇస్తున్నకొద్దీ, నేను నాధ్యాస దానివైపు మళ్ళించాను. దానిపట్ల నాధ్యాస ఎక్కువైన కొద్దీ దాని దర్శనం మరీ ఎక్కువ కాసాగింది. చివరికి అది యాదృచ్ఛికం అన్న ఆలోచన విడిచిపెట్టి, సఫలతకు పరమసూత్రంగా – నా జీవితంలోనే కాక, నేను వ్యవహరించే ప్రతిఒక్కరి జీవితంలోనూ - అమలుజరపటం మొదలుపెట్టాను. ఇక ఫలితాలు అసామాన్యమని వేరే చెప్పనక్కర్లేదు.

పరెటో అపారం

నేను చెబుతున్న ప్రతిఒక్కటీ పరెటో మీకు రుజువు చేస్తుంది – ఇక్కడే ఒక చిట్కా ఉన్నది. ఆయన ఎక్కువ దూరం వెళ్ళడు. మీరు మరికొంత ముందుచూపు సారించాలని నా కోరిక. పరెటో సూత్రాన్ని మీరు కొసదాకా వెళ్లి చూడాలి. మొదట మీరు సూక్ష్మదర్శినితో

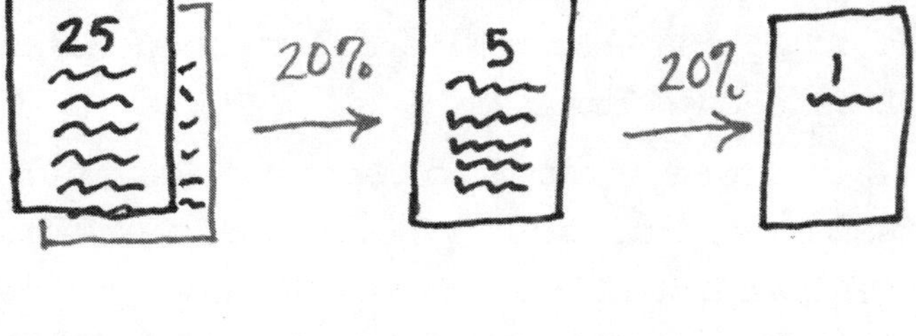

చిత్రం 5: మీరు ఎన్ని పనులతో మొదలుపెట్టినా,ఒకటికి కుదించవచ్చు.

ఆ 20% గుర్తించాలి. ఇప్పుడు మరిపెద్ద సూక్ష్మదర్శినితో ఆ ప్రాణప్రదమైన వాటిలో ప్రాణప్రదమైన వాటిని గుర్తించాలి. సఫలతా యానంలో 80/20 సూత్రం తొలిమెట్టు, కడపటిమెట్టు మాత్రం కాదు. పరెటో మొదలుపెట్టిన దానిని మీరు పూర్తిచెయ్యాలి. సఫలతకు మీరు 80/20 సూత్రం అనుసరించాలి. కాని, మీరు అక్కడే ఆగిపోనవసరం లేదు.

అలాగే ముందుకు సాగండి. నిజానికి మీరు ఆ 20 శాతంలో 20 శాతం తీసుకోవచ్చు. మళ్ళీ ఆ 20 శాతంలో మరొక 20 శాతం తీసుకోవచ్చు. అన్నిటికంటే ముఖ్యమైన ఒకేఒక అంశం చేరుకున్నదాకా మీరు ఇలా కొనసాగవచ్చు. (చిత్రం 5 చూడండి). ఇక్కడ మీ పని, ధ్యేయం, లక్ష్యం ఏదైనా ఫర్వాలేదు. చిన్నాపెద్దతో సంబంధం లేదు. మీరు కోరినంత పెద్ద జాబితాతో మొదలుపెట్టండి. అక్కడినుంచి అత్యవసరమైన కొద్ది, అక్కడినుంచి అన్నిటికంటే ముఖ్యమైన ఒకే ఒకటి చేరుకునేదాకా కత్తిలాగా దూసుకు పోతూనే ఉండే మనస్తత్వం అలవరుచుకోండి. విధాయకం. చేసితీరవలసిన ఒకేఒకటి.

2001 లో ఒకసారి నేను మా కార్యనిర్వాహకుల సమావేశం ఏర్పాటు చేశాను. మేము చకచకా ఎదుగుతున్నా, పరిశ్రమలో శిఖరాగ్రాన ఉన్నవారి గుర్తింపు సాధించలేక పోయాం. ఈ పరిస్థితి చక్కబెట్టటానికి నూరు మార్గాలు కనుక్కోవాలని మా గ్రూప్ కు సవాలు విసిరాను. ఆ జాబితా తయారు కావటానికి రోజంతా పట్టింది. మర్నాడు ఉదయం ఆ నూటిని పదికి కుదించాం. ఆ పదిలో ఉత్తమమైన ఆలోచన చేపట్టాం. మేము నిర్ణయించిన ఆ ఒకటి ఏమిటంటే, మా పరిశ్రమలో ఉత్తమ కార్యనివాహకులు కావాలంటే ఏమిచెయ్యాలో నేను ఒక పుస్తకం వ్రాయాలని. ఆ ప్రక్రియ పనిచేసింది. ఎనిమిది సంవత్సరాల తర్వాత ఆ పుస్తకం జాతీయ స్థాయిలో అత్యుత్తమ అమ్మకాలు సాధించింది. అంతేకాక ఒక పుస్తక శ్రేణిగా రూపొంది, మిలియన్ ప్రతులకు పైగా అమ్మకాలు సాధించింది. మిలియన్ వ్యక్తులు పనిచేస్తున్న పరిశ్రమలో ఆ ఒక్క పని మా ప్రతిష్టను పూర్తిగా మార్చివేసింది.

ఇక్కడ ఒక్కక్షణం ఆగి లెక్క వెయ్యండి. నూటికి ఒకటి. అది అవధులు దాటిన పరెటో. అది పెద్ద ఆలోచన, సూక్ష్మాతిసూక్ష్మ దృష్టి. వ్యాపారంలో సవాలుకు ఆ ఒకే ఒకటిని శక్తివంతంగా అమలుజరపటం.

ఈ అన్వయం ఒక్క వ్యాపారానికే పరిమితం కాదు. నా 40 వ పుట్టిన రోజున నేను గిటార్ నేర్చుకోవటం మొదలు పెట్టాను. కాని అది అభ్యాసం చెయ్యటానికి నేను రోజులో ఇరవై నిమిషాలకు మించి చెయ్యలేక పోతున్నానని గమనించాను. అది చాలదు. నేను నేర్చుకున్నది తగ్గించాలని తెలిసింది. నా మిత్రుడు ఎరిక్ జాన్సన్ (మహోత్తమ గిటారిస్ట్

లలో ఒకరు) సలహా అడిగాను. నేను చెయ్యగలిగింది ఒక్కటే అయితే, నేను స్కేల్స్ అభ్యాసం చెయ్యాలని ఎరిక్ సలహా. ఆయన సలహా అనుసరించి నేను మైనర్ బ్లూ స్కేల్ ఎంచుకున్నాను. ఆ ఒక్క స్కేల్ నేర్చుకుంటే ఎరిక్ క్లాప్టన్– ఒకనాటికి ఎరిక్ జాన్సన్ కూడానేమో – నుంచి బిల్లీ గిబ్బన్స్ వరకు అందరు క్లాసిక్ రాక్ గిటారిస్ట్ ల సోలోలు వాయించగలనని గ్రహించాను. గిటార్ లో నాకు ఆ స్కేల్ ఒకేఒకటి అయింది. నాకు రాక్ అండ్ రోల్ ప్రపంచం తలుపులు తెరుచుకున్నాయి.

ఫలితాలకోసం మన ప్రయత్నాలు జీవితంలో ఎన్నడూ సమానంగా ఉండవని చూడకుండానే మీకు తెలుస్తుంది. ఒక ముఖ్యమైన పనిలో మీకు సఫలత కావాలంటే ఈసూత్రం అమలు జరపండి. సఫలతకు తాళాలు తెరుచుకుంటాయి. మిగిలినవాటికంటే ముఖ్యమైనవి కొన్ని ఎప్పుడూ ఉంటాయి. ఆ కొన్నిటిలో అన్నిటికంటే ముఖ్యమైనది ఒకటి ఉంటుంది. ఈ భావం జీర్ణించుకుంటే ఒక మ్యాజిక్ కంపాస్ మన దగ్గర ఉన్నట్లే. మీకు అత్యంత ముఖ్యమైన విషయం తెలుసుకోవటానికి దానిని ఎప్పుడైనా వెలికి తీయవచ్చు.

బృహత్ భావాలు

1. **సూక్ష్మీకరించండి.** బిజీగా ఉండటానికి ప్రయత్నించకండి. ఉత్పాదకులు గావటానికి ఏకాగ్రం చెయ్యండి. అత్యంత ముఖ్యమైన పనితో రోజు గడపండి.
2. **హద్దులు చేరండి.** ఏది ముఖ్యమో నిర్ణయించిన తర్వాత. ఒకే–ఒకటి మిగిలేవరకూ ఏది అత్యంత ముఖ్యమో అడుగుతూనే ఉండండి. ఆ మిగిలిన ఒకేఒకటి మీ సఫలతా జాబితాలో ప్రథమస్థానం ఆక్రమిస్తుంది.
3. **కాదు అనండి.** మీరు 'తర్వాత' అన్నా 'వీలు కాదు' అన్నా చేత ఉన్న అతి ముఖ్యమైనపని ముగిసేటంత వరకు మిగతావాటికి 'ఇప్పుడు కాదు' అని చెప్పటమే.
4. **కొట్టివేత** బోనులో ఇరుక్కోవద్దు. అన్నిపనులూ సమానం కాదని నమ్మితే, మనం తదనుగుణంగా ప్రవర్తించాలి.

ప్రతి ఒక్కటీ చెయ్యాలి. సఫలత అంటే జాబితాలో పనులు ఒకదాని తర్వాత మరొకటి కొట్టివెయ్యటమేనన్న భావనకు మనం బందీలం కాకూడదు. కొట్టివేతవల్ల పనికాదు. కనుక మనం అందులో ఇరుక్కోకూడదు. అన్నిపనులూ సమానం కావన్నది సత్యం. అన్నిటికంటే ముఖ్యమైన పని చెయ్యటంలోనే సఫలత ఉన్నది.

కొన్నిసమయాలలో అది మీరు చేసే మొదటి పని అవుతుంది. కొన్ని సార్లు అది ఒక్కటే అవుతుంది. ఏది ఏమైనా అన్నిటికంటే ముఖ్యమైన పని చెయ్యటమే అన్నిటికంటే ముఖ్యమైన పని.

5 సర్వతోముఖం

"ఒకే సమయంలో
రెండు పనులు
చెయ్యటమంటే, ఏదీ
చెయ్యకపోవటమే."
– పబ్లిలియస్ సైరస్

అన్నిటికంటే ముఖ్యమైన పని చెయ్యటమే అన్నిటికి కంటే ముఖ్యమైన పని అయితే, అదే సమయంలో మరొకపని చెయ్యటానికి ఎందుకు ప్రయత్నిస్తారు? అది మహామంచిప్రశ్న.

2009 లో క్లిఫోర్డ్ నాస్ ఆ ప్రశ్నకు జవాబు వెతుకుతూ బయలుదేరారు. ఆయన ధ్యేయం? పలుకార్యాలు ఏకకాలంలో చేసేవారు ఎంతచక్కగా చేస్తారా అని ఆసక్తి. పలుకార్యాలు ఏకకాలంలో చేసేవారిని చూస్తే తనకు అత్యాశ్చర్యం కలిగిందని న్యూయార్క్ టైమ్స్ తో స్టాన్ఫర్డ్ యూనివర్సిటీ ప్రొఫెసర్ నాస్ అన్నారు. వారితో పోలిస్తే తను చాలా నిష్క్రియులుగా తోచారని అన్నారు. ఆయన తన సహచర పరిశోధకులతోకూడి 262 మంది విద్యార్థులకు ప్రశ్నపత్రాలు ఇచ్చారు. ఆ విద్యార్థులు ఎంత తరుచుగా ఏకకాలంలో పలుకార్యాలు చేపట్టుతారోనని తెలుసుకోవటమే ఆ అధ్యయనం ధ్యేయం. ఆ పరీక్షకు హాజరయిన విద్యార్థులను వారు రెండు జట్లుగా విభజించారు. ఏకకాలంలో బహుకార్యాలు చేసేవారు, అలా చెయ్యనివారు. ఏకకాలంలో పలుకార్యాలు చేసేవారు ఉత్తమఫలితాలు సాధిస్తారని వారు ఆశించారు. కాని వారు పొరబడ్డారు.

"వారికి ఏదో రహస్యశక్తి ఉన్నదనుకున్నాను." నాస్ అన్నారు. "కాని వారు పనికిరాని పనులలో ప్రసిద్ధులు." ప్రతి విషయంలోనూ బహుముఖ కార్యకర్తలను

రెండవ జట్టు అధిగమించింది. బహుముఖ కార్యకర్తలు అందులో తాము సిద్ధులమని తమను తాము ఒప్పించుకోవటమేగాక, బయటి ప్రపంచాన్నికూడా ఒప్పించారు. వారి సమస్య ఒకటే. నాస్ చెప్పినట్లు "ప్రతిదాన్లోను వారు అసమర్ధులే."

బహుముఖ కార్యాలాపం ఒక అబద్ధం.

అది ప్రభావవంతమైన పద్ధతి అని దాదాపు ప్రతిఒక్కరూ ఒప్పు కుంటారు. కనుక అది అబద్ధం. అనుసరించవలసిన పద్ధతి అదేనని అందరూ అనుకుని, వీలయినంత తరుచుగా ఆచరించే జీవనవిధానం అయింది. ఈ బహుముఖ కార్యాలాపం చెయ్యటమేగాదు, అందులో మెరుగుపడుతున్న నైపుణ్యాన్ని గురించి వార్తలు వింటూ ఉంటాం. ఈ బహుముఖ కార్యకలాపం ఎలా చెయ్యాలనే విషయం మీద వెబ్ పేజ్ లు ఆరు మిలియన్లకు పైగా ఉన్నాయి. బహుముఖ కార్యాలాపం ఒక నైపుణ్యంగా యజమానులు తమ ప్రకటనలలో జోడించటానికీ, ఒక యోగ్యతగా అభ్యర్ధులు తమ దరఖాస్తులలో చేర్చటానికీ మార్గాలుచూపే వెబ్ సైట్లు అనేకం. కొందరు తమ నైపుణ్యానికి గర్వించి దానినే జీవన విధానంగా మలుచుకున్నారు. కాని నిజానికి అది ఒక పెద్దఅబద్ధం. యదార్ధానికి బహుముఖ కార్యాలాపం సమర్ధవంతము కాదు, సార్ధకము కాదు. ఫలితాల దగ్గరికి వచ్చేసరికి అది ప్రతిసారీ విఫలమవుతుంది.

"బహుముఖ కార్యాలాపం ఏకకాలంలో అనేక పనులను చెడగొట్టటానికి మంచి అవకాశం."
– స్టీవ్ ఉజ్జెల్

కోతి మనసు

ఏకకాలంలో ఒకటికంటే ఎక్కువ పనులు చెయ్యటాన్ని గురించి మానసిక శాస్త్రవేత్తలు 1920 నాటినుంచి అధ్యయనం చేస్తున్నారు. కాని ఈ బహుముఖ కార్యాలాపం (Multitasking) అన్న పదం 1960 దాకా వాడుకలోకి రాలేదు. అప్పుడుకూడా అది కంప్యూటర్ ను వర్ణించటానికి వినియోగం అయింది. మనుషులకు కాదు. ఆనాడు 10 మెగా హెర్ట్జ్ అనేది మతి భ్రమింపజేసే వేగం. వేగాతివేగంగా అనేక పనులు చేసే కంప్యూటర్ సమర్ధత వర్ణించటానికి ఒక సరికొత్త పదం అవసరమయింది. వెనుదిరిగి చూస్తేఅదికూడా హీనమైన ఎంపికేనని తోస్తుంది. ఎందుకంటే ఈ బహుముఖ కార్యాలాపం స్వతహాగా కన్నుగప్పుతుంది. బహుముఖ కార్యాలాపం అంటే ఒకే వనరు ఆధారంగా (CPU) అనేక పనులు ఒకటి మార్చి ఒకటి వరుసగా జరగటం. కాని కాలం గడుస్తున్నకొద్దీ ఈ సందర్భం తిరగేసి ఒకే వనరు (వ్యక్తి) ఆధారంగా

ఏకకాలంలో అనేక పనులు జరగటం అని భాష్యం చెప్పారు. ఆ పదం తెలివిగా మెలిదిప్ప బడింది. కాని అపార్థం ప్రసాదిస్తున్నది. ఎందుకంటే కంప్యూటర్లు కూడా ఒక సమయంలో ఒక పని మాత్రమే చెయ్య గలుగుతాయి. అక్కడ బహుముఖ కార్యాలాపం అంటే పనులు ఒకదానితర్వాత మరొకటి ముందుకూ వెనక్కూ మారుతూ ఉంటాయి. రెండు పనులూ పూర్తయినదాకా అలా జరుగుతూనే ఉంటుంది. కంప్యూటర్లు చేసే పనుల వేగాన్ని బట్టి అన్నీ ఒకేసారి జరుగుతున్న భ్రమ కలుగుతుంది. కంప్యూటర్లతో మనుషులను పోల్చటం అయోమయానికి దారి.

యదార్థానికి మనుషులు ఏకకాలంలో ఒకటికి మించిన పనులు చెయ్యగలరు. మాట్లాడుతూ నడవటం, చ్యూయింగ్ గం నములుతూ మ్యాప్ చూడటం వగైరా. కాని కంప్యూటర్లలాగ మనం ఒకేసారి రెండువిషయాలమీద ధ్యాస ఏకాగ్రం చెయ్యలేం. మన ధ్యాస ముందుకూ వెనక్కూ గంతులు వేస్తూ ఉంటుంది. కంప్యూటర్లకు అది ఫర్వాలేదు. మనుషుల విషయంలో అది తీవ్రమైన పరిణామాలకు దారితీస్తుంది. ఒకే రన్–వే మీద ఒకే సమయంలో దిగటానికి రెండు విమానాలకు అనుమతి. రోగికి ఒకమందుకు బదులు మరొక మందు ఇవ్వటం. గమనించేవారు లేకుండా పసిపిల్లవాడిని బాత్ టబ్ లో వదిలివెయ్యటం. ఈ సంభావ్య విషాదాలకు మూలం మనుషులు తాము చెయ్యవలసింది మర్చిపోయి, ఏకకాలంలో అనేకమైన పనులు చెయ్యటానికి ప్రయత్నించటమే.

కాలగతిలో మనిషి బహుముఖ కార్యశీలిగా చిత్రించ బడ్డారు. అదే విచిత్రం. మనం అది చెయ్యగలము అని మన ఊహ. కనుక మనం అలా చెయ్యాలని మన ఆలోచన. పిల్లలు చదువుతూనే సందేశాలు పంపటం, సంగీతం వినటం, లేదా టెలివిజన్ చూడటం.పెద్దలు డ్రైవింగ్ చేస్తూనే ఫోన్ లో మాట్లాడటం, తినటం, మేకప్ చేసుకోవటం, షేవింగ్ కూడా. ఒకగదిలో ఒక పనిచేస్తూనే పక్క గదిలో మరొకరితో మాట్లాడటం. నాప్ కిన్లు ఒడిలో చేరకమునుపే చేతిలో స్మార్ట్ ఫోన్. ఇక్కడ మనం చెయ్యవలసిన పనులన్నీ చెయ్యటానికి తగిన సమయం లేదని కాదు. ఉన్న సమయంలో అనేకానేక పనులు చెయ్యాలనే మన అనుభూతి మాత్రమే. అన్నీ సాధించే ప్రయత్నంలో మనం ద్విగుణీకృతం, త్రిగుణీక్రుతంగా పరుగులు తీస్తూ ఉంటాం.

ఆ తర్వాత వృత్తి.

ఆధునికకాలం ఆఫీసు అంటే వెర్రెత్తించే బహుముఖ కార్యాలాపాల సంబరమే. మీరు సీరియస్ గా ఏదో ప్రాజెక్ట్ పూర్తిచెయ్యటానికి శ్రమపడుతూ ఉంటే, పక్క క్యూబికిల్ లో ఎవరో విపరీతంగా దగ్గుతారు. మీ దగ్గర దగ్గుమాత్ర ఏమైనా ఉన్నదా అని అడుగుతారు. ఆఫీసు పేజింగ్ సిస్టంలో సందేశాలు అనుక్షణమూ ప్రసారం అవుతూనే

ఉంటాయి. ఇంటర్ కాం దగ్గరిలో ఉన్నవారందరికీ ఆ సందేశాలు వినిపిస్తూనే ఉంటాయి. మీ ఇన్-బాక్స్ లో కొత్త ఇమెయిల్ వచ్చినపుడల్లా రోజంతా మీకు హెచ్చరిక వస్తూనే ఉంటుంది. సామాజిక మాధ్యమాలు మీ దృష్టినాకర్షించటానికి విశ్వప్రయత్నం చేస్తూ ఉంటాయి. కొత్తగా ఒక సందేశం వచ్చినపుడల్లా మీ సెల్ ఫోన్ కంపిస్తూ/ ధ్వనిస్తూ ఉంటుంది. మీ టేబుల్ మీద తెరవని ఉత్తరాల కట్టలు, అసంపూర్తిగా ఉన్న పనులదొంతరలు కనిపిస్తూ ఉండగా మిమ్మల్ని ప్రశ్నలు అడుగుతూ రోజంతా మీ టేబుల్ చుట్టూ జనం తిరుగుతూనే ఉంటారు. పరధ్యానం, అశాంతి, అంతరాయం. ఒక పనిమీద ధ్యాస ఉంచటమంటే శోషవచ్చినంత పని అవుతుంది. పనిచేస్తున్నవారికి ప్రతి 11 నిమిషాలకూ అంతరాయం కలుగుతుందనీ, వీటినుంచి కోలుకోవటానికి రోజులో మూడవ వంతు వ్యయం అవుతుందనీ పరిశోధకుల అంచనా. ఈ గందరగోళం అంతా తట్టుకొని దానిని అధిగమించి, నిర్ణీత సమయంలో పనులు పూర్తి చేస్తామని మన ఊహ.

కాని మనల్ని మనమే మోసగించు కుంటున్నాం. బహుముఖ కార్యాలాపం ఒక కుంభకోణం. మహాకవి బిల్లీ కోలిన్స్ చక్కగా సంగ్రహం చేశారు: “మనం బహుముఖకార్యాలాపం అంటాం. అది ఏకకాలంలో అనేకమైన పనులు చేస్తున్నట్లు ధ్వనిస్తుంది...బౌద్ధులు దీనినే కోతిమనసు అంటారు.” మనం బహుముఖ కార్యాలాపంలో ప్రవీణుల మవుతున్నా మనుకుంటాం. మనల్ని మనం మోసం చేసుకుంటున్నామన్నమాట.

గారడీ ఒక భ్రమ

ఇది మనకు సహజంగా జరుగుతుంది. మన బుర్రలలో రోజుకు 4000 ఆలోచనలు వస్తూ పోతూఉంటాయని తెలిస్తే ఈ బహుముఖ కార్యాలాపం ఎందుకు ప్రయత్నిస్తామో అర్థమవుతుంది. 14 సెకండ్లకు ఒకసారి మన ఆలోచన మారి మనదారి మారవలసివస్తే, తక్షణం ఎంతోచెయ్యాలని మనం ఆరాటపడి పోవటం సహజం. ఏదోచేస్తూనే తర్వాత ఏమి చెయ్యాలా అని ఆలోచిస్తూ ఉంటాం. మానవులు ఏకకాలంలో ఒకటికి మించిన పనులు పర్యవేక్షించటానికి సమర్థత అవసరమని కూడా పరిణామచరిత్ర సూచిస్తుంది. ఫలాలు, కాయలు ఏరుకునేటపుడు, చర్మాలు పదునుచేసేటపుడు, లేదా రోజంతా శ్రమపడి పనిచేసినతర్వాత చలిమంటదగ్గర విశ్రాంతి తీసుకుంటున్నపుడు చుట్టుపక్కల క్రూరమృగాలు వస్తాయేమోనని కనిపెట్టి ఉండకపోతే, మన పూర్వీకులు ఎక్కువకాలం

ఉండేవారు కాదు. ఏకకాలంలో ఒకదానికంటే ఎక్కువ పనులు చెయ్యటానికి సిద్ధంగా మనం సృష్టి అయ్యాం. ఆనాడు అది మన మనుగడకు అత్యవసరం.

కాని గారడీ చెయ్యటమంటే బహుముఖ వ్యాపకం కాదు.

గారడీ కేవలం ఒక భ్రమ. మామూలు ప్రేక్షకుడి దృష్టిలో గారడీచేసే వ్యక్తి మూడుబంతులతో ఒకేసారి ఆడుతున్నాడు. నిజానికి ఆ బంతులు ఒకదాని తర్వాత మరొకటి వేగంగాపట్టి ఎగరవేస్తున్నాడు. పట్టు, ఎగరవేయ్, పట్టు, ఎగరవేయ్, పట్టు, ఎగరవేయ్. ఒక్కొకసారి ఒక బంతి. దీనినే పరిశోధకులు 'పనిమార్పిడి' అన్నారు.

మీరు ఒక పనిలోనుంచి మరొకపనిలోకి మారినపుడు రెండుసంఘటనలు జరుగుతాయి. మొదటిది దాదాపు తక్షణం జరుగుతుంది: మీరు పని మారాలని నిశ్చయిస్తారు. రెండవది ముందే చెప్పటం కష్టం: మీరు చెయ్యబోయే పనికి 'నిబంధనలు' చాలకం చెయ్యాలి. (చిత్రం 6 చూడండి). టెలివిజన్ చూస్తూ బట్టలు మడతపెట్టటం వంటిది –రెండుపనుల మధ్య ఒకదానినుంచి మరొక దానికి మారటం కష్టమేమీ కాదు. మీరు ఎక్సెల్ షీట్ తో పనిచేస్తున్నపుడు మీ మిత్రులు వచ్చి వ్యాపార సమస్య చర్చించాలంటే ఆ రెండుపనుల మధ్య ఒకదానినుంచి మరొకదానికి ముందుకు వెనక్కు ఊగటం దాదాపు అసాధ్యం అవుతుంది. కొత్తపని మొదలు పెట్టానికి, వదిలి పెట్టిన పని తిరిగి ఆరంభించటానికి సహాయం పట్టుతుంది. అదీ కాక మీరు

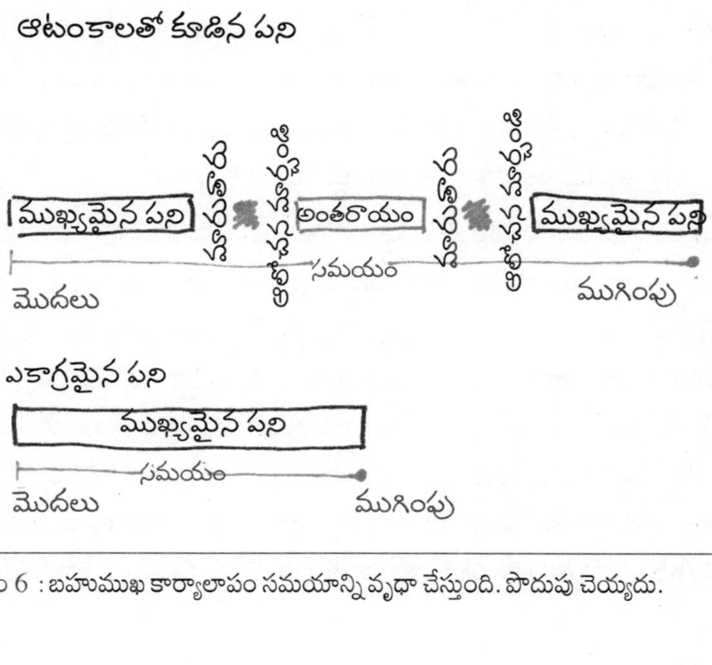

చిత్రం 6 : బహుముఖ కార్యాలాపం సమయాన్ని వృధా చేస్తుంది. పొదుపు చెయ్యదు.

వదిలిపెట్టినపని సరిగా అదేచోట మొదలు పెట్టగలరని గ్యారంటీ ఏమీలేదు. దానికీ ఒక మూల్యం చెల్లించాలి. "రెండుపనుల మధ్య ఒకదానినుంచి మరొకదానికి మారటానికి అవసరమయిన సమయం మూల్యం ఆ పనుల క్లిష్టతమీద ఆధారపడి ఉంటుంది"– అంటారు పరిశోధకులు డాక్టర్ డేవిడ్ మేయర్. "పనిక్లిష్టతను బట్టి ఆమూల్యం 25 శాతం(సరళమైన పనులకు) నుంచి 100 శాతం (క్లిష్టమైన పనులకు) వరకు ఉండవచ్చు." పనులు ఒకదానినుంచి మరొకదానికి మారటానికి వసూలయ్యే మూల్యం చాలామంది గమనించలేరు కూడా.

మెదడు-కాలువలు

మరి మనం రెండు పనులు ఒకేసారి చేస్తున్నపుడు అసలు ఏం జరుగుతున్నది? అది సరళం. మనం వాటిని వేరు చేశాం. మెదడులో చాలా కాలువలు ఉన్నాయి. అందుచేత మనం వివిధవిషయాలతోమెదడులో వివిధ ప్రదేశాలలో వ్యవహరించ గలుగుతున్నాం. కనుకనే మనం నడుస్తూనే మాట్లాడగలుగుతున్నాం. ఈ కాలువలు ఒకదానికి ఒకటి అడ్డుపడవు. కాని ఇక్కడ చిన్న రహస్యం: మీరు నిజానికి రెండువిషయాలమీద ధ్యాస ఉంచలేరు. ఒకటి తెరముందు, మరొకటి తెరవెనక జరుగుతూ ఉంటాయి. DC-10 లో కిందికి దిగుతున్న ప్యాసెంజర్ తో మాట్లాడితే మీరు నడవటం ఆపుతారు. అదేవిధంగా తాళ్ళతోకట్టిన వంతెనమీదిగా ఒక చిన్న అగడ్త దాటుతున్నపుడు మీరు మాటలు ఆపుతారు. మీరు రెండు పనులు ఏకకాలంలో చెయ్యవచ్చు. కానీ రెండిటిమీద ఒకే సారి పూర్తిగా ధ్యాస పెట్టలేరు. మా కుక్క మ్యాక్స్ కు కూడా ఈ విషయం తెలుసు. నేను టీవీ లో బాస్కెట్ బాల్ ఆట చూస్తున్నపుడు అది వెనక నుంచి పొడుస్తూ ఉంటుంది. నేపథ్యంలో జరిగే పనులు చాలా చిరాకు పుట్టిస్తాయి.

చేతనాపూర్వక నిర్దేశం లేకుండానే శరీరం పనిచేస్తుంది గనక, చాలామంది తాము బహుముఖ కార్యాలాపంలో ఉన్నామని అనుకుంటారు. ఆమాట నిజమే, కాని, వారు అనుకున్నట్లు కాదు. శ్వాసించటం వంటి అనేక శారీరక కార్యకలాపాలు మెదడులో మరొకభాగంనించి నిర్దేశం అవుతాయి. మనం ఏకాగ్రత వహించే ప్రదేశం మెదడులో వేరుగా ఉంటుంది. కనుక ఈ కాలవల మధ్య పేచీ ఉండదు. ముందర, మధ్య అని లేదా మెదడు పైన అని మనం సక్రమంగా చెప్పినట్లే. మనధ్యాస కలిగేది అక్కడే – నుదుటి భాగంలో ఉండే పట్టా. మీరు ధ్యాస పెట్టటం అంటే మీకు కావలసిన వస్తువు మీద టార్చ్ లైట్ ఫోకస్ చేసినట్లు. వాస్తవానికి మీరు రెండు వస్తువులు లేదా విషయాల

మీద ధ్యాస పెట్టవచ్చు. దానినే విభక్తమైన ధ్యాస అంటారు. ఇందులో పొరబాటు ఏమీ లేదు. రెండు వస్తువులు తీసుకొండి, మీ ధ్యాస ద్వివిధా విడిపోతుంది. మూడవ వస్తువు తీసుకొండి. ఏదో ఒకటి పడిపోతుంది.

ఒక పనిమీద ఎక్కువ ధ్యాస అవసరమైనపుడు, లేదా ఆ ధ్యాస అప్పటికే ఉపయోగంలో ఉన్న కాలువకు ఎదురైనపుడు రెండు విషయాలమీద ధ్యాస పెట్టవలసిన సమస్య ఏర్పడుతుంది. మీ శ్రీమతి లివింగ్ రూమ్ లో ఫర్నిచర్ సర్దిన విధానం వర్ణించుతూ ఉంటే, మీ మనోనేత్రంతో ఆ విషయం దర్శించటానికి మీరు దృష్టి కార్టెక్స్ వినియోగిస్తారు. ఆ సమయంలో మీరు డ్రైవ్ చేస్తూ ఉంటే ఈ ఛానెల్ అడ్డుకోవటం అంటే మీ మనసులో మీరు కొత్త సోఫా లవ్ సీట్ చూస్తున్నారు. మీ ముందర బ్రేక్ వేస్తున్న కార్ మీ దృష్టిలోకి రాదు. రెండు ముఖ్యవిషయాల మీద మీరు ఏకకాలంలో దృష్టి సారించలేరు.

ఏకకాలంలో రెండు అంతకు మించిన పనులు చెయ్యటానికి ప్రయత్నిస్తే, మన ధ్యాస విభక్తమవుతుంది, అన్ని పనులూ చతికిల బడతాయి. బహుముఖ కార్యాలాపం మనల్ని ఎలా కింద పడేస్తుందో క్రింది జాబితా చూపుతుంది.

1. ఎప్పుడైనా మెదడుకు ఉన్న సామర్థ్యం ఒకటే. మీరు దానిని కోరినట్లు విభజించ వచ్చు. కాని సమయం, ప్రభావం ద్వారా మీరు మూల్యం చెల్లించాల్సి ఉంటుంది.
2. రెండవపనిమీద మీరు ఎంత ఎక్కువ సమయం గడిపితే, మొదటి పనికి తిరిగి వెళ్ళటానికి అంత తక్కువ అవకాశం. అర్ధాంతరంగా వదిలివేసిన పనులు పేరుకునేది ఇలానే.
3. రెండుపనులమధ్య గెంతుతూ ఉంటే కొత్తపనికి మనసు అలవడేసరికి సమయం వృధాఅవుతుంది. ఆ మిల్లి సెకండ్లు వెరసి అవుతాయి. బహుముఖ కార్యాలాపం ప్రభావలోపంవల్ల మనం రోజులో 28 శాతం సమయం నష్టపోతామని పరిశోధకుల అంచనా.
4. బహుముఖ కార్యాలాపం ఎడతెగకుండా చేసేవారికి, ఒకపనికి అవసరమయ్యే సమయాన్ని గురించి వక్రదృష్టి ఉంటుంది. వాస్తవంగా అవసరమయ్యే సమయంకంటే ఎక్కువ అవసరమని వారినమ్మకం.

5. బహుముఖ కార్యకర్తలు మిగిలిన వారికంటే ఎక్కువ తప్పులు చేస్తూ ఉంటారు. పూర్వసమాచారం విలువైనదే అయినా, వారు సరికొత్త సమాచారానికే మొగ్గు చూపుతారు గనుక వారి నిర్ణయాలు కూడా అంతంత మాత్రంగానే ఉంటాయి.
6. బహుముఖ కార్యకర్తలు బాగా ఒత్తిడి అనుభూతి చెందుతారు. ఆ ఒత్తిడి జీవిత కాలాన్నీ, ఆనందాన్నీ హరిస్తుంది.

బహుముఖ కార్యాలాపంవల్ల తప్పులు జరుగుతాయి, నాసిరకం ఎంపికలు జరుగుతాయి,ఒత్తిడి పెరుగుతుంది అనిపరిశోధనలు బహుస్పష్టంగా చెబుతున్నాకూడా మనం దాని వెంటపడటం పిచ్చితనమవుతుంది. బహుశ అందులో విపరీతమయిన లాలస ఉన్నదేమో. పగలంతా కంప్యూటర్లు ఉపయోగించే ఉద్యోగులు గంటకు 37 సార్లు విండోస్ మార్చటం, ఇమెయిల్ చెక్ చెయ్యటం, లేదా ఇతర కార్యక్రమాలు చేస్తూ ఉంటారు. అంతరాయాలు కలిగించే మన అంతరాయాలను ఇంకా ఎక్కువ చేస్తుంది. లేదా అది ఒకమత్తు కావచ్చు. మాధ్యమాల బహుముఖ కార్యకర్తలు ఆ మార్పులో ఒక జలదరింపు అనుభూతి చెందుతారు. దోపమిన్ వెల్లువ అవుతుంది. అది ఒక వ్యసనం అవుతుంది. అది లేకపోతే వారికి బోర్ కొడుతుంది. ఏది ఏమైనా, ఫలితాలు మాత్రం నిస్సందేహం: బహుముఖ కార్యాలాపం మనలను, మనమెదడును రెంటినీ మందగింప జేస్తుంది.

పరధ్యానం వైపు పరుగు

డ్రైవ్ చేసేటపుడు సందేశాలు పంపటం, సెల్ ఫోన్ ఉపయోగించటంలోగల ప్రమాదాల మీద మ్యాట్ రిక్టేల్ ఒక వ్యాస పరంపర రచించారు. జాతీయస్థాయి రిపోర్టింగ్ కు ఆయనకు 2009 లో పులిట్జర్ పురస్కారం లభించింది. ప్రాణాంతకమైన రోడ్డు ప్రమాదాలలో 16 శాతం, సుమారు 500,000 గాయాలు, పరధ్యానంతో కూడిన ఈ డ్రైవింగ్ కారణం వల్లనే నని ఆయన ఆవిష్కరణ. డ్రైవ్ చేసేటపుడు పిచ్చాపాటీ సంభాషణ కూడా మీ ఏకాగ్రతలో 40 శాతం స్వాహా చేస్తుంది. అది తాగి డ్రైవ్ చేసిన దానితో సమానం. ప్రబలమైన ఈ సాక్ష్యంవల్ల, చాలారాష్ట్రాలు, మునిసిపాలిటీలు డ్రైవ్ చేసేటపుడు సెల్ ఫోన్ వినియోగం చట్టవిరుద్ధంగా ప్రకటించాయి. ఇందులో ఎంతో అర్థం ఉన్నది. మనంకూడా ఆ పొరబాటు కొన్నిసార్లు చేసి ఉండవచ్చు. కాని మన కిశోర సంతానాన్ని మాత్రం ఆపని చేస్తే క్షమించం. కుటుంబం SUVని ఒక భయంకరమైన

రెండుటన్నుల పొటేలుగా మార్చటానికి ఒక్క చిన్నటెక్స్ట్ సందేశం చాలు. బహుముఖ కార్యాలాపం బహువిధ విధ్వంసకారి.

ఈ బహుముఖ కార్యాలాపం ప్రాణాలతో చెలగాటం కూడా అవుతుంది. పైలట్లు, డాక్టర్లు అన్నీ మర్చిపోయి తమ పనిమీద ఏకాగ్రం చెయ్యాలని మనం అందరమూ ఆశిస్తాం. వారిస్థానంలో ఎవరైనా సరే అన్యథా ప్రవర్తిస్తూ పట్టుబడితే, వారికి కఠినమైన శిక్ష పడాలని ఆశిస్తాం. ఈ వృత్తి నిపుణులు త్రికరణశుద్ధిగా ఏకాగ్రతతో పనిచెయ్యాలన్న విషయంలో వాదోపవాదాలకు, సహనానికి స్థానం లేదు. కాని, ఇక్కడ మిగిలిన మనం అందరమూ మరొక ప్రమాణ ప్రకారం జీవిస్తున్నాం. మన వృత్తికి మనం ఆ విలువ ఇవ్వటం లేదా? మనలో ఆ తీక్షణత లేదా? మనకు అత్యంత ముఖ్యమైన పని చేస్తున్నపుడు బహుముఖ కార్యాలాపం ఎందుకు సహిస్తున్నాం? మన ఉద్యోగం బైపాస్ సర్జరీ కాదు గనక మన సఫలతకు, ఇతరుల సఫలతకు ఏకాగ్రత అత్యవసరం కాదా? మీ వృత్తిగౌరవం తక్కువ ఏమీ కాదు. ప్రస్తుతం అలా అనిపించక పోవచ్చు. కాని మన ప్రతిఒక్క పనికీ మరొకదానితో లంకె ఉన్నది. కనుక మనకు అందరికీ చేత ఒక పని ఉన్నది. ఆ పని సక్రమంగా చెయ్యవలసిన అవసరం ఉన్నది. ఇలా ఆలోచించండి. ఈ అంతరాయాల కారణంగా మనకు రోజులో మూడవవంతు సమయం వ్యర్థమవుతూ ఉంటే, మన ఉద్యోగజీవితంలో మొత్తం ఎంత సమయం నష్టమవుతున్నది? దానివల్ల ఇతరులకు ఎంత నష్టం కలుగుతున్నది? వ్యాపారాలకు ఎంతనష్టం కలుగుతున్నది? ఈ విషయం ఆలోచించండి. ఈ సమస్య పరిష్కరించకపోతే, మీ ఉద్యోగం పోవచ్చు, మీ వ్యాపారం కూలిపోవచ్చు. అంతకు మించిన దారుణం – ఇతరుల ఉద్యోగాలు, వ్యాపారాలు కూలిపోవచ్చు.

ఉద్యోగం వదిలేయండి, మన వ్యక్తిగత జీవితాలలో ఈ అంతరాయాల ప్రభావం ఏమిటి? ఆర్థర్ డేవ్ క్రెన్షా ఈ విషయాన్ని చాలా చక్కగా చెప్పారు, "మనతో సహజీవనం చేసేవారిపట్ల, సహోద్యోగం చేసేవారిపట్ల మనం పూర్తి శ్రద్ధ చూపాలి. ఎదటివారిపట్ల శ్రద్ధచూపి, తగిన సమయం కేటాయించకపోతే ఆ సమయంకంటే అధికమైన మూల్యం చెల్లించ వలసి వస్తుంది. మన బాంధవ్యాలు భంగమవుతాయి." దంపతులు భోజనం చేస్తున్నారు. ఒకరు మనస్ఫూర్తిగా ఏదో చెప్పటానికి ప్రయత్నిస్తున్నారు. రెండవ వారేమో టేబుల్ కింద టెక్స్ట్ చేస్తున్నారు. ఇటువంటి దృశ్యం చూసినపుడల్లా, నాకు పైన చెప్పిన వ్యాఖ్యలో నగ్నసత్యం స్ఫురిస్తుంది.

బృహత్ భావాలు

1. **పరధ్యానం సహజం.** పరధ్యానం కలిగితే దిగులుపడవద్దు. పరధ్యానం ప్రతిఒక్కరికీ ఎప్పుడో ఒకప్పుడు కలుగుతుంది.
2. **బహుముఖ కార్యాలాపం శుల్కం విధిస్తుంది.** ఇంట్లో నైనా, పనిలోనైనా, పరధ్యానంవల్ల ఎంపికలు నీరసపడుతాయి, తప్పులు జరుగుతాయి, అనవసరమైన ఒత్తిడి కలుగుతుంది.
3. **పరధ్యానం ఫలితాలనుధ్వంసం చేస్తుంది.** మీరు తక్షణం తట్టంత చెయ్యటానికి ప్రయత్నిస్తే, చివరికి ఫలితం శూన్యం. ఆ క్షణంలో అత్యవసరమైనదేదో గమనించండి. మీధ్యాస పూర్తిగా ఆ పనిమీద పెట్టండి.

ఒకే ఒక్కటి అన్న సూత్రం అమలు పరచాలంటే, ఏకకాలంలో రెండుపనులు చెయ్యాలనే అసాధ్యాన్ని నమ్మకూడదు. బహుముఖ కార్యాలాపం కొన్ని సమయాలలో సాధ్యం కావచ్చు. కాని అది సమర్ధవంతంగా ఎన్నటికీ సాధ్యంకాదు.

6 క్రమశిక్షణ – జీవనం

“స్వయం శిక్షణ:
మన సంస్కృతిలో
ఒక అభూత కల్పన.”
– లియో బబౌటా

సఫలురైన వ్యక్తి అంటే “క్రమశిక్షణగల వ్యక్తి” అని “క్రమశిక్షణాయుత జీవనం” గడుపుతారనీ ఒక సర్వవ్యాప్త భావన.

అది అబద్ధం.

మనకు ఇప్పుడు ఉన్న క్రమశిక్షణను మించిన క్రమశిక్షణ అనవసరమన్నమాట నిజం. ఉన్న దాన్ని సవ్యమైన దిశలో వినియోగించాలి.

అందరూ అనుకున్నట్లు సఫలత అంటే సుదీర్ఘ క్రమశిక్షణ కాదు. సఫలతకోసం మీ ప్రతిఒక్కచర్య శిక్షణాయుతమై మీరు సదా క్రమశిక్షణలో ఉండనవసరంలేదు. ప్రతిఒక్క పరిస్థితికీ నియంత్రణ పరిష్కారం కాబోదు. సఫలత అనేది చిన్న పరుగు. అక్కడ పరుగు ఆరంభంలోనే క్రమశిక్షణ అవసరం. ఆ తర్వాత అది అలవాటు అవుతుంది.

ఒక పని జరగవలసి ఉన్నది. అది జరగటం లేదు. అప్పుడు మనం తరుచు “నేను మరికొంత క్రమశిక్షణ పాటించాలి.” అంటాం. నిజానికి మనకు కావలసింది ఆ పనిచేసే అలవాటు. ఆ అలవాటు అలవరుచుకోవటానికి మనకు కొంత క్రమశిక్షణ కావాలి.

సఫలతను గురించి ఎక్కడ చర్చజరిగినా, "క్రమశిక్షణ", "అలవాటు" అనే పదాలు కలుసుకుంటాయి. వాటి అర్థం వేరు. కాని అవిరెండూ దృఢంగా కలిసి సాధనకు పునాదివేస్తాయి. ఒక అంశంమీద క్రమంతప్పకుండా శ్రమించి ఆ అంశం మీకు నిత్యం ఉపయోగపడేట్లు చేస్తాయి. మీరు క్రమశిక్షణ అలవరుచుకుంటున్నారంటే ఒక నిర్ణీత మార్గంలో నడవటానికి మీకు మీరు శిక్షణ ఇచ్చుకుంటున్నారన్నమాట. కొంతకాలం అలాగే కొనసాగారంటే అదే దినచర్య అవుతుంది – అంటే అలవాటు అవుతుంది. క్రమశిక్షణ కల వ్యక్తులు కనపడ్డారంటే, వారు శిక్షణద్వారా కొన్ని అలవాట్లు జీవితంలోకి ప్రవేశపెట్టారన్నమాట. అందువల్ల వారు క్రమశిక్షణగల వ్యక్తులుగా దర్శనమిస్తారు. నిజానికి వారు క్రమశిక్షణాయుత వ్యక్తులుకారు. ఎవరూ కారు.

అసలు ఆ క్రమశిక్షణ కావాలనుకుంటున్నవారు ఎవరు? మన ప్రతిఒక్క ప్రవర్తన శిక్షణతో మూసపోసి కట్టుదిట్టం చేయాలంటే అసాధ్యం. అంతేకాక చెప్పరానంత తలనొప్పి వ్యవహారం. అందరూ ఈ ఉపసంహారం చేరుకుంటారు. కాని వేరే మార్గంలేక ఆ అసాధ్యం సాధించటానికి ప్రయత్నాలు ద్విగుణీకృతం చేస్తారు. లేదా నిశ్శబ్దంగా నిష్క్రమిస్తారు. నిరాశ, నిస్పృహ ఎదురవుతాయి, చివరికి విరమణ ప్రవేశిస్తుంది.

సఫలత సాధించటానికి మీకు క్రమశిక్షణ అవసరం లేదు. మీరు అనుకున్న దానికంటే తక్కువ క్రమశిక్షణతో సఫలత సాధించవచ్చు. అందుకు మూల కారణం: సఫలత అంటే సవ్యమైన పని చెయ్యటం. అన్ని పనులూ సవ్యంగా చెయ్యటం కాదు.

సఫలతా రహస్యం: అవసరమైన అలవాటు తెలుసుకోండి, అది నిత్యజీవితంలో అలవాటు అయ్యేవరకు అవసరమైన క్రమశిక్షణ అనుసరించండి. అంతే. మీకు కావలసిన క్రమశిక్షణ అదే. ఈ అలవాటు మీ దైనందిన జీవితంలో ఒక అంశమయితే చాలు, మీరు క్రమశిక్షణగల వ్యక్తులుగా దర్శనమిస్తారు. కాని మీరు క్రమశిక్షణగల వ్యక్తులుకారు. మీరు క్రమం తప్పకుండా ఒకపని చేస్తారు కనుక ఆ పని నిత్యమూ మీకు ఫలితాలు ప్రసాదిస్తూ ఉంటుంది. ఒక శక్తివంతమైన అలవాటు చేసుకోవటానికి మీరు ఒక నిర్ణీతమైన క్రమశిక్షణ పాటించారు.

ఎంచుకున్న క్రమశిక్షణ అద్భుతంగా పనిచేస్తుంది

ఎంచుకున్న క్రమశిక్షణకు ఒలింపిక్ ఈతగాడు మైఖేల్ ఫెల్ప్స్ మంచి ఉదాహరణ. అతని బాల్యంలో అతనికి ADHD (ధ్యాసలోపం, నిరంతరం ఏదో చేయటం) వ్యాధి ఉన్నదని కనుక్కున్నారు. అతని కిండర్ గార్డెన్ టీచర్ వాళ్ళ అమ్మతో "మైఖేల్

కుదురుగా కూర్చోలేడు. మాట్లాడకుండా ఉండలేడు...అతనికి ఏ శక్తి సామర్థ్యాలూ లేవు. అతను ఎప్పటికీ దేనిమీదా ధ్యాస పెట్టలేడు." పదకొండవ ఏటినుంచీ అతని కోచ్ బాబ్ బౌమన్. ఆకతాయితనం కారణంగా మైఖేల్ స్విమ్మింగ్ పూల్ పక్కన ఉన్న లైఫ్ గార్డ్ స్టాండ్ దగ్గర చాలా సమయం గడిపేవాడని ఆయన అంటారు. అతను పెరిగి పెద్దఅయిన తర్వాతకూడా ఆ ప్రవర్తన అప్పుడప్పుడు తల ఎత్తుతూ ఉండేది.

అయినా అతను డజన్ల కొద్దీ ప్రపంచ రికార్డులు స్థాపించాడు. 2004 ఏథెన్స్ ఒలింపిక్స్ లో ఆయన ఆరు స్వర్ణ పతకాలు, రెండు కాంస్య పతకాలు గెలిచారు. తర్వాత 2008 లో ఎనిమిది స్వర్ణ పతకాలు గెలిచి మార్క్ స్పిట్జ్ సృష్టించిన చరిత్ర తిరగ వ్రాశారు. ఆయన గెలిచిన 18 పతకాలకు ఇంతవరకూ ఏ క్రీడలోనూ సాటిలేదు. రిటైర్ కాకముందు 2012 లండన్ ఒలింపిక్స్ లో ఆయన విజయాలు ఆయన పతకాల సంఖ్యను 22 కు చేర్చాయి. ఒలింపిక్ చరిత్రలోనే అన్ని పతకాలు గెలుచుకున్నవారు మరెవరూ లేరు. ఫెల్ప్స్ ను గురించి మాట్లాడుతూ ఒక రిపోర్టర్ అన్నారు: "ఆయన ఒకదేశం అయి ఉంటే గత మూడు ఒలింపిక్స్ లో ఆయన 12 వ స్థానం ఆక్రమించేవారు." ఈనాడు ఆయన తల్లి అంటారు,"మైఖేల్ ఏకాగ్రతాశక్తి చూస్తే నా తలతిరిగి పోతుంది." బౌమన్ "అదే ఆయన మహోన్నత లక్షణం." అంటారు. ఇది ఎలా జరిగింది? "ఎన్నటికీ దేనిమీదా ధ్యాస నిలపలేని" కుర్రవాడు అంత ఎలా సాధించాడు?

తను ఎంచుకున్న క్రమశిక్షణలో ఆయన నిష్ణాతులయినారు.

14 ఏళ్ల వయసు నించి బీజింగ్ ఒలింపిక్స్ వరకు ఫెల్ప్స్ వారానికి ఏడు రోజులు, సంవత్సరానికి 365 రోజులు శిక్షణ చేశారు. ఆదివారాలు శిక్షణ పొందితే పోటీలో తనకు 52 రోజుల అదనపు శిక్షణ లభిస్తుందని అతను గ్రహించాడు. అతను రోజుకు ఆరు గంటలు నీళ్ళలో గడిపేవాడు. "తన శక్తి అంతా ఒకే ప్రయోజనానికి ధారపొయ్యటం అతని ప్రత్యేకత." అంటారు బౌమన్. ఫెల్ప్స్ తన శక్తినంతటినీ ఒకే విషయంమీద– అది ఒక అలవాటుగా రూపొందే వరకూ – కేంద్రీకరించాడు అనటం అతిశయోక్తి కాదు. అలా ఈతలాడటం అతని దినచర్య అయింది.

సరయిన విషయం అలవాటు చేసుకోవటంవల్ల కలిగే ప్రయోజనం కళ్ళ ఎదటే ఉన్నది. మీరు కోరిన సఫలత ప్రసాదిస్తుంది. కొన్నిసార్లు అనుకోని అదృష్టంకూడా కలిసివస్తుంది. జీవనం సరళం అవుతుంది. మీరు ఏది బాగా చెయ్యగలరో, ఏది చెయ్యలేరో మీకు స్పష్టంగా తెలుసు, కనుక జీవితం సరళం అవుతుంది. మెలికలు, దొంక తిరుగుళ్ళు తగ్గుతాయి. ఇక్కడ విశేషం ఏమిటంటే అవసరమైనచోట క్రమశిక్షణ

ఉంటే మిగిలినచోట్ల క్రమశిక్షణ లోపం క్షంతవ్యం అవుతుంది. ఏదైనా ఒక్కటి సరిగా చేస్తే, మిగిలిన వాటిని అజమాయిషీ చెయ్యవలసిన అవసరం తప్పుతుంది.

మైఖేల్ ఫెల్ప్స్ కు స్విమ్మింగ్ పూల్ అద్భుతదీపం అయింది. ఆ అద్భుత దీపాన్ని సానపట్టే అలవాటుతో ఆయన జీవితమే మారిపోయింది.

పాతాళ భైరవికి అరవైఆరు రోజులు

క్రమశిక్షణ, అలవాటు. వీటిని గురించి మాట్లాడటానికి ఎవరికీ ఇష్టం ఉండదు. వాళ్ళని ఏమనగలం? నాకూ ఇష్టంలేదు. ఈ పదాలు కష్టసాధ్యమైన దృశ్యాలు, వికారం కలిగించే దృశ్యాలు చూపిస్తాయి. ఆ పదాలు చదువుతుంటేనే అలసట వస్తుంది. కాని ఇక్కడ ఒక శుభవార్త ఉన్నది. సరయిన క్రమశిక్షణ దూరతీరాలకు చేరుస్తుంది. అవి అలవాటు చేసుకోవటం మొదట్లోనే కొంచెం కష్టమనిపిస్తుంది. కాలక్రమేణ ఆ అలవాటు ఆచరణ సులువవుతూ ఉంటుంది. ఇది యదార్థం. అలవాట్లు ఆదిలోకంటే తర్వాతికాలంలో అనుసరించటం పోనుపోను తేలిక అవుతూ ఉంటుంది (చిత్రం 7 చూడండి).

సాధనలో క్రమశిక్షణ పాత్ర

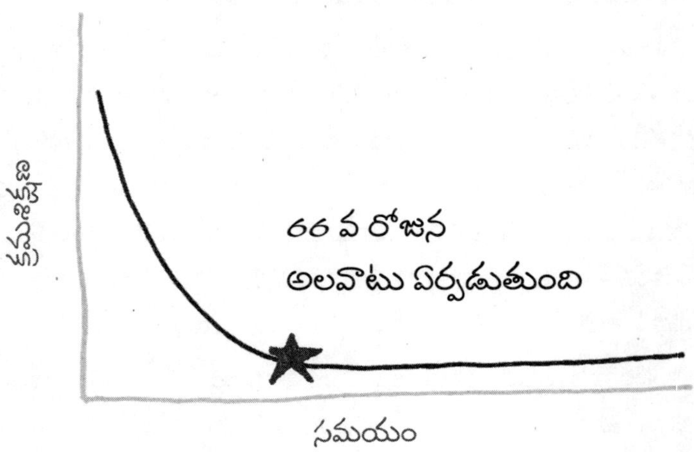

చిత్రం 7 : ఒకసారి ఒక కొత్తప్రవర్తన అలవాటు అయిన తర్వాత దానిని కొనసాగించటానికి కొద్ది క్రమశిక్షణ చాలు

ఆ క్రమశిక్షణ ఒక అలవాటు అయినదాకా భరించండి. ఆ తర్వాత ప్రయాణం అనుభూతి మారుతుంది. ఒక అలవాటు మీ దినచర్యగా మలుచుకోండి. అప్పుడు మీ దైనందిన జీవితంలో శ్రమ తగ్గుతుంది. కష్టమైనపని అలవాటు అవుతుంది. అలవాటయిన తర్వాత కష్టమైనపని సులువవుతుంది.

ఈ క్రమశిక్షణ ఎంతకాలం కొనసాగాలి? యూనివర్సిటీ కాలేజ్ ఆఫ్ లండన్ పరిశోధకులు సమాధానం చెప్తారు. 2009 లో వారు ఆ ప్రశ్న వేశారు: ఒక అలవాటు స్థాపితం కావటానికి ఎంతకాలం పడుతుంది? ఒక కొత్త ప్రవర్తన స్వయంచాలకం కావటానికి లేదా పూర్తిగా జీర్ణించుకు పోవటానికి ఎంతకాలం అవసరం, అని వారి అన్వేషణ. ఆ పరిశోధనలో పాల్గొన్నవారు ఆ గ్రాఫ్ లో 95 శాతం గడిచేసరికి అలవాటు కొనసాగటానికి అవసరమైన శ్రమ కనిష్ఠ స్థాయికి చేరింది. వారు విద్యార్థులను వ్యాయామం, పోషకాహారం లక్ష్యాలుగా తీసుకుని వారి పురోగతి గమనించుమని చెప్పారు. ఒక కొత్త అలవాటు చేసుకోవటానికి సగటున 66 రోజులు అవసరమని ఆ ఫలితాలలో తేలింది. 18 నుంచి 254 రోజులలో ఏదైనా కావచ్చు. కాని 66 రోజులు ఒక సగటును చూపింది. సులువైన ప్రవర్తనలు తక్కువనాళ్ళలో అలవాటుగా మారాయి, కష్టమైన ప్రవర్తనలు అలవాటు కావటానికి ఎక్కువకాలం పట్టింది. ఒక మార్పుకలగాలంటే 22 రోజులు అవసరమని స్వయంసాయక వర్గాలు బోధిస్తాయి. కాని ఆధునిక విజ్ఞానశాస్త్రం దానిని బలపరచదు. సరయిన అలవాటు శరీరవ్యవస్థలో జీర్ణం కావాలంటే కొంతకాలం పడుతుంది. కనుక అంతశీఘ్రంగా చేతులు ఎత్తివెయ్యకండి. మీకు తగిన ప్రవర్తన ఏదో నిర్ణయించండి. అప్పుడు తగిన సమయం కేటాయించండి, అది అలవాటుగా మారటానికి అనువైన క్రమశిక్షణ అవలంబించండి.

ఆస్ట్రేలియన్ పరిశోధకులు మెగాన్ ఒతెన్, కెన్ చెంగ్ ఈ అలవాటు సృష్టించే క్రమంలో ఒక కాంతిచక్రం నిదర్శనం కూడా దర్శించారు. వారి అధ్యయనాలలో ఒక సుముఖమైన అలవాటు చేసుకున్న విద్యార్థులు తక్కువ ఒత్తిడికి లోనయ్యారు, దుబారాఖర్చు తగ్గించారు, ఆహారనియమాలు అవలంబించారు, ఆల్కహాల్, పొగాకు, కాఫీ సేవనం తగ్గించారు, టీవీ చూడటం తగ్గింది, చివరికి కడగవలసిన పాత్రలు కూడా తగ్గాయి. ఒక అలవాటుమీద క్రమశిక్షణ కొనసాగిస్తే,ఆ అలవాటు సులువు కావటమే కాక, మిగతా విషయాలు కూడా సులువు అవుతాయి. కనుకనే మంచి అలవాట్లు ఉన్నవారు మిగిలినవారికంటే మేలుగా వ్యవహరిస్తారు. వారు అత్యంత ముఖ్యమైనపని క్రమంతప్పకుండా చేస్తున్నారు. కనుక మిగిలినవన్నీ వారికి సులువు అవుతాయి.

బృహత్ భావాలు

1. **క్రమశిక్షణ వ్యక్తి కాకండి.** శక్తివంతమైన అలవాట్లు ఉన్న వ్యక్తి అవండి. ఆ అలవాట్లు వంటపట్టటానికి క్రమశిక్షణ వినియోగించండి.
2. **ఒకసారి ఒక అలవాటు బలపరచండి.** సఫలత ఒక క్రమంలో కలుగుతుంది, అంతా ఒకేసారి జరుగదు. ఎవరికైనా ఒక అలవాటు స్థిరపరచుకునే క్రమశిక్షణ మాత్రమే ఉంటుంది. అంతకు మించి ఉండదు. అత్యంత సఫలత సాధించిన వ్యక్తులు మానవాతీతులు కారు. ముఖ్యమైన కొన్ని అలవాట్లు చేసుకోవటానికి వారు ప్రత్యేక క్రమశిక్షణ పాటించారు. ఒక్కొకటి ఒక్కొకసారి.
3. **ప్రతి ఒక్క అలవాటుకూ తగిన సమయం కేటాయించండి**. ఆ అలవాటు దినచర్యగా మారేవరకూ క్రమశిక్షణ పాటించండి. అలవాట్లు ఏర్పడటానికి సగటున 66 రోజులు పడుతుంది. ఒక అలవాటు స్థిరపడిన తర్వాత దానిని బలోపేతం చెయ్యండి. లేదా మరొకటి చేపట్టండి.

ఏదైనా పునరావృతంగా చెయ్యటం మీ స్వభావమయితే, సాధించటానికి మీరు ఏమీ చెయ్యనవసరం లేదు. అది కూడా మీ జీవితంలో ఒక అలవాటయి కూర్చుంటుంది. అప్పుడు మీరు సఫలతకోసం వేటాడ నక్కర్లేదు. ఒక మంచి అలవాటు వృద్ధి చేసుకోవటానికి క్రమశిక్షణ శక్తి ప్రయోగించండి. అసాధారణ ఫలితాలు మిమ్మల్ని వెతుక్కుంటూ వస్తాయి.

7 సంకల్పశక్తి మీ సంకల్పం లోనే ఉన్నది

ఏదైనా ఒకపని చెయ్యటానికి మీరు కష్టమైనపద్ధతి ఎందుకు అనుసరిస్తారు? తెలిసి కూడా క్లిష్ట పరిస్థితిలో ఎందుకు ఇరుక్కుంటారు? కోరి బండరాయికీ రాతినేలకూ మధ్య దోగాడరు కదా! కావాలని ఒక చెయ్యి వీపుకు కట్టుకొని ఒంటిచేతితో పని చేయ్యరుగదా! చెయ్యరు. కాని దాదాపు అందరూ ప్రతిరోజూ తెలివితక్కువగా అదేపని చేస్తూ ఉంటారు. సంకల్పబలం అంటే ఏమిటో అర్థం చేసుకోకుండా మన సఫలతను మన సంకల్పబలానికి ముడివేస్తే, మనం వైఫల్యానికి తల వంచుతున్నామన్నమాట. మనం అలా చెయ్యనక్కర్లేదు.

"సమ్మోహక సైరన్లను
దాటుతున్నపుడు
తన సంకల్పశక్తి ఎంత
బలహీనమో ఓడిస్సాస్
గ్రహించాడు.
తనను నావ
తెరచాపకొయ్యకు
కట్టివెయ్యమన్నాడు."

– పాట్రీషియా కోహెన్

"మనసు ఉంటే మార్గం ఉన్నది." అన్న ఇంగ్లీష్ సామెత దృఢసంకల్పానికి సంకేతం. కాని ఆ సామెత ఎంతమందికి సహాయపడిందో అంతమందినీ పెడదోవ పట్టించింది. ఆ సామెత మనోవేగంతో వెలువడుతుంది. అదే వేగంతో నాలుకమీద దొర్లుతుంది. దానిని పూర్తిగావిని, కూలంకషంగా అర్థం చేసుకున్నవారు బహుకొద్ది మంది. వ్యక్తిగత శక్తికి అదే ఏకైక ఆధారం అని ప్రజాభిప్రాయం. సఫలతకు అదే మూలాధారం అని అందరూ తెలివిగా వక్కాణిస్తారు. సంకల్పం తన ఆధిపత్యం చలాయించాలంటే, అంతకు మించినది మరొకటి అవసరం. సంకల్పశక్తి మన వ్యక్తిత్వంలో ఒక అంశం మాత్రమే అనుకుంటే, మరొక ముఖ్యాంశాన్ని మనం విస్మరిస్తున్నాం. సమయం! అది ఒక సూక్ష్మాంశం.

నా జీవితంలో నేను సంకల్పశక్తిని గురించి ఎన్నడూ అంతగా పట్టించుకోలేదు. ఒకసారి పట్టించుకున్న తర్వాత, అది నన్ను బంధించివేసింది. మనం ఏమిచెయ్యాలో, చెయ్యకూడదో నిర్ణయించగల శక్తి చాలా బలవత్తరమైన భావన. ఆ శక్తి శిక్షణ ద్వారా కలిగితే అది క్రమశిక్షణ. మీరు చెయ్యగలరు గనక ఆపని చేస్తే అది ప్రకృతిశక్తి. అదే సంకల్పశక్తి.

అది చాలా తేలికగా తోచింది. నా సంకల్పాన్ని మేలుకొల్పితే, సఫలత నా సొత్తు. అంటే, దారిన పడ్డాను. నా ప్రయాణం చిన్నదే కనుక, వేరేసాధనాలుకూడా అక్కరలేక పోయాయి. నా లక్ష్యాలమీద నా సంకల్పశక్తి ప్రయోగించాను. త్వరలోనే నాకు నిరుత్సాహం ఎదురయింది. అన్ని సమయాలలోనూ తగిన సంకల్పశక్తి లేకపోయింది. ఒకసారి ఉన్నది, మరొకసారి లేదు! ఒకనాడు అది ఎక్కడ ఉన్నదో తెలియదు! మర్నాడు పిలిస్తే పలుకుతుంది! నా సంకల్పశక్తి స్వేచ్ఛాజీవిలాగా వస్తుంది, పోతుంది! సంకల్పశక్తిమీద ఆధారపడి సఫలతను వెంటాడటం విఫలం అయింది. నాలో ఉన్న లోపం ఏమిటి? అని నా మొదటి ప్రశ్న. నేను నష్టజాతకుడినా? అలాగే కనిపిస్తున్నది. నాలో పట్టుదల లేదు, ధీరత్వం లేదు, మనోబలం లేదు అనిపిస్తున్నది. తత్కారణంగా నా పళ్ళు గిటకరించాను, దృఢనిశ్చయంతో , ద్విగుణీకృత ప్రయత్నంతో ముందడుగు వేయటానికి ప్రయత్నించాను. అప్పుడు తలవంపులు కలిగించే ఒక నిశ్చయానికి వచ్చాను: సంకల్పశక్తి మనం పిలిస్తే పలికేశక్తి కాదు. నా స్ఫూర్తి చాలాబలంగా ఉండేది కాని నా సంకల్పశక్తి మాత్రం అలా కాదు. అది పిలిస్తే పలికేశక్తి కాదు. ఆ విషయం తెలిసి నేను నివ్వెర పోయాను. అది సదా సిద్ధంగా ఉంటుందని, కావలసినపుడల్లా దానిని చేబట్టవచ్చునని, కోరినదంతా సాధించ వచ్చునని నా ఊహ. కాని నేను పొరబడ్డాను.

సంకల్పశక్తి పిలిస్తే పలుకుతుందన్న మాట అబద్ధం.

సంకల్పశక్తి అవసరమని చాలామంది ఊహ. కాని మన సఫలతకు అది ఎంత అత్యవసరమో చాలామందికి తెలియదు. దాని ప్రాముఖ్యతను ఒక అసామాన్య పరిశోధన వెలువరించింది.

బాలల చిత్రహింస

1960 దశాబ్దం అంతం, 1970 దశాబ్దం ఆదిలోను పరిశోధకులు వాల్టర్ మిషెల్ స్టాన్ఫర్డ్ యూనివర్సిటీ లోని బింగ్ నర్సరీ స్కూల్ లో 4 సంవత్సరాల బాలలను ఒక క్రమంలో హింసించ సాగారు.ఈ క్రూర కార్యక్రమానికి 500 మందికి మించిన బాలల తల్లిదండ్రులు సమ్మతించారు. ఆ తర్వాత వారిలో చాలామంది తల్లిదండ్రులు ఆ పిల్లలు బాధతో మెలికలు తిరగుతూ ఏడుస్తూ ఉంటే చూసి లక్షలాదిమంది ఇతరులలాగానే నిర్దయగా నవ్వుతూ ఆనందించారు. “మార్ష్ మాలో టెస్ట్” అని ఆ భయంకర ప్రయోగం పేరు. సంకల్పశక్తి గమనించటానికి అది ఒక ఆసక్తికరమైన ప్రయోగం.

ఆ బాలలకు మూడు మిఠాయిలు – ప్రేజ్జెల్, కుకీ, ప్రస్తుతం అపఖ్యాతి చెందిన మార్ష్ మాలో - ఆశ చూపించారు. 'పరిశోధకులు బయటికి వెళ్ళారు, బాల 15 నిమిషాలు ఆగగలిగితే, ఆ పరిశోధకులు తిరిగి వచ్చిన తర్వాత వారికి రెండు మిఠాయిలు ఇస్తారు. ఇప్పుడే అయితే ఒకటి, తర్వాత అయితే రెండు. (ఆ ప్రయోగం నియమాలు వివరించిన తర్వాత కొందరు బాలలు ఆ ప్రయోగంలో నుంచి నిష్క్రమించారు. కనుక తమ ప్రయోగం/పరీక్ష తగురీతిన నిర్మితం అయిందని మిషెల్ గ్రహించారు.)

అప్పుడు ఆ బాలలకు మిగిలింది మార్ష్ మాలో ఒక్కటే. అది వారు తినలేక పొయ్యారు. వారికి చేతనయిన నిరీక్షణ మార్గాలు చేపట్టారు, కొందరు కళ్ళు మోసుకున్నారు, కొందరు జుట్టు పీక్కున్నారు, వెళ్ళిపోయారు, పిచ్చిగా చుట్టూ తిరిగారు, తమ మిఠాయిలను ముద్దుచేశారు, వగైరా. సగటున ఆ బాలలు మూడు నిమిషాలకు మించి ఆగలేక పోయారు. పదిమందిలో ముగ్గురుమాత్రమే ఆ పరిశోధకులు తిరిగి వచ్చినదాకా తమలాలస నిగ్రహించుకోగలిగారు. తమ ప్రతిఫలం ఆలస్యం అయినకొద్దీ ఆ బాలలు యమయాతన పడ్డారు. సంకల్పశక్తి లోపించింది.

మార్ష్ మాలో పరీక్షలో బాలల విజయం, పరాజయం వారి భవిష్యత్తును గురించి ఏమి చెబుతుందో ఎవరూ ఊహించలేక పోయారు. ఆ సూక్ష్మదృష్టి సహజంగా వెలువడింది. మైఖేల్ ముగ్గురు కుమార్తెలు ఆ బింగ్ స్కూల్ లో చదివారు. ఆ ప్రయోగంలో పాల్గొన్న వారి క్లాస్ మేట్స్ ను గురించి ఆయన తన కుమార్తెలను అడిగేవారు. అందులో ఒక క్రమం దర్శనం ఇచ్చింది. ఆ ప్రయోగంలో రెండవ మిఠాయికోసం వేచిఉండగలిగినవారంతా మిగిలిన వారికంటే మెరుగుగా, చాలా మెరుగుగా, పురోగమిస్తున్నారు.

1981 లో మొదలుపెట్టి మైఖేల్ ఆ ప్రయోగంలో పాల్గొన్నవారిని అనుసరిస్తూ వచ్చారు. వారి అర్హతలు, అనుభవాల సంకలనం తయారు చేశారు. వారి విద్య, సామాజిక పురోగతి గణన చెయ్యటానికి వారికి క్రమం తప్పకుండా ప్రశ్నావళి పంపేవారు. ఆయన ఊహ సవ్యమేనని తేలింది – సంకల్పశక్తి లేదా సంతృప్తికి/ ప్రతిఫలానికి ఆలస్యాన్ని భరించగల సామర్థ్యం భావి విజయానికి బృహత్ సూచిక. ఆ తర్వాత 30 సంవత్సరాలపాటు మిషెల్, ఆయన సహోద్యోగులు నిరీక్షణ చెయ్యగలిగినవారి విజయాలను గురించి అనేక వ్యాసాలు ప్రచురించారు. ఆ ప్రయోగంలో సఫలత, విద్యారంగంలో ఉత్తమ ప్రదర్శన, SAT స్కోర్లు సగటున 210 పాయింట్లు ఎక్కువ లభించాయి. స్వీయవిలువను గురించి ఉన్నత అనుభూతి, ఒత్తిడిసమయంలో మేలయిననిర్వహణ, ఆ ప్రయోగం సూచించిన కొన్ని సుముఖ ఫలితాలు. ఆలస్యానికి ఆగలేనివారు అతిబరువెక్కే అవకాశాలు 30 శాతం పెరిగాయి. దానికితోడు మాదక ద్రవ్యాలకు బానిసలయారు. "నిరీక్షించగలిగినవారికే అన్ని శుభాలూ కలుగుతాయి" అన్న అమ్మమాట వేళాకోళం కాదు.

సంకల్పశక్తి సమయోచితంగా ప్రభావపూర్వకంగా ఉపయోగించటం ప్రథమ కర్తవ్యం. దురదృష్టవశాత్తూ అది పిలిస్తే పలికేశక్తి కాదు. కనుక ఉత్తమ ప్రయోజనాలకే దానిని ప్రయోగించటం మనవిధి. 'దీపం ఉండగానే ఇల్లు చక్కబెట్టు' లాగా సంకల్ప శక్తి సమయానువర్తి. సంకల్పశక్తి ఉంటే మీరు కోరినది సాధించవచ్చు. సంకల్పశక్తికి శీలం ఆయువుపట్టు. కాని దాని ఫలితాలు మీరు ప్రయోగించే సమయానుసారం కలుగుతాయి.

పునరావృత శక్తి

సంకల్పశక్తిని మీ సెల్ ఫోన్ మీది పవర్ బార్ గా ఊహించండి. ప్రతిరోజూ ఉదయం మీరు ఫుల్ చార్జ్ తో మొదలు అవుతారు. రోజు గడుస్తున్న కొద్దీ మీరు ఉపయోగిస్తూ ఉంటే అది తరిగిపోతూ ఉంటుంది. మీ ఆకుపచ్చ బార్ తరిగిపోతూ ఉంటే, మీ దృఢనిశ్చయం కూడా సడలుతూ ఉంటుంది. అదే ఎర్రరంగుకు తిరిగిందంటే పని ముగిసినట్లే. సంకల్పశక్తి బ్యాటరీ లైఫ్ పరిమితం. కాని కొంతసేపు విశ్రాంతి తీసుకుంటే మళ్ళీ పూర్తిగా చార్జ్ అవుతుంది. అది పరిమితమైన శక్తే. కాని దానిని పునరావృతం చెయ్యవచ్చు. సంకల్పశక్తి పరిమితం. కనుక ప్రతి ఒక్క ప్రయోగంలోను గెలుపు ఓటముల కలగలుపు ఉంటుంది. సంకల్పశక్తితో మీరు ఒక కార్యం సాదించిన తర్వాత, మీ స్టాక్ తరిగి పోతుంది, కనుక తర్వాతి ప్రయోగంలో మీరు అనుకున్నది సాధించలేక పోవచ్చు. రోజంతా కందకంలో గడిపి వచ్చినతర్వాత భోజనంమీది లాలస మీ పోషకాహారాన్ని పతనం చెయ్యవచ్చు.

పరిమితమైన వనరులు జాగ్రత్తగా వినియోగించాలని అందరూ ఒప్పుకుంటారు. కాని వాటిలో సంకల్పశక్తి ఒకటని మనం గుర్తించం. మన సంకల్పశక్తి అపారం అన్నట్లు ప్రవర్తిస్తాం మనం. కనుక ఆహారం, నిద్రలలాగా పరిమిత పరిధిలో ప్రయోగించాలన్న విషయం విస్మరిస్తాం. ఆ కారణంగా మనం ఇరకాటంలో పడుతూ ఉంటాం. మనకు అత్యవసరమైనపుడు సంకల్పశక్తి అక్కడ లేకపోవచ్చు.

స్టాన్ఫర్డ్ యూనివర్సిటీ ప్రొఫెసర్ బాబా శివ పరిశోధనలో మన సంకల్పశక్తి క్షణికం అని తెలిసింది. ఆయన 165 మంది అండర్ గ్రాడ్యుయేట్ విద్యార్థులను రెండు గ్రూపులుగా విడదీసి ఒక రెండంకెల సంఖ్యగాని ఏడంకెల సంఖ్యగాని కంటస్థం చెయ్యమని చెప్పారు. రెండుపనులూ సగటుమనిషి శక్తిసామర్థ్యాల పరిధిలోనే ఉన్నాయి. వారు కావలసినంత టైం తీసుకోవచ్చు. వారు సిద్ధం అయినతర్వాత వాళ్ళను మరొక గదిలోకి పంపుతారు అక్కడ వారు ఆ సంఖ్య గుర్తు తెచ్చుకొని చెప్పాలి. గదులుమారే దారిలో ఆ అధ్యయనంలో పాల్గొన్నందుకు వారికి చిరుతిండి ఆఫర్ చేశారు. అక్కడ రెండు పదార్థాలు – చాక్లెట్ కేక్, ఫ్రూట్ సలాడ్ – ఉన్నాయి. నేరంలో ఆనందం, ఆరోగ్యంలో ఆదరణ. ఇక్కడే మెలిక ఉన్నది: ఏడంకెల సంఖ్య వల్లించవలసిన విద్యార్థులు చాక్లెట్ కేక్ తినే అవకాశాలు ద్విగుణీ కృతం. గుర్తుంచుకోవలసిన ఆ అధికభారం వారి వివేచనను అడ్డుకున్నది.

దీని అంతరార్థాలు అనేకం. మనసుకు ఎక్కువపని ఇస్తున్న కొద్దీ మనసుశక్తి తరిగిపోతూ ఉంటుంది. సంకల్పశక్తి మెలికలు తిరిగే ఒక కండరం లాంటిది. అది త్వరగా అలిసిపోతుంది. దానికి విశ్రాంతి కావాలి. అది నమ్మలేనంత శక్తివంతం. కాని సహనశక్తి శూన్యం. 2009 లో క్యాతలీన్ వోస్ "సంకల్పశక్తి మీ కార్ లో గ్యాస్ లాంటిది...లాలస కలిగించేది ఏదైనా మీరు నిరాకరిస్తే, మీ సంకల్పశక్తి ఖర్చు అవుతుంది. మీరు అడ్డుపడిన కొద్దీ ఖర్చు పెరుగుతూ ఉంటుంది. చివరికి టాంక్ ఖాళీ అవుతుంది." అని 'ప్రివెన్షన్' మ్యాగజిన్ లో వ్రాశారు. మన సంకల్పశక్తి శుష్కించి ఎండిపోవటానికి కావలసింది అల్పులైన ఆ అదనపు ఐదు అంకెలే.

మన నిర్ణయాలు సంకల్పశక్తిని తోడేస్తాయి. మనం తినే ఆహారం కూడా మన సంకల్పశక్తికి ఒక ఆధారం.

ఆలోచనకు ఆహారం

మన మెదడు బరువు శరీరం బరువులో యాభయ్యోవంతు ఉంటుంది. కాని మనశక్తిలో ఐదోవంతు లాగేస్తుంది. మీ మెదడు ఒక కారు అయి ఉంటే 'హమ్మర్' (Hummer) లాగ గ్యాస్ కబళించి వేస్తుంది. సచేతనమైన మన చర్యలు అన్నీ మన ప్రిఫ్రంటల్ కార్టెక్స్

లో జరుగుతాయి. ఏకాగ్రత, తాత్కాలిక స్మృతి, సమస్యా పరిష్కారం, దూకుడును అదుపుచేయ్యటం వంటి చర్యలన్నీ ఇక్కడే జరుగుతాయి. నిర్వహణ నియంత్రణకు, సంకల్పశక్తికీ కేంద్రం అదే. మనలో మానవత్వానికి కేంద్రం అదే.

ఇక్కడ ఒక ఆసక్తికరమైన వాస్తవం. "చిట్టచివరగా లోనికి, మొట్టమొదటగా బయటికి" అన్న సిద్ధాంతం మన మెదడులో చురుకుగా పనిచేస్తూ ఉంటుంది. వనరులు లోపిస్తే ప్రమాదం పాలయ్యేది మెదడులో అత్యంత అధునాతనంగా ఏర్పడిన భాగాలే. మన ఉచ్ఛ్వాస నిశ్వాసాలు, మన నరాల స్పందన నియంత్రించే మెదడు భాగాలకు రక్తప్రసరణ ప్రధమంగా జరుగుతుంది. మనం ఉపవాసం చేసినాకూడా రక్తప్రసరణ జరుగుతూనేఉంటుంది –వీటికి ప్రమాదం ఏమీ కలగదు. కాని మన ప్రిఫ్రంటల్ కార్టెక్స్ మాత్రం ఆ బాధకు లోనవుతుంది. మానవ అభివృద్ధిలో వయసా చిన్నది కావటం దాని దురదృష్టం. తిండివేళకు అది ఒకే ఈత పిల్లలలో చిన్నది.

దీని ప్రాముఖ్యత ఏమిటో అగ్రగామి పరిశోధన చూపిస్తుంది. 2007లో 'జర్నల్ ఆఫ్ పర్సనాలిటీ అండ్ సోషల్ సైకాలజీ' పత్రికలో ఒక వ్యాసం సంకల్పశక్తి మీద పోషకాహారం ప్రభావం గురించి తొమ్మిది అధ్యయనాలు ప్రచురించింది. పరిశోధకులు ఒక బృందంచేత సంకల్పశక్తి అవసరం ఉన్నవీ లేనివీ కొన్ని పనులు చేయించారు. ఆ పనికి ముందు, తర్వాత వారి గ్లూకోజ్ స్థాయి కొలిచారు. సంకల్పశక్తి వినియోగించిన అభ్యర్థుల రక్తంలో గ్లూకోజ్ లెవల్ పడిపోయింది. తర్వాత రెండు గ్రూపులు సంకల్పశక్తి అవసరమైన రెండు పనులు ఒకదాని తర్వాత ఒకటి చేశాయి. ఆ రెండు పనుల మధ్య ఒక గ్రూపుకు కూల్ ఎయిడ్ లెమనేడ్ (అసలైన చక్కర కలిపింది) ఇచ్చారు. రెండవ గ్రూపుకు ఒక స్ప్లెండాతో లెమనేడ్ ఇచ్చారు. తర్వాతి టెస్ట్ లో రెండవగ్రూప్ వారు మొదటిగ్రూప్ కంటే రెట్టింపు తప్పులు చేశారు.

సంకల్పశక్తి ఒక మానసిక కండరం అనీ, అది త్వరగా శక్తిని పుంజుకోలేదనీ ఈ అధ్యయనాల సారాంశం. మీరు దానిని ఒక పనికి వినియోగిస్తే, తర్వాతి పనికి (తగిన ఇంధనం నింపితే తప్ప) దాని శక్తి తగ్గుతుంది. ఎల్లవేళలా సమర్థవంతంగా పనిచెయ్యాలంటే 'మెదడుకు మేత' ఉండాలి. రక్తంలో చక్కెరను దీర్ఘకాలం పెంచిఉంచే ఆహారాలు కార్బోహైడ్రేట్స్, ప్రోటీన్స్ ఉత్తమ సాధకులకు ఇంధనాలు అవుతాయి. 'మీ ఆహారమే మీరు' అన్న నానుడికి ఇది అక్షరాలా నిదర్శనం.

నిర్లక్ష్యమైన తీర్పు

మన సంకల్పశక్తి సన్నగిల్లినప్పుడు మనం ఉన్నదానితో సర్దుకుపోవటానికి ప్రయత్నిస్తాం. ఈ విషయం పరిశోధించటానికి స్టాన్ఫర్డ్ స్కూల్ ఆఫ్ బిజినెస్ (కాలిఫోర్నియా) పరిశోధకులు జోనాథన్ లేవావ్ బెన్ గురియన్, యూనివర్సిటీ ఆఫ్ ది నేగేవ్ కు చెందిన లియోర అవనిం పేసో, శై దానిన్గర్ లతో కలిసి ఒక సృజనాత్మక మార్గం కనుక్కున్నారు. ఇజ్రేలి పరోల్ (విడుదల) సిస్టం మీద సంకల్పశక్తి ప్రభావం పరిశీలించారు. పదినెలల కాలంలో ఎనిమిది మంది న్యాయమూర్తులకు అప్పగించిన 1112 పరోల్ బోర్డ్ హియరింగ్ లను వారు విశ్లేషించారు. (ఆ పదినెలల కాలంలో వచ్చిన పరోల్ అభ్యర్థనలలో అవి 40 శాతం). ఆ వేగం దుర్భరం. ఆ న్యాయమూర్తులు వాదనలు విన్న తర్వాత తీర్పు ఇవ్వటానికి సుమారు ఆరు నిమిషాలు తీసుకుంటారు. అలా రోజుకు 14 నుంచి 35 పరోల్ దరఖాస్తులమీద తీర్పు ఇవ్వాలి. వారికి విశ్రాంతికి, కోలుకోవటానికి విరామ సమయాలు కేవలం రెండు మాత్రమే – ఉదయం అల్పాహారం, సాయంత్రం భోజనం – వారి కార్యక్రమం ప్రభావం అద్భుతము, ఆశ్చర్యము. ఉదయం, ప్రతి విరామ సమయం తర్వాత పరోల్ అభ్యర్థి విడుదల అవకాశాలు 65 శాతానికి పెరిగితే, ఆ విరామానికి పూర్వం ఆ అవకాశాలు శూన్యానికి దిగిపోతాయి (చిత్రం 8 చూడండి).

ఆ ఫలితాలు ఒకే నిర్ణయం పునరావృతం చేసిచేసి బండబారిన మనసుల ప్రభావం చూపుతాయి. పరోల్ వ్యక్తులకూ సామాన్య ప్రజానీకానికీ ఈ తీర్పులు చాలా విలువైనవి. ఇది జీవితాలతో చెలగాటం. యాంత్రికంగా కేసులు వస్తూనే ఉంటాయి. వాటిని పరిష్కరించటానికి రోజంతా తీవ్రమైన ఏకాగ్రత కావాలి. శక్తి ఉడిగిపోయి న్యాయమూర్తులు మానసికంగా కూలిపోయి తమ నిర్లక్ష్యమైన తీర్పుకు దాసులవుతారు. ఆశగా ఎదురు చూస్తున్న ఖైదీలకు అది ఆశనిపాతం. కూడదు అనటమే న్యాయమూర్తి నిర్లక్ష్య మైన తీర్పు. సందేహం కలిగినపుడు, న్యాయమూర్తి సంకల్పశక్తి క్షీణించి ఉన్నపుడు ఖైదీ కటకటాల వెనకనే ఉండిపోతాడు.

మీరు జాగ్రతగా లేకపోతే నిర్లక్ష్య పరిస్థితులు మీకూ శిక్ష విధించవచ్చు.

మన సంకల్పశక్తి క్షీణించినపుడు మనం నిర్లక్ష్యధోరణికి దిగుతాం. ఇప్పుడు ప్రశ్న: మీ నిర్లక్ష్య పరిస్థితి ఏమిటి? మీ సంకల్పశక్తి క్షీణిస్తూఉన్న సమయంలో మీరు క్యారెట్లు, చిప్స్ లో ఏది లాక్కుంటారు? చేతనున్న పనిమీద మనసు ఏకాగ్రం చేస్తారా,

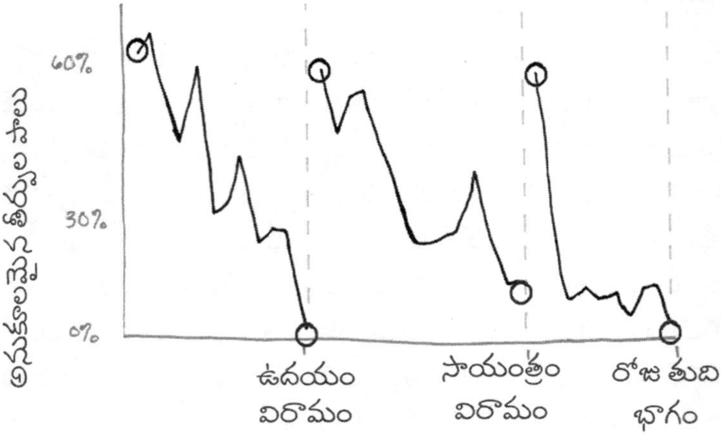

చిత్రం 8 : సవ్యమైన తీర్పులకు వివేచనా, లోకజ్ఞానాన్ని మించిన అంశం అవసరం.

లేకపోతే ఎదురైన ఏ అంతరాయానికైనా స్వాగతం పలుకుతారా? మీ సంకల్పశక్తి క్షీణిస్తూ ఉన్నపుడు మీరు అత్యంతముఖ్యమైన పని చేస్తే, నిర్లక్ష్యమే మీ సాధనస్థాయిని నిర్ణయిస్తుంది. ఫలితాలు తరుచు సగటుస్థాయిలో ఉంటాయి.

సంకల్పశక్తి –తగిన సమయం

మన సంకల్పశక్తిని గురించి ఆలోచించటంవల్ల కాక, దానిని గురించి ఆలోచించక పోవటంవల్ల మనం దానిని కోల్పోతాం. అది వస్తుంది, పోతుంది అని తెలియక దానిని సరిగ్గా ఆపనే చేయనిస్తాం. ప్రతిరోజూ దానిని బుద్ధిపూర్వకంగా కాపాడక పోవటంచేత, మనం ఒక సంకల్పం, ఒక మార్గంనుంచి సంకల్పశూన్యులమై దారి తెలియక కొట్టుమిట్టాడుతుంటాం. సఫలత మనలక్ష్యం అయితే ఇది దారికాదు.

ఆలోచించండి. సంకల్పశక్తిలో స్థాయిలు ఉన్నాయి. బ్యాటరీ సూచిక ఆకుపచ్చనుంచి ఎరుపుకు తిరిగినట్లు సంకల్పశక్తి ఉన్నది, నిర్వీర్యత ఉన్నది. అతి ముఖ్యమైన సవాళ్ళకు దాదాపు అందరూ నిర్వీర్యతను తీసుకు వస్తారు. అందుచేతనే వారికి ఆపని దుష్కరమవుతుంది. దృఢనిశ్చయం ఖర్చయిపోయే ఒక వనరు అని ఆలోచించక పోతే, దానిని మన అతిముఖ్యమైన పనులకు భద్రపరచి ఉంచకపోతే, అది క్షీణించిఉన్నపుడు దానిని బలవర్ధకం చెయ్యకపోతే, మన సఫలతా మార్గాన్ని మనమే అతిదుర్గమం చేసుకుంటున్నాం.

మరయితే మీ సంకల్ప శక్తిని కార్యోన్ముఖం చెయ్యటం ఎలా? దానిని గురించి ఆలోచించండి. దానిపట్ల ధ్యాస పెట్టండి. దానిని ఆదరించండి. మీ సంకల్పశక్తి ఉచ్ఛస్థాయిలో ఉన్నపుడు అతిముఖ్యమైనపని చేపట్టండి. అంటే దానికి తగిన సమయం కేటాయించాలి.

మీ సంకల్ప శక్తికి భారాలు

- ★ కొత్తప్రవర్తనలు అమలు పరచటం.
- ★ పరీక్షలు వ్రాయటం
- ★ అవాంతరాలు అడ్డుకోవటం
- ★ ఇతరులను మెప్పించే ప్రయత్నం
- ★ ప్రలోభాన్ని నిరోధించటం
- ★ భయంతో నెగ్గుకురావటం
- ★ భావావేశం అణగదొక్కటం
- ★ మీకు నచ్చనిపని చెయ్యటం
- ★ ఉధృతాన్ని అడ్డుకోవటం
- ★ తాత్కాలిక ప్రయోజనాల బదులు దీర్ఘకాల ప్రయోజనాలు
- ★ క్షణికోద్రేకాలు అణగదొక్కటం

ప్రతిరోజూ మనకు తెలియకుండానే మన సంకల్పశక్తి క్షీణింపజేసే అనేకమైన పనులలో తలదూరుస్తూ ఉంటాం. మన ధ్యాస ఏకాగ్రం చెయ్యాలని నిర్ణయించినపుడూ, మన అనుభూతులూ, క్షణికోద్రేకాలూ అణిచివేసినపుడు, మన లక్ష్యాలు సాధించే ప్రయత్నంలో మన ప్రవర్తన మార్చుకున్నపుడూ మన సంకల్పశక్తి క్షీణిస్తూ ఉంటుంది. ఇది ఐస్ పిక్ తో మన గ్యాస్ లైన్ లో చిల్లి పొడవటం వంటిది. మన సంకల్పశక్తి అన్నిచోట్లా లీక్ అవుతూ ఉంటుంది. ఆ తర్వాత ముఖ్యమైన పని వచ్చినపుడు సంకల్పశక్తి ఖాళీ అయి ఉంటుంది. కనుక ఇతర అత్యవసర వస్తువులలాగానే సంకల్పశక్తిని కూడా సక్రమంగా పోషించి పెంచాలి.

సంకల్పశక్తి విషయంలో సమయం అత్యంత ముఖ్య అంశం. మీరు ఒక ముఖ్యమైనపని చేస్తున్నపుడు మీ పనికి అంతరాయం కలగకుండా ఉండటానికి,

ఆ పనివదిలి పోకుండా ఉండటానికి మీ సంకల్పశక్తి సంపూర్ణంగా ఉండాలి. ఆ తర్వాత మీరు చేసిన పనికి తోడ్పాటుగా, లేదా ఆ పని ధ్వంసంకాకుండా ఉండటానికి తగినంత సంకల్పశక్తి ఉండాలి. సఫలతకు కావలసిన సంకల్పశక్తి అదే. కనుక, మీరు సమయాన్ని సద్వినియోగం చెయ్యదలుచుకుంటే మీ అత్యంత ముఖ్యమైన పని – ఆ ఒకే ఒకటి –మీ సంకల్పశక్తి క్షీణించకమునుపే, పెందలాడే చెయ్యండి. మీ ఆత్మనిగ్రహం కూడా రోజు గడిచేకొద్దీ క్షీణిస్తూ ఉంటుంది. కనుక మీ ఆత్మనిగ్రహం దృఢముగా ఉన్నపుడే ముఖ్యమైనపని పూర్తిచెయ్యండి.

బృహత్ భావాలు

1. **మీ సంకల్పశక్తివెదజల్లకండి**. ఏనాడైనా సరే మీ సంకల్పశక్తి పరిమితంగా ఉంటుంది. కనుక ఏది ముఖ్యమో నిర్ణయించి, మీ సంకల్పశక్తి దానికోసం ఆరక్షణ చెయ్యండి.
2. **మీ ఇంధన సూచికను అదుపు చెయ్యండి.** సంపూర్ణ సంకల్పశక్తికి ఇంధనంకూడా సంపూర్ణంగా అవసరం. అలిసి ఉన్నంత మాత్రాన అత్యంత ముఖ్యవ్యవహారాల విషయంలో రాజీపడకూడదు. క్రమం తప్పకుండా పోషకాహారం తినండి.
3. **కార్యక్రమం.** ప్రతిరోజూ అత్యంత ముఖ్యమైనపని మొట్టమొదట మీ సంకల్పశక్తి దృఢముగా ఉన్నపుడు చెయ్యండి. సంకల్పశక్తి దృఢముగా ఉంటే సఫలత ఉన్నతం అవుతుంది.

మీ సంకల్పశక్తితో పేచీ పడకండి. దాని పరిణామాలకు అనుగుణంగా మీ పనిపాటలు క్రమపరచండి. సంకల్పశక్తి పిలిస్తే పలకక పోవచ్చు. కాని మీరు దానిని ముఖ్యంగా అత్యవసర పనులకు వినియోగిస్తే అది మీకు సదా తోడ్పడుతుంది.

8 సమతుల్య జీవనం

> "యదార్థం ఏమిటంటే, సమతుల్యత పచ్చిఅబద్ధం. అది అసాధ్యమైన పగటికల. వృత్తి, జీవనాల మధ్య మనం ఆశించే సమతుల్యత అన్వేషణ నష్ట ప్రతిపాదన మాత్రమే కాదు, అది బాధాకరమైన విధ్వంసక ప్రతిపాదన."
>
> – కీత్ హెచ్ హామండ్స్

ఏదీ ఎన్నటికీ పరిపూర్ణ సమతుల్యత సాధించలేదు. ఏదీ సాధించలేదు. సమతుల్యంగా కనిపించేది అంతా మన కంటికి కనిపించినా కనిపించక పోయినా, అది కేవలం సమతుల్య ప్రయత్నం మాత్రమే. సమతుల్యత అనేది ఆచరణలో ఒక క్రియాపదం. అందనిదానికి అర్రులు చాచినట్లు దానిని నామవాచకంగా దర్శిస్తాం. ఏనాటికో ఒకనాటికి సాధించే వస్తువుగా చూస్తాం. కాని సమతుల్యత మనం నిరంతరం చేసే ప్రయత్నం. "సమతుల్య జీవనం" ఒక కల్పన. అది తప్పుతోవ పట్టించే ఒక భావన. అందరూ దానిని విలువైన, సాధించదగిన లక్ష్యంగా అంగీకరిస్తారు. కాని ఆగి, నిదానించి చూసి అవునా కాదా అని పరిశీలించిన వారు ఎవరూ లేరు. మీరు దానిని పరిశీలించాలని నా కోరిక. మీరు దానిని సవాలు చెయ్యాలి. మీరు దానిని తిరస్కరించాలని నా కోరిక.

సమతుల్య జీవనం ఒక అబద్ధం.

సమతుల్యతాభావం సరిగ్గా అదే – ఒక భావన. వేదాంతంలో "బంగారు సగటు" అంటే ఒక వస్తువు రెండు చివర్లకూ సుమారుగా మధ్యన ఉండే ప్రదేశం. రెండు స్థితుల మధ్యప్రదేశం. ఆచివర, ఈచివర కంటే మేలయిన స్థానం. నిస్సందేహంగా అది బ్రహ్మాండమయిన భావన. కాని, ప్రయోగాత్మకం కాదు. ఆదర్శవంతం. యదార్థం కాదు. సమతుల్యతకు ఉనికి లేదు.

"నాకు మరింత సమతుల్యత కావాలి." అనేది తరుచు వినిపించే ఆర్తి. మన జీవితంలో లోపించిన వాటికి సర్వసాధారణ మంత్రం. కనుక సమతుల్యత అనేది లేదు అన్న భావన ఊహించటం దుస్సాధ్యం. నమ్మటం మరింత కష్టం. ఈ సమతుల్యతను గురించి మనం నిత్యమూ వింటూఉంటాం గనక మనకు కావలసింది అదేనని మన స్వయంచాలకమైన ఊహ. కానీ అది కాదు. సఫలమైన జీవితానికి కావలసినవి – ధ్యేయం, అర్థం, ప్రాముఖ్యత. వాటికోసం ప్రయత్నించండి, మీ జీవితం సమతుల్యం అయితీరుతుంది. మీ ప్రధాన విషయాలు పరిష్కరిస్తూ ఉంటే మీరు కంటికి కనబడని ఆ మధ్యస్థ రేఖ అవలీలగా సాధించి విజయం చేపడతారు. అవసరమైన విషయాలమీద తగిన సమయం వెచ్చించి జీవించటమే సమతుల్య జీవనం. అసాధారణ ఫలితాలు కావాలంటే తీవ్రమైన ఏకాగ్రత, సమయం అవసరం. ఒక సమస్య మీద సమయం వెచ్చిస్తున్నామంటే మరొక దానికి లేదన్నమాటే. కనుక సమతుల్యత అసాధ్యం.

కల్పన ఆవిర్భావం

మన జీవితాలు సమతుల్యం చెయ్యటమనేది ఒక వినూత్నమైన ప్రత్యేక హక్కు. వేలాది సంవత్సరాలుగా జీవనం అంటే పని. పని చెయ్యకపోతే – వేటాడటం, పంటలు పండించటం, జంతువులను పెంచటం – మీరు ఎక్కువకాలం జీవించలేరు. కాని పరిస్థితులు మారాయి. జారెడ్ డైమండ్ రచన 'గన్స్, జెర్మ్స్, అండ్ స్టీల్: ది ఫేట్స్ ఆఫ్ హ్యూమన్ సొసైటీస్'(ఈ రచన పులిట్జర్ పురస్కారం విజేత) ఒకనాడు అవసరానికి మించిన ఆహారం ఉత్పాదన చేసిన సమాజాలు క్రమంగా ప్రత్యేక వృత్తులకు ఎలా దారితీశాయో చిత్రీకరిస్తుంది. "పన్నెండువేల సంవత్సరాల క్రితం ప్రతివారూ వేటగాడు లేదా సేకరించేవారు. ఈనాడు మనం అందరమూ కర్షకులం లేదా కర్షకుల ప్రసాదం తినేవారం అయ్యాం." వేట, వ్యవసాయం నుంచి విడుదలవల్ల మనుషులు పండితులు, వృత్తిపనివారు కావటానికి అవకాశం కలిగింది. కొందరు ఆహారం మన బల్లలమీద పెట్టేపని చేశారు. మరికొందరు ఆ బల్లలు తయారు చేశారు.

ఆదిలో మనుషులు తమ అవసరాలకు, ఆశలకు అనుగుణంగా పనిచేశారు. కమ్మరి సాయంకాలం 5 గంటలదాకా కొలిమి ముందు కూచోలేదు. గుర్రంనాడాపని

పూర్తికాగానే ఆయన ఇంటికి వెళ్ళేవాడు. 19 శతాబ్దం పారిశ్రామిక యుగమే అనేకులు మరొకరి కోసం పనిచెయ్యటం ఆరంభం. కష్టసుఖాలు గమనించక పనికితోలే యజమానులు, సంవత్సరం అంతా పని కార్యక్రమం, రాత్రి పగలు అనక వెలుగులుచిమ్మే కర్మాగారాలు కథలుగా మారాయి. ఆ కారణంగా శ్రామికుల ఆరక్షణ, పనిచేసే సమయ పరిమితుల వంటి మూలాధార ఉద్యమాలు 20 వ శతాబ్దంలో తలెత్తాయి.

అయినా, వివాహితలలో సగం మంది వృత్తిలో చేరేవరకూ అంటే సుమారు 1980 దశాబ్దం మధ్య వరకూ "వృత్తి – జీవనం: సమతుల్యత" అన్న పదం పుట్టలేదు. 2005 లో "బీయింగ్ టుగెదర్, వర్కింగ్ ఎపార్ట్: డ్యూయల్ కెరీర్ ఫ్యామిలీస్ అండ్ ది వర్క్ - లైఫ్ బ్యాలన్స్" అనే రచనకు రాల్ఫ్ ఇ గోమరీ ఉపోద్ఘాతం వ్రాశారు. అందులో ఆయన 'మనం ఒక సంపాదనాపరుడు, ఒక గృహిణి సంసారం నుంచి ఇద్దరు సంపాదనాపరులు, గృహిణి లేని సంసారాలలో అడుగు పెట్టాం. మొదట్లో రెండింతల చాకిరి ఎవరి పాలబడిందో అందరికీ తెలుసు. కాని 90 ల లోకి వచ్చేసరికి 'వృత్తి–జీవనం' సమతుల్యత అన్న పదం పురుషులకు కూడా వర్తించింది. లేక్సిస్ నేక్సిస్ సంస్థ ప్రపంచంలో సుమారు 100 వార్తాపత్రికలు, మ్యాగజీన్లు సర్వే చేశింది. ఈ విషయంమీద ప్రచురితం అయిన వ్యాసాలు అనూహ్యంగా పెరిగి పోయాయి. ఈ విషయం మీద 1986 నుంచి 1996 వరకు మొత్తం 32 వ్యాసాలు ప్రచురితం అయితే ఒక్క 2007 లోనే 1674 వ్యాసాలు ప్రచురణ అయ్యాయి.

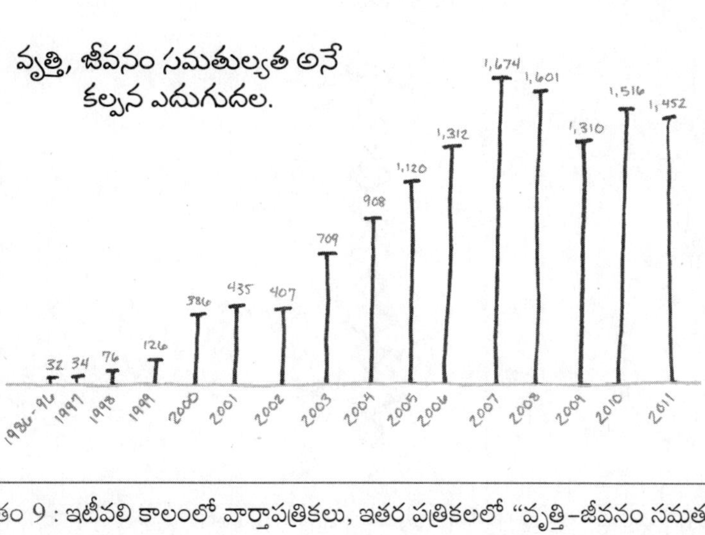

చిత్రం 9 : ఇటీవలి కాలంలో వార్తాపత్రికలు, ఇతర పత్రికలలో "వృత్తి–జీవనం సమతుల్యత" మీద వ్యాసాల పెరుగుదల

సాంకేతికతతో బాటు మన జీవితాలలో ఏదో లోటు ఉన్నదనే నమ్మకంకూడా పెరుగుతూ రావటం యాదృచ్ఛికం కాదేమో. అంతరిక్షం అధిగమించటం, తగ్గిపోతున్న ఎల్లలు ఇందుకు కారణం కావచ్చు.

"వృత్తి –జీవనం సమతుల్యత" నిజజీవిత సమస్యలతో ముడిపడి ఉన్నది. కనుకనే అది మనసులను, ఊహలను హత్తుకున్నది.

మధ్యలో నిర్వహణాలోపం

సమతుల్యత కోరటంలో అర్థం ఉన్నది. ప్రతిఒక్క పనికీ తగిన సమయము, ప్రతిపనీ నిర్ణీత సమయంలో చెయ్యటం. ఆ ఆలోచనే మనకు స్థిమితమైన శాంతి అనుభూతి కలిగిస్తుంది. ఆ ప్రశాంతత యదార్థం. జీవనం అలాగే ఉండాలని మనకు తెలుసు. కాని అది వాస్తవం కాదు.

సమతుల్యత మధ్యలో ఉన్నదని మీరు అనుకుంటే, దానికి దూరంగా జరిగితే సమతుల్యత కోల్పోయినట్లే కదా! ఆ మధ్య ప్రదేశం నుంచి ఇంకా దూరంగా జరిగితే, మీ జీవనం అతిశయోక్తి అవుతుంది. మధ్యస్థంగా జీవిస్తే మీరు ఏ విషయంలోనూ అసాధారణ బాధ్యతలు చేపట్టలేరు. అన్నిపనులూ సమానంగా నిర్వర్తించే

మధ్యస్థ వృత్తి - జీవనం

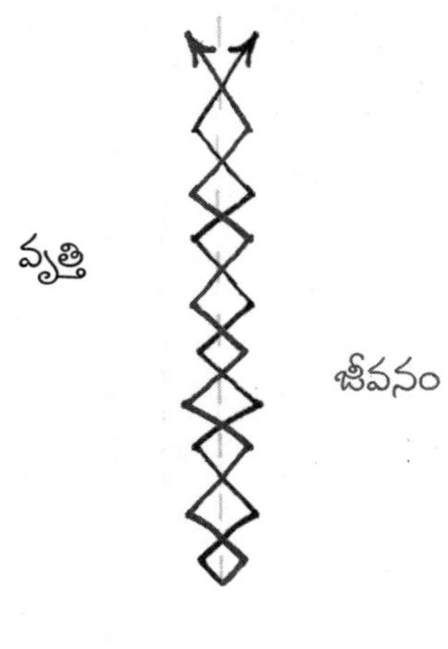

చిత్రం 10 : సమతుల్య జీవనం అంటే దేనినీ తీక్షణమైన శ్రద్ధతో చేయక పోవటం.

ప్రయత్నంలో ఏపనీ సరిగా జరగదు. కొన్ని సమయాలలో ఇది సవ్యమే, మరికొన్ని సమయాలలో కాదు. మధ్యస్థంగా ఎప్పుడు ఉండాలి, తీక్షణంగా ఎప్పుడు చేపట్టాలి అని తెలుసుకోవటమే వివేచనకు నాంది. మీ చేతనున్న సమయంతో ఇలా వ్యవహరించితే అసాధారణ ఫలితాలు సాధించవచ్చు.

అతితీవ్ర పరిస్థితులలోనే గారడీ సంభవిస్తుంది. మధ్యస్థితిలో ఎన్నడూ జరగదు. కనుక మనం మధ్యేమార్గం అనుసరించ కూడదు. విపరీత పరిస్థితులు అంటే సవాళ్ళతో కూడిన పని. సఫలత విపరీత విపత్కర పరిస్థితులలోనే దాగి ఉన్నదని మనకు సహజంగా తెలుసు. కాని ఆ విపరీత విపత్కర పరిస్థితులలో జీవనం నిభాయించటం మనకు తెలియదు.

వృత్తిలో మనం ఎక్కువకాలం గడిపితే మన వ్యక్తిగత జీవితం దెబ్బతింటుంది. వృత్తిలో ఎక్కువకాలం గడపటం సులక్షణం అన్న నమ్మకానికి అమ్ముడుపోయి, మనం "నా బతుకే అంత" అని అన్యాయంగా మన వృత్తిని నిందిస్తాం. తరుచుగా దీని విపర్యయమే వాస్తవం. మన వృత్తిజీవితం ఆటంకం కాకపోయినా, మన వ్యక్తిగత జీవితం "అది చెయ్యాలి, ఇది చెయ్యాలి.." లతో నిండి ఉంటుంది. మళ్ళీ మనం "నా బతుకే అంత" అన్న నిర్ధారణకే చేరుతాం. కొన్నిసార్లు మనకు రెండువైపుల నుంచీ

మధ్యస్థ వృత్తి - జీవనం

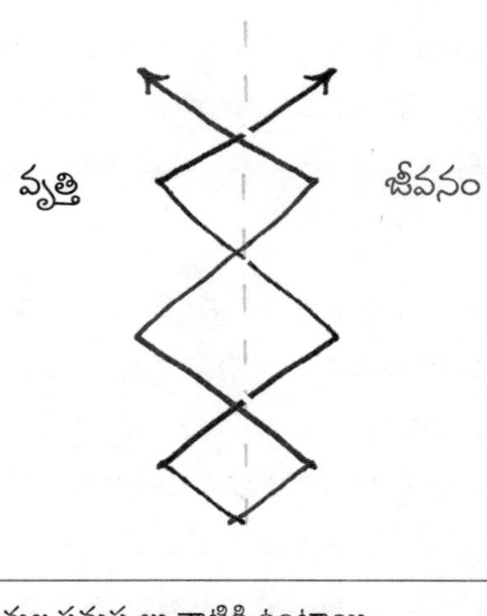

చిత్రం 11 : విపరీత పరిస్థితుల సమస్యలు వాటికి ఉంటాయి

దెబ్బలు తగులుతూ ఉంటాయి. మనలో కొందరికి వృత్తి పరంగానూ, వ్యక్తిగతంగానూ అనేక బాధ్యతలు ఉంటాయి. అప్పుడు ప్రతిదీ తలక్రిందు లవుతుంది. పతనం తథ్యం. మళ్ళీ అప్పుడుకూడా మనం " నా బతుకు ఇంతే" అంటాం.

మధ్యస్థంగా వ్యవహరించటం లాగానే విపరీత పరిస్థితులలో వ్యవహరించటం కూడా మధ్యలో జరిగే నిర్వాకమే. ఎప్పుడూ జరుగుతూనే ఉంటుంది.

కాలం ఆగదు

నా శ్రీమతి ఒకసారి తన స్నేహితురాలి కథ ఒకటి చెప్పింది. ఆ స్నేహితురాలి తల్లి ఒక స్కూల్ టీచర్. తండ్రి ఒక వ్యవసాయదారుడు. రిటైర్ అయిన తర్వాత విహార యాత్రలు చెయ్యాలనే ఆశతో వారు ఇద్దరూ పొదుపు చేసి, జీవితమంతా అవసరాలు వాయిదావేసి నెట్టుకు వచ్చారు. ఆమె తల్లితో కలిసి షాపింగ్ కు వెళ్ళిన సంఘటనలు నెమరు వేస్తారు. అక్కడ బట్టల షాప్ లో రకరకాల బట్టలు, డిజైన్లు చూస్తారు. రిటైర్ అయిన తర్వాత తన విహారయాత్రలకు ఆ దుస్తులు ధరిస్తానని తల్లి వివరిస్తుంది.

రిటైర్ అయినదాకా ఆమె ఆగలేదు. స్కూల్ లో బోధిస్తున్న చివరి సంవత్సరంలో ఆమెకు క్యాన్సర్ వచ్చి చనిపోయింది. వారు ఇద్దరూ కలిసి పొదుపు చేసిన సొమ్ము ఒంటరిగా ఖర్చుపెట్టటం తండ్రికి ఇష్టం లేదు. అది వారి 'ఇద్దరి' సొమ్ము అని ఆయన విశ్వాసం. ఆ సొమ్ము పంచుకోవటానికి ఇప్పుడు ఆమె లేదు. ఆయన చనిపోయిన తర్వాత నా స్నేహితురాలు తల్లిదండ్రుల ఇల్లు ఖాళీ చెయ్యటానికి వెళ్ళింది. ఆమెకు ఒక బీరువానిండా సరికొత్త డిజైన్లతో కొత్త బట్టలు దర్శన మిచ్చాయి. ఆమె తండ్రి దానిని ఎన్నడూ తాకలేదు. ఆయనకు ఆ ధైర్యం లేకపోయింది. దానినిండా ఎన్నో ఆశలు, అనుభూతులు, కలలు. అవన్నీ నెరవేరని వాగ్దానాలు. మోయలేనంత భారం.

కాలం ఎవరికోసమూ ఆగదు. చివరిదాకా వాయిదా వేస్తూ ఉండండి. అదే శాశ్వత మవుతుంది.

నాకు తెలిసిన వ్యాపారస్తులు ఒకరు ఉన్నారు. ఆయన వ్యాపారంలో చాలా సఫలత సాధించారు. జీవితమంతా ఆయన రాత్రీ పగలూ అనకుండా, శని ఆదివారాలు కూడా శ్రమించేవారు. అంతా తన కుటుంబంకోసం చేస్తున్నారని ఆయన విశ్వాసం. ఏదో ఒకనాడు, ఆయన పని పూర్తి అయిననాడు వారంతా ఆ శ్రమఫలం అనుభవించాలని అందరూ కలిసి కాలక్షేపం చెయ్యాలని, విహార యాత్రలు చెయ్యాలని, అంతవరకూ చెయ్యని పనులన్నీ చెయ్యాలని – ఆయన ఆశ, ఆశయం. చాలా సంవత్సరాలు కష్టపడి

నిర్మించిన సంస్థను ఇటీవల ఆయన అమ్మేశారు. తర్వాత ఏం చెయ్యబోతున్నారనేది చర్చించటానికి ఆయన సిద్ధమయ్యారు. ఎలా ఉన్నారని నేనడిగినపుడు దివ్యంగా ఉన్నానని ఆయన గర్వంగా బదులు చెప్పారు. "నేను ఆ వ్యాపారం చేస్తున్నపుడు ఎన్నడూ ఇంట్లో ఉండేవాడిని కాదు. నా వాళ్ళందరినీ చాలా అరుదుగా చూసేవాడిని. ఇప్పుడు శలవు తీసుకుని వారితో గడుపుతున్నాను. నష్టపోయిన సమయం, సరదా భర్తీ చేస్తున్నాను. అంటే ఏమిటో మీకు తెలుసు గదా! ఇప్పుడు నా దగ్గర డబ్బు ఉన్నది, తగిన సమయము ఉన్నది. గతించిన కాలాన్ని వెనక్కు లాగుతున్నాను."

మీ బిడ్డను నిద్ర పుచ్చేటపుడు చెప్పిన కథగాని, ఆనాటి వారి పుట్టినరోజుగాని తిరిగి వస్తుందా? ఐదేళ్ళ బిడ్డ, వారి స్నేహితులతో పార్టీ, కిశోరప్రాయంలో ఉన్న బిడ్డ, వారి స్కూల్ మిత్రులతో డిన్నర్ సమానం అవుతాయా? మీ బిడ్డ ఆడిన ఫుట్ బాల్ ఆట, మీ కిశోరప్రాయ కుమారుడు ఫుట్ బాల్ ఆట ఒకటిగా ఉంటాయా? మీకు వీలు దొరికినదాకా ముఖ్యమైన సంఘటనలు, సమయం ఆగాలని మీరు భగవంతుడితో ఒప్పందం చేసుకోగలరా?

సమయంతో జూదమాడితే, మీరు ఎన్నటికీ కోలుకోలేరు. మీరు గెలుస్తారనే దృఢనమ్మకం ఉన్నా, మీరు కోల్పోయిన దానితో జీవించవలసి ఉంటుందని గుర్తు ఉంచుకోండి.

కాలంతో ఆటలాడితే అది మిమ్మల్ని బొరియలోకి ఈడుస్తుంది. అక్కడినుంచి బయటపడే మార్గం ఉండదు. ఈ అబద్ధం మీచేత చెయ్యకూడని పనులు చేయించి, చెయ్యవలసిన పనులు చెయ్యకుండా ఆపుతుంది. దాన్ని నమ్ముకుంటే కలిగే ఫలితం అదీ. మధ్యస్థంగా ఉండి నిర్వాకం చెయ్యటం పరమ విధ్వంసకకార్యం. కాలాన్ని కన్నుకప్పలేమన్న సత్యాన్ని మీరు మర్చిపోకూడదు.

సమతుల్యత సాధించటం భ్రమ అయితే మరి ఏం చెయ్యాలి? సరిఎత్తు వెయ్యాలి.

"సమతుల్యత" స్థానంలో "సరిఎత్తు" పెట్టండి. అప్పుడు మీ అనుభవానికి అర్థం దొరుకుతుంది. సమతుల్యత ఉన్నవని అనుకున్న వస్తువులన్నీ యదార్థానికి సరిఎత్తులు వేస్తున్నాయి. బాలే డాన్స్ చేసే నర్తకి ఇందుకు ఉత్తమమైన ఉదాహరణ. బాలెరినా ఒక కాలివేలి మీద నిలబడినపుడు ఆమె గాలిలో తేలుతున్నట్లు తోస్తుంది. అదే సమతుల్యత, అందం. కాని మీరు కొంచెం నిశితంగా పరిశీలిస్తే, ఆమె జోడులోవేలుసమతుల్యత కోసం అతిసూక్ష్మమైన సర్దుబాటుచేస్తూ అత్యంత వేగంగా కదులుతూ ఉంటుంది. సరిఎత్తు సక్రమంగా కదిలితే, అది సమతుల్య భ్రమ కలిగిస్తుంది.

ఎదురు ఎత్తు –సంగ్రహం

సమతుల్యత లోపించిందని మనం అంటే ముఖ్యం అనుకున్న విషయాలకు మనం తగిన ప్రయత్నమూ, సమయము వెచ్చించలేక పోతున్నామన్నమాట.ఇక్కడ సమస్య ఏమిటంటే, మీరు అతి ముఖ్యమైన విషయం మీద ధ్యాస కేంద్రీకరించుతున్నపుడు, మిగిలినవి ఆ అర్హత కోల్పోతాయి. మీరు ఎంత ప్రయత్నించినా రోజు, వారము, నెల చివరికి జీవితంకూడా పూర్తి అయ్యేఅసరికి ఏదో ఒకటి, లేదా కొన్నిపనులు అసంపూర్తిగా మిగిలిపోతూనే ఉంటాయి. అన్నీ పూర్తి చెయ్యాలని ప్రయత్నించటం అవివేకం. మీరు ముఖ్యం అనుకున్న పనులన్నీ పూర్తయిన తర్వాత కొన్ని అసంపూర్తిగా మిగిలి పోతాయన్న అసంతృప్తి వెంటాడుతుంది–సమతుల్యత లోపించిన అనుభూతి. అసామాన్యమైన ఫలితాలు కావాలంటే కొన్ని పనులు చేయకుండా విడిచిపెట్టవలసిన అవసరం ఎంతైనా ఉన్నది. కాని మీరు అన్నీ అసంపూర్తిగా వదిలివెయ్యలేరు. అక్కడే ఎదురు ఎత్తు ప్రవేశిస్తుంది. తిరిగివచ్చే దారి తెలియనంత దూరం వెళ్ళకూడదు. తిరిగి వచ్చినపుడు ఏమీ మిగలకుండా పోయేటంతకాలం ఎక్కడా ఉండకూడదు. ఎదురు ఎత్తు మూలభావన అదే.

ఎదురు ఎత్తు లేకపోతే జీవితమే ప్రమాదం పాలు కావచ్చు. సుమారు 71,000 మంది బ్రిటిష్ ప్రభుత్వ ఉద్యోగులను 11 సంవత్సరాలకాలం అధ్యయనం తర్వాత ప్రతిరోజూ గంటలకొద్దీ పనిచేస్తూ ఉంటే ప్రాణాపాయ పరిస్థితి ఏర్పడవచ్చునని

మధ్యస్థ వృత్తి - జీవనం

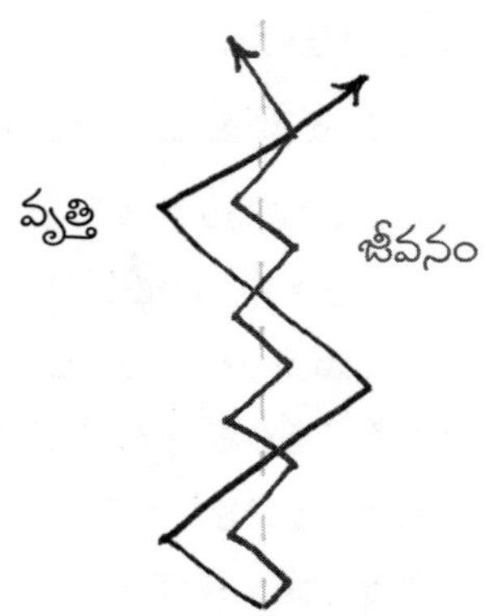

చిత్రం 12 : అసామాన్య ఫలితాలు అంటే ఎదురు ఎత్తుల మధ్య తగిన వ్యవధి ఉండాలి

తేలింది. రోజుకు 11 గంటలకు మించి పనిచేస్తే (వారానికి 55 గంటలకు పైగా) హృద్రోగానికి 67 శాతం అవకాశాలు పెరుగుతాయి. ఎదురు ఎత్తు మీరు బాగున్నారని అనిపించటమేగాక మీ శ్రేయస్సుకు అత్యవసరం.

ఎదురు ఎత్తులు రెండువిధాలు: వృత్తిజీవితం, వ్యక్తిగత జీవనం మధ్య సమతుల్యత, వృత్తిలోను, వ్యక్తిగత జీవితంలోను సమతుల్యత. వృత్తిజీవితంలో సఫలత అంటే మీరు ఎంతసేపు పనిచేస్తారు అని కాదు. ఆ సమయంలో మీ ధ్యాస ఎంత ఏకాగ్రంగా ఉన్నది అన్న విషయం ముఖ్యం. అసాధారణ ఫలితాలు సాధించాలి అంటే, మీకు అత్యంత ముఖ్యమైన విషయం ఏదో ఎంచుకోవాలి, దానిమీద తగిన సమయం వెచ్చించాలి. అందువల్ల ఇతర విషయాలు పూర్తిగా వెనకబడవచ్చు. వాటిని చక్కదిద్దటానికి సమయానుకూలంగా ఎదురు ఎత్తులు అవసరం. మీ వ్యక్తిగత జీవనంలో మెలకువ ముఖ్యం. మీ స్ఫూర్తి, శరీరాన్ని గురించి మెలకువ, మీ కుటుంబము, మిత్రులను గురించి మెలకువ,మీ వ్యక్తిగత అవసరాలను గురించి మెలకువ, జీవనం ఆనందంగా గడవాలంటే వృత్తి దృష్ట్యా ఇవి ఏవీ విస్మరించ కూడదు. ఒకదానికోసం మరొకటి ఏదీ విస్మరించకూడదు. వాటిమధ్య ఒకదానినుంచి మరొకదానికి త్వరత్వరగా మారుతూ ఉండాలి. ఒకటి రెండు కార్యక్రమాలు జోడించవచ్చు కూడా. కాని వేటినీ ఎక్కువకాలం నిర్లక్ష్యం చెయ్యకూడదు. మీ వ్యక్తిగత జీవనంలో దృఢమైన సరితూకం అవసరం.

సమతుల్యత కోల్పోవటమా కాదా అన్నది ప్రశ్న కాదు. అది ఎంత కాలము అన్నది ప్రశ్న. వ్యక్తిగత జీవనంలో ఎక్కువకాలం ఆ సమతుల్యత కోల్పోకూడదు. స్వల్పకాలం అయితే అన్ని ముఖ్య విషయాలతోనూ సంపర్కం ఉంటుంది, అన్నిటినీ ముందుకు తీసుకు వెళ్ళవచ్చు. వృత్తి జీవితంలో ఆ సమతుల్యత దీర్ఘకాలం కోల్పోవచ్చు. అసాధారణ ఫలితాలు కావాలంటే సమతుల్యత కొంతకాలం త్యజించాలనే భావనతో మీరు రాజీ పడాలి. అప్పుడు మీరు ముఖ్యమైన విషయాలమీద మనసు ఏకాగ్రం చెయ్యగలుగుతారు. అందువల్ల కొన్ని పనులు వెనకబడవచ్చు. వ్యక్తిగత జీవనంలో ఏదీ వెనకబడకూడదు, కాని వృత్తిలో అది అవసరం.

జేమ్స్ ప్యాటర్సన్ 'సూజన్స్ డయరీ ఫర్ నికొలాస్' అనే నవల వ్రాశారు.మన వ్యక్తిగత జీవితాలలో, వృత్తి జీవితాలలో సరితూచే చర్య ఎంత అవసరమో ఆయన చాలా కళాత్మకంగా చెప్పారు: "జీవితం ఒక ఆటగా ఊహించండి. అక్కడ మీరు ఐదు బంతులు ఎగరవేస్తున్నారు. వృత్తి, కుటుంబం, ఆరోగ్యం,స్నేహితులు, నిజాయితీ – ఇవే ఆ ఐదు బంతులు. అన్నీ గాలిలోనే ఉన్నాయి.చివరికి మీరు వృత్తి అనేది ఒక రబ్బర్ బంతి అని తెలుసుకున్నారు. దాన్ని మీరు పడేస్తే అది మళ్ళీ ఎగిరివస్తుంది. మిగిలిన

నాలుగు బంతులు – కుటుంబం, ఆరోగ్యం, స్నేహితులు, నిజాయితీ –గాజుబంతులు. వాటిలో ఏది కిందపడినా నొక్కులు పోవచ్చు, గీతలు పడవచ్చు, లేదా పగిలినా పగలవచ్చు."

జీవనం ఒకసమీకరణ చర్య

సమతుల్యం అంటే నిజానికి ఏది ముందు, ఏది వెనక అన్న ప్రశ్న. మీరు సమతుల్యానికి బదులు ముందువెనకలు ప్రయోగిస్తే మీరు ఏది ఎంచుకోవాలో స్పష్టంగా దర్శన మిస్తుంది. ఆపుడు మీ విధిని మార్చటానికి మీరు తలుపులు తెరవవచ్చు. అసాధారణ ఫలితాలు కావాలంటే మీరు ముందువెనకలు నిర్ణయించి, ఆ ప్రకారం చర్య తీసుకోవాలి. మీరు ముఖ్యమైన పనులు ముందు చేపట్టటంవల్ల, వాటిమీద అధిక సమయం వెచ్చించి సహజంగా సమతుల్యత కోల్పోతారు. సమతుల్యత కోల్పోవటం అప్పుడు ఒక సవాలు కాదు. అప్పుడు సమతుల్యత కోల్పోవాలి. అప్పుడు ఆ ముఖ్యమైన పనిమీద ఎంత సమయం గడుపుతారు అన్నదే సవాలు. వృత్తి వెలుపల ఉన్న ముఖ్యమైన పనుల ముందు వెనకలు చేపట్టాలంటే, మొదట వృత్తిలో ముఖ్యమైన పనుల నిర్వహణ పూర్తి చెయ్యండి. అప్పుడు ఇంటికివెళ్లి అక్కడి పనుల ముందువెనకలు ఆలోచించండి. అప్పుడు తిరిగి పనిలోకివెళ్ళే అవకాశాలు విశదమవుతాయి.

మీరు పనిచెయ్యవలసి ఉన్నపుడు పని చెయ్యండి. ఆటవిడుపు వచ్చినపుడు ఆడండి. మీరు విచిత్రమైన తాటిమీద నడుస్తున్నారు. దిక్కులు చూశారంటే నడ్డివిరిగేట్లు పడతారు.

బృహత్ భావాలు

1. **సమతూకం ఉన్న రెండు బకెట్లను గురించి ఆలోచించండి.** మీ వృత్తి జీవితాన్ని, మీ వ్యక్తిగతజీవితాన్ని రెండు వేర్వేరు బకెట్లుగా విడదీయండి. అంటే దేనికది విడిగా ఉండటం కాదు, కేవలం సమతూకం దృష్ట్యా. ప్రతిదాన్లోను సరితూకం లక్ష్యాలు,అనుసరణలు ఉన్నాయి.
2. **వృత్తి బకెట్ సమతూకం చెయ్యండి.** వృత్తిలో నైపుణ్యము, జ్ఞానము ఆధిపత్యం అవసరం. అక్కడ మీ ఒక్క విషయానికి మీరు అత్యధికంగా సమయం వెచ్చించవలసి వస్తుంది. కనుక మీ రోజులు, వారాలు, నెలలు నిరంతరం అసమతుల్యం అవుతూ ఉంటాయి. వృత్తి జీవితం రెండు ప్రత్యేక

రంగాలుగా విభాజితమై ఉంటుంది. అన్నిటికంటే ముఖ్యమైనది, మిగిలినవి. అన్నిటికంటే ముఖ్యమైన అంశంమీద తగినంత సమయం వెచ్చించి తీరాలి. మిగిలినవాటితో సర్దుకు పోవాలి. వృత్తిజీవితంలో సఫలతకు ఆ క్రమం అవసరం.

3. **వ్యక్తిగత జీవనం బకెట్ సమతూకం చెయ్యండి.** జీవితం అనేక రంగాల సమ్మిశ్రణం. మీరు "జీవితం నడుపుతున్నారు" అంటే ప్రతిరంగంలోనూ మీరు కొంత కనీసధ్యాసపెట్టి, సమయం గడపాలి. ఏది నిర్లక్ష్యం చేసినా దాని ప్రభావం వెంటనే తగులుతుంది. కనుక మీరు నిరంతరం మెలకువగా ఉండాలి.

   అన్ని రంగాలలోను మీరు చురుకుగా ఉండాలి. కనుక ఏఒక్కదానిమీదా అతిగా సమయము, శ్రద్ధ వెచ్చించకూడదు. వ్యక్తిగత జీవనానికి అది అవసరం.

జీవనంలో సమతూకం ఉండేట్లు చూడండి. ముఖ్యమైన పనులు ముందర చెయ్యండి. సమయం దొరికినపుడు మిగిలిన పనులు చేపట్టండి. అసాధారణ జీవితం అంటే సమతూక సాహసం.

9 దొడ్డది – చెడ్డది

"మనం మన లక్ష్యం
చేరకుండా అడ్డుకోనేవి
అవాంతరాలు కాదు, చిరు
లక్ష్యాలకు ఎదురుగా స్వాగతం
పలికే
అందమైన బాట."

– రాబర్ట్ బ్రౌల్ట్

బిగ్ బ్యాడ్ ఉల్ఫ్, బిగ్ బ్యాడ్ జాన్. జానపద కథలనుంచి జానపద గేయాల వరకూ పెద్దవైనవి అన్నీ చెడ్డవి అన్న భావం చరిత్రలో అంతటా దర్శన మిస్తుంది. అందుచేత చాలామంది రెండూ ఒకటే ననుకుంటారు. కాని రెండూ ఒకటి కాదు. పెద్దది చెడు కావచ్చు. చెడ్డది పెద్దది కావచ్చు. కాని రెండూ ఒకటే కాదు. ఒకదానికి మరొక దానితో సంబంధం లేదు.

చిరు అవకాశంకంటే పెద్ద అవకాశం మెరుగు. అలాగే పెద్దసమస్యకంటే చిరుసమస్య మేలు. మీరు ఒకసారి పెద్దబహుమతి కోరుకుంటారు, మరొకసారి చిన్నబహుమతి కోరుకుంటారు. తరుచు బిగ్గరగా నవ్వటం, పెద్దగా ఏడవటం అవసరమవుతుంది. అదే తరుచుగా చిరునవ్వు, కొద్ది కన్నీరు అవసరమవుతాయి. చిన్నది, మంచిది కంటే దొడ్డది చెడ్డది ఎక్కువగా లంకెపడి ఉన్నాయి.

దొడ్డది చెడ్డది అన్న మాట అబద్ధం.

అది అన్నిటినీ మించిన పచ్చి అబద్ధం. మీరు మహాసఫలతకు భయపడితే, మీరు దానిని తప్పించుకుతిరుగుతారు, లేదా, దానిని సాధించటంలో మీ ప్రయత్నాలు ధ్వంసం చేస్తారు.

దొడ్డది చెడ్డది. దొడ్డది అంటే భయం

దొడ్డది, ఫలితాలు ఒకేచోట ఒకేగదిలో ఉంచండి. చాలామంది దానికి అడ్డుపడతారు లేదా అక్కడినుంచి నిష్క్రమిస్తారు. ఘనమైన ఫలితం సాధించాలి అనగానే కష్టము, క్లిష్టము, సమయనష్టము మనసులో మెదిలే పదాలు. దాన్ని అందుకోవటం కష్టం, అందుకున్నా చాలా క్లిష్టం అన్న పదాలు వారి ఉద్దేశ్యాలను తెలియజేస్తాయి. ప్రబలం, భయానకం అని వారి అనుభూతి. ఘనమైన సఫలతతోబాటు విపరీతమైన ఒత్తిడి, పీడన కలుగుతాయని ఒక భయం. దానికితోడు కుటుంబము, మిత్రులతో గడిపే సమయం దోచుకోవటమేగాక, ఆరోగ్యం చెడగొడుతుందని మరొక భయం. ఘనమైన సఫలత సాధించే హక్కు తమకు ఉన్నదా అని ఇంకొక సందేహం. తాము ప్రయత్నించి విఫలమైతే ఏమవుతుందోనని మరొక భయం. ఈ భయాలతో వారి తల తిరిగిపోతుంది. పైకి వెళ్ళితే తలతిరుగుతుందేమో అన్న భయం తక్షణ సంశయం.

పెద్ద అన్న ఆలోచనతోనే 'అనారోగ్య భావన' చెలరేగుతుంది. దానిని మహాభీతి– పెద్దది అనగానే రసపిచ్చి – అనవచ్చు.

దొడ్డది చెడ్డదిగా తోస్తే, మన ఆలోచనలు కుంచించుకు పోతున్నాయన్న మాట. కింద ఉండటమే మనకు మేలు అని అనుభూతి. మనం ఉన్నచోటనే ఉండటం సమంజసం అనిపిస్తుంది. కాని ఇందుకు వ్యతిరేకమే సత్యం. దొడ్డది చెడ్డది అని నమ్మితే, అల్ప ఆలోచన రాజ్యం చేస్తుంది, దొడ్డది ఎన్నడూ వెలుగులోకి రాదు.

శుద్ధతప్పు

భూమి బల్లపరుపుగా ఉన్నదన్న నమ్మకంతో ఎన్ని ఓడలు ఆగిపోలేదు? నీటి అడుగున మనిషి ఊపిరి పీల్చలేడు, గాలిలో ఎగరలేడు, అంతరిక్షంలోకి వెళ్లాలని ఆశించ కూడదు అన్న నమ్మకాలు ప్రగతికి ఎంత అడ్డుపడ్డాయి? మన అవధులను అంచనా వెయ్యటంలో చారిత్రాత్మకంగా మనం చాలాఅధ్వాన్నంగా వ్యవహరించాం. ఇక్కడ శుభవార్త ఏమిటంటే, విజ్ఞానశాస్త్రం అంటే ఊహాలోకంలో గిరికీలు కొట్టటం కాదు, పురోగమించే కళ.

మీ జీవితమూ అంతే.

మన అవధులు మనలో ఎవరికీ తెలియవు. ఒక భూగోళపటానికి హద్దులూ, ఎల్లలూ ఉండవచ్చు. కాని మన జీవితాలకు అన్వయిస్తే అవి మసక బారిపోతాయి. పెద్ద ఆలోచనలు చెయ్యటం సబబేనా అని ఎవరో నన్ను ఒకసారి అడిగారు. నేను ఒక నిమిషం ఆగి ఆలోచించి "నేను మిమ్మల్ని ఒక ప్రశ్న అడుగుతాను.మీ అవధులు ఏమిటో మీకు తెలుసునా?" అని అడిగాను. "తెలియదు." అని సమాధానం. కనుక ఆ ప్రశ్నకు

అర్థం లేదని చెప్పాను. తాము ఎంతవరకు సాధించగలరో ఎవరికీ తెలియదు. కనుక దానిని గురించి చింతించటం వృథా ప్రయత్నం. మీరు ఇంతకుమించి సాధించలేరు అని మీకు ఎవరైనా చెబితే? మీరు అధిగమించలేని అవధి చెప్పమని ఎవరైనా అడిగితే? మీరు ఎంచుకునే అవధి ఏది? అధమమైనదా, ఉన్నతమైనదా? జవాబు మనకు తెలుసుననుకుంటాను. ఈ పరిస్థితిలో మనం అందరమూ ఒకేపని చేస్తాము – ఉన్నతమైన అవధి ఎంచుకుంటాం. ఎందుకని? కొద్దికే పరిమితం చేసుకోవటం మీకు ఇష్టం ఉండదు.

మీరు ఘనవిజయాలు సాధించ దలచినపుడు, వాటిని మీరు వేరే దృష్టితో చూస్తారు.

అప్పుడు ఒక సంభావ్య లంఘనానికి 'దొడ్డ' ఒక ఆశ్రయం అవుతుంది. ఆఫీసులో శిక్షణ పొందుతూ బోర్డ్ రూమ్ లో తనను ఊహించుకుంటున్న చిరు ఉద్యోగి కావచ్చు. చేతిలో చిల్లిగవ్వకూడా లేకుండా వచ్చిన వలస దారుడు విప్లవాత్మకమైన వ్యాపారాన్ని గురించి కలలు కనవచ్చు. ఇవి కడుపులోచల్ల కదలకుండా ఉన్న సుఖజీవితాన్ని కుదిలించే సాహసమయ ఆలోచనలు. సమకాలికంగా అవి మీకు మహదావకాశాలను కూడా చూపుతూ ఉంటాయి. ఉన్నత లక్ష్యాలు సాధించగలమని నమ్మితే మీ ప్రశ్నలు మారుతాయి, మీ బాట మారుతుంది, కొత్త ప్రయోగాలు చేపట్టే స్వేచ్ఛ దొరుకుతుంది. ఇంతకాలము మీ మనసులో అణిగి ఉన్న సంభవాసంభవాలకు ఇప్పుడు తలుపులు తెరుచుకుంటాయి.

సబీర్ భాటియా జేబులో 250 డాలర్లతో అమెరికాలో అడుగుపెట్టారు. కాని ఆయనఒంటరివారు కాదు. ఆయన పెద్ద ప్లానతో, వ్యాపార చరిత్రలోని ఏ ఇతర వ్యాపారానికంటే కూడా వేగంగా వ్యాపారం వృద్ధిచేయగలననే విశ్వాసంతో వచ్చారు. ఆయన ఆ పని చేశారు. ఆయన హాట్ మెయిల్ సృష్టించారు. హాట్ మెయిల్ అపార అభివృద్ధి గమనించిన మైక్రోసాఫ్ట్ 400 మిలియన్ డాలర్లకు హాట్ మెయిల్ కొన్నది.

సబీర్ సఫలత వెనక ఆయన మహాదాలోచనాశక్తి ఉన్నదంటారు ఆయన మార్గదర్శకులు ఫరూక్ అర్జాని. "నేను ఎరిగిన వందలమంది వాణిజ్యవేత్తలకూ సబీర్ కూ తేడా ఏమిటంటే అతిశయమైన ఆయన కలలు. అమ్మటానికి వస్తువు ఏదీ లేకపోయినా, వ్యాపారానికి సొమ్ము లేకపోయినా, వందల మిలియన్ల డాలర్ల వ్యాపారం చేసే సంస్థ నిర్మించ బోతున్నానని ఆయన మనస్ఫూర్తిగా విశ్వసించారు. తను నిర్మించబోయే సంస్థ సిలికాన్ వాలీలో ఉన్న వందలలో ఒకటి కాదని ఆయన దృఢ విశ్వాసం. ఆయన కల నిజం చేసుకోబోతున్నారని క్రమేణ నేను గ్రహించాను."

2011 నాటికి హాట్ మెయిల్ ప్రపంచంలోని వెబ్ మెయిల్ అన్నిటిలోనూ – 360 మిలియన్ కు మించిన వినియోగదారులతో – అత్యున్నత సఫలత సాధించింది.

మహద్గమనం

అసాధారణ ఫలితాలకు మహదాలోచన అత్యవసరం. సఫలత కార్యాచరణ కోరుతుంది. కార్యాచరణకు ఆలోచన కావాలి. ఇక్కడే ఉన్నది కిటుకు –పెద్ద ఆలోచనలతో మెదలైన కార్యాచరణమే తర్వాతి సఫలతకు స్ప్రింగ్ బోర్డ్ అవుతుంది. ఈ రెంటికీ ఉన్న సంబంధం చూడండి. అప్పుడు మీరు ఎంతపెద్ద ఆలోచనలు చెయ్యాలో, వాటి అవసరమేమిటో మీకు అవగత మవుతుంది.

అందుబాటులో ఉన్న సమయం అందరికీ ఒకటే. శ్రమ కేవలం శ్రమే. తత్ఫలితంగా మీరు ఏమి సాధిస్తారు అన్నది, మీకు చేతనున్న సమయంలో మీరు ఏమిచేస్తారు అన్నదానిని బట్టి ఉంటుంది. మీరు చేసేపనిని మీ ఆలోచనలు నిర్ణయిస్తాయి. కనుక మీ ఆలోచనలు ఎంత పెద్దవి, అన్నది మీ సఫలతకు లాంచింగ్ ప్యాడ్.

ఇలా ఆలోచించండి. మీ సఫలత ఏ స్థాయిలో ఉన్నా దానికి తగిన చర్య, అది ఎలా చేస్తారు, ఎవరితో కలిసి చేస్తారు అన్నవి అన్వయం కావాలి. ఏమిటి, ఎలా, ఎవరితో అన్న కలయిక మీకు ఒక స్థాయి సఫలత తెచ్చిపెట్టవచ్చు. తర్వాతిస్థాయి

పెద్ద ఆలోచన - పెద్ద చర్య - పెద్ద సఫలత

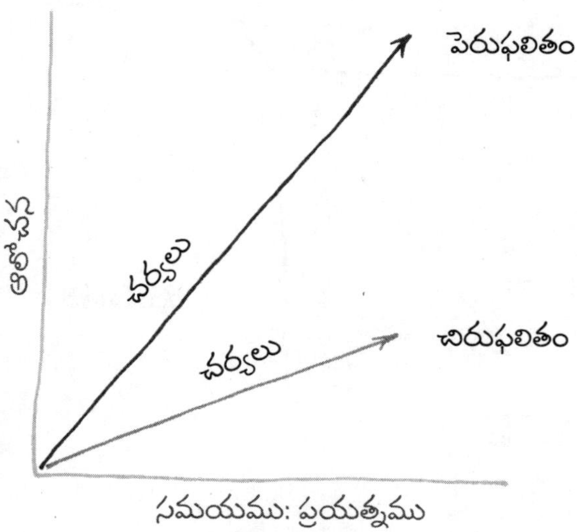

చిత్రం 13 : ఆలోచన చర్యలను కల్పిస్తుంది, చర్యలు ఫలితాలను నిర్ణయిస్తాయి.

సఫలతకు అదే కలయిక పరిణతి చెందదు. ఏ పనైనా ఒకవిధంగా చేసినంత మాత్రాన అది మరొక మేలైన పనికి పునాది కాబోదు. ఒకరితో సంబంధం ఉన్నంత మాత్రాన, మరొకరితో మెరుగైన సంబంధానికి వేదిక కాబోదు. దురదృష్ట వశాత్తూ ఇవి అన్నీ ఒకదాని ననుసరించి మరొకటి రాబోవు. ఒక పని ఒక పద్ధతిలో, ఒక బాంధవ్యంతో చెయ్యటం నేర్చుకుంటే, మీరు మరొకపని ఎంచుకునేవరకూ అది పని చెయ్యవచ్చు. మీరు అంతకుమించి సాధించ దలచినపుడు, ప్రస్తుత సఫలత ఒక పైకప్పు అవుతుంది. దానిని చేదించి పైకి వెళ్ళటం చాలాకష్టం కావచ్చు. ఏతావాతా మిమ్మల్ని మీరు బంధించుకున్నారు. ఇది తప్పించుకోవటానికి సులువైన మార్గం ఉన్నది. మీకు సాధ్యమైనంత పెద్ద స్థాయిలో ఆలోచించండి. అప్పుడు ఒక్కొక్క స్థాయిలో మీరు ఏమి చేస్తారు, ఎలా చేస్తారు, ఎవరితో కలిసి చేస్తారు అన్నది ఆ స్థాయితో ముగుస్తుంది. మీరు ముందుకు కదులుతారు. అప్పుడు పైన చెప్పిన బంధనం మీకు ఎన్నడూ అడ్డురాదు.

తమ ఉద్యోగం, వ్యాపారము 'పునరారంభం' చేస్తున్నామని చెప్తున్నారంటే, ఈ చిన్న పెట్టెలే కారణం.ఇవాళ మీరు చేసే పని రేపటికి మీకు ప్రగతికారకం కావచ్చు, లేదా ప్రతిబంధకం కావచ్చు. మీ తదుపరి సఫలతకు వేదిక కావచ్చు, లేదా మిమ్మల్ని ఉన్నచోటనే బంధించివేసే బోను కావచ్చు.

మీ పెట్టె ఎంత పెద్దది?

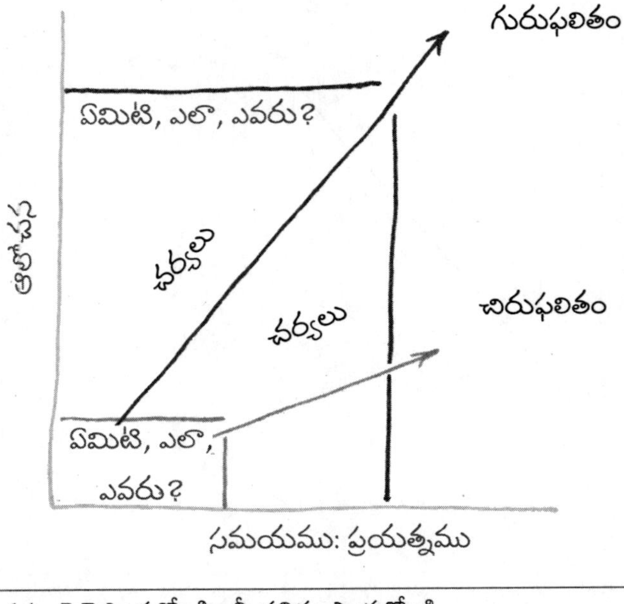

చిత్రం 14 : పెట్టె ఎంచుకోండి– మీ ఫలితం ఎంచుకోండి

ఇవాళ, రేపు కూడా అసాధారణ ఫలితాలు సాధించటానికి పెద్దఆలోచన మంచి అవకాశం ఇస్తుంది.అర్థర్ గినెస్ తన స్వంత సారాయిబట్టీ స్థాపించినపుడు ఆయన 9000 సంవత్సరాల గుత్తకు ఒడంబడిక వ్రాశారు. జె కె రౌలింగ్ హ్యారీ పాటర్ కథ ఆలోచించినపుడు, ఏడు పుస్తకాలలో మొదటి పుస్తకం మొదటి అధ్యాయం మొదలు పెట్టబోయే ముందు, ఆమె పెద్ద ఆలోచన చేసి, హాగ్ వర్ట్స్ లో ఏడు సంవత్సరాలు గడిపినట్లు ఊహించుకున్నారు. వాల్ మార్ట్ ఆరంభించక పూర్వం శాం వాల్టన్ తన వ్యాపారాన్ని చాలా పెద్దస్థాయిలో ఊహించుకున్నారు. అందుకు తగినట్లు, ఎస్టేట్ టాక్స్ తగ్గించుకోవటానికి తన ఎస్టేట్ ప్లాన్ కూడా సిద్ధం చేశారు. ఆ బృహత్ స్థాయి చేరక మునుపే ఆయన దూరాలోచనవల్ల ఆయన సుమారు 11 నుంచి 13 బిలియన్ డాలర్ల ఎస్టేట్ టాక్స్ ఆదా చేశారని అంటారు. వాల్–మార్ట్ ప్రపంచంలోని మహా సంస్థలలో ఒకటి. ఆ సంస్థ చేతులు మారేటపుడు దాదాపు టాక్స్ ఫ్రీ గా మారిందంటే అందుకు ఆదినుంచే ఎంతో ముందు ఆలోచన ఉండిఉండాలి.

'నిచ్చెన మెట్లు
విశ్రాంతి కోసం కాదు.
మరొక మెట్టు ఎక్కటానికి
అనువైనంత కాలం కాలు
ఉంచటానికి మాత్రమే."

– థామస్ హెన్రీ హక్స్లే

మహదాలోచన ఒక్క వ్యాపారానికే పరిమితం కాదు. క్యాన్డేస్ లైట్నర్ కుమార్తె ఒక కారు ప్రమాదంలో మరణించింది. తాగి ఉన్న ఒక డ్రైవర్ ఆ కారుప్రమాదానికి కారణం. 1980 లో ఆమె మదర్స్ ఎగేన్స్ట డ్రంక్ డ్రైవింగ్ అన్న పేరున ఒక సమాజం స్థాపించారు. ఈనాడు MADD 300,000 పైగా ప్రాణాలు కాపాడింది.1998 లో ఆరేళ్ళ వయసులో ర్యాన్ హ్రేల్జాక్ తన టీచర్ చెప్పిన కథలవల్ల, ఆఫ్రికాకు శుభ్రమైన నీటిని సరఫరా చెయ్యాలని ఉత్తేజితుడయాడు. ఆయన ర్యాన్స్ వెల్ అనే సంస్థ స్థాపించి 16 దేశాలలో సుమారు 750,000 మంది ప్రజలకు పరిశుభ్రమైన నీటిని సరఫరా చేస్తున్నారు. హోటళ్ళలో ప్రతిరోజూ కొత్త సోప్ పెట్టటం అందరికీ తెలిసిన విషయమే. అందులో జరుగున్న వ్యర్థాన్నీ, దాగి ఉన్న విలువనూ డెరెక్ కయోన్గో గుర్తించారు. 2009 లో ఆయన 'గ్లోబల్ సోప్ ప్రాజెక్ట్' సృష్టించారు. దాని ద్వారా ఆయన 21 దేశాలలో సుమారు 250,000షోప్ బార్లు సప్లై చేశారు. పేద పిల్లల చేతులు కడగటానికి ఆ సోప్ ఉపయోగపడింది.

పెద్ద ప్రశ్నలు అడగాలంటే భయం వేస్తుంది. మొదట్లో గురులక్ష్యాలు అందవేమో ననిపిస్తుంది. కాని ఆదిలో అసాధ్యం అనిపించిన పనులు ఆరంభించి ఆ తర్వాత

మీరు అనుకున్నదానికంటే అవి చాలా సులువు అని ఎన్ని సార్లు గ్రహించి ఉంటారు? కొన్నిపనులు మనం అనుకున్నదానికంటే సులువుగా ఉంటాయి. మరికొన్ని చాలా కష్టతరంగా కూడా ఉండవచ్చు. కనుకనే ఘనవిజయాలు సాధించాలని బయలుదేరినపుడు ఆ పయనంలో మీరు ఎదుగుతారని గ్రహించటం ముఖ్యం. గురుతరమైన పనులకు ఎదుగుదల కావాలి. అక్కడికి చేరేసరికి మీరు మానసికంగా ఎదిగి ఉంటారు. దూరాన్నించి మహాపర్వతంలాగా కనిపించిన పని చేరువ అయ్యేసరికి చిన్నగుట్టలా దర్శన మిస్తుంది. అప్పటికి ఎదిగి ఉన్న మీతో పోలిస్తే అది చిన్నదే. ప్రస్తుతం మీ ఆలోచన, మీ నైపుణ్యాలు, మీ బాంధవ్యాలు, సాధ్యాసాధ్యాల విషయంలో మీ ఆలోచన, ఆ పయనంలో ఎదుగుదలకు ఏమి కావాలి, ఈ అన్నిటిలోనూ మీరు ఎదిగి ఉన్నారు.

పెద్ద పనుల అనుభవంతో మీరు పెద్దవారవుతారు.

పెద్ద వ్యవహారం

క్యారోల్ ఎస్ డ్వెక్, శ్టాన్ఫర్డ్ యూనివర్సిటీలో మానసిక శాస్త్రవేత్త. మన చర్యల మీద స్వీయభావన ప్రభావం గురించి ఆమె నాలుగు దశాబ్దాలుగా పరిశోధన కొనసాగిస్తున్నారు. పెద్దఆలోచన అంతపెద్ద వ్యవహారం ఎందుకు అవుతుందో ఆమె పరిశోధన వల్ల సూక్ష్మదృష్టి కలుగుతుంది.

పిల్లలతో డ్వెక్ జరిపిన పరిశోధనల వల్ల రెండు మనస్తత్వాలు పనిచేస్తున్నాయని తెలిసింది. సాధారణంగా పెద్ద ఆలోచనలు చేసి, ఎదుగుదల అపేక్షించే మనస్తత్వం ఒకటి –అభివృద్ధి మనస్తత్వం. కృత్రిమ హద్దులు ఏర్పరుచుకొని వైఫల్యాన్ని తప్పించుకొనే మనస్తత్వం రెండవది – స్థావర మనస్తత్వం. ఆమె చెప్పే అభివృద్ధి మనస్తత్వంగల విద్యార్థులు నేర్చుకోవటానికి మేలైన పద్ధతులు అనుసరిస్తారు, సుముఖమైన ప్రయత్నం ప్రదర్శిస్తారు, నిస్సహాయతను అరుదుగా అనుభూతి చెందుతారు. ఇంటా బయటా కూడా స్థావర మనస్తత్వంగల విద్యార్థులకంటే ఉన్నతమైన ఫలితాలు సాధిస్తారు. వారు సాధారణంగా జీవితంలో హద్దులు ఏర్పరుచుకోరు. వారికి సంభావ్యశక్తి చేరుకునే అవకాశాలు మెండు. ఈ మనస్తత్వాలు మారవచ్చు, మారుతాయికూడా అంటారు డ్వెక్. అన్ని అలవాట్ల లాగానే, ఆ మనస్తత్వం మీ అలవాటుగా మారేటంత వరకూ మీ మనసును దానికి అంకితం చెయ్యండి.

స్కాట్ ఫర్స్టాల్ తన కొత్త జట్టులోకి మనుషులను ఎంపిక ప్రారంభించారు. ఈ అతిరహస్య ప్రణాళిక "తప్పులు చెయ్యటానికీ, తలమునకలుగా శ్రమ పడటానికీ,

అమితమైన అవకాశాలు కలగ జేస్తుందని, కాని మనం జీవితాంతం గుర్తు ఉంచుకునే సత్ఫలితం సాధించ వచ్చుననీ" ఆయన హెచ్చరించారు. ఈ ప్రవచనం ఆయన కంపెనీలో ఉన్న మహామహులందరికీ విన్పించారు. విన్నవెంటనే అందులోకి దూకిన వారినే ఆయన చేర్చుకున్నారు. ద్వెక్ పుస్తకం చదివిన తర్వాత ఆయన ఆమెతో తను అభివృద్ధి మనస్తత్వాల కోసమే అన్వేషించానని చెప్పారు. ఇదంతా చెప్పటంలో అర్థం ఏమిటి? బహుశ మీలో ఎవరూ ఫర్ట్సాల్ ను గురించి విని ఉండక పోవచ్చు. వారి బృందం ఏమి సృష్టించిందో మీ అందరికీ తెలుసు. యాపుల్ సంస్థలో ఫర్ట్సాల్ సీనియర్ వైస్ ప్రెసిడెంట్. ఆయన కూడగట్టిన బృందమే iPhone సృష్టించింది.

మీ జీవితం బాకా

పెద్ద ఘనతకు ప్రతిరూపం– అసాధారణ ఫలితాలు. ఘనమైన జీవనం వెంటాడండి. అంటే మీకు సాధ్యమైనంత మహోన్నత జీవనం కొనసాగిస్తున్నారన్నమాట. ఘనమైన జీవనం కొనసాగించాలంటే, మీరు ఘనమైన ఆలోచనలు చెయ్యాలి. మీ జీవితమూ, మీరు సాధించే సఫలత ఉన్నతశిఖరాలు చేరుకోగలదనే సంభావ్యతకు మీరు సిద్ధమై ఉండాలి. అవధులులేని సత్కార్యాలు కొనసాగిస్తూ ఉంటే, సఫలత, సంపద సహజంగా వెల్లువలవుతాయి.

పెద్ద అంటే భయపడకండి. సామాన్యత్వాన్ని గురించి భయపడండి. వ్యర్థాన్ని చూసి భయపడండి. మీ అవధులమేరకు జీవించలేక పోతున్నారని భయపడండి. పెద్దవాటిని గురించి భయపడుతున్నామంటే తెలిసో తెలియకో దానికి విరుద్ధంగా పనిచేస్తాం. చిరుఫలితాలు, చిరుఅవకాశాల దిశగా పరుగులు తీస్తాం, లేదా పెద్దవాటికి దూరంగా పారిపోతాం. ధైర్యము అంటే భయం లేకపోవటం కాదు. భయాన్ని అధిగమించటం. అలాగే పెద్ద ఆలోచన అంటే సందేహాలు లేకపోవటం కాదు. వాటిని అధిగమించి ముందుకు సాగటం. ఘనమైన జీవనమే మీ వృత్తిలో, వ్యక్తిగత జీవితంలో సంభావ్య అనుభవాలను రుచి చూపుతుంది.

బృహత్ భావాలు

1. **పెద్ద ఆలోచన.** "తర్వాత ఏం చెయ్యాలి?" అనే ఆలోచనాక్రమం వదిలిపెట్టండి. మహా అయితే సఫలతకు ఇది నిదానంగా వెళ్ళే చిన్నసందు. పెద్దప్రశ్నలు అడగండి. జీవితంలో ప్రతిచోట రెండింతలు చెయ్యటం ఒక బండ పద్ధతి. మీ లక్ష్యం పది అయితే, "20 చేరుకోవటం ఎలా?" అని ప్రశ్నించండి. మీ లక్ష్యం మీకు కావలసిన దానికంటే బాగా దూరాన ఉంచండి. అప్పుడు మీ ప్రణాళిక నిస్సందేహంగా మిమ్మల్ని లక్ష్యానికి చేర్చుతుంది.
2. **మెనూ నుంచి ఆర్డర్ చెయ్యకండి.** 1997 లో యాపుల్ విడుదల చేసిన ప్రచార ప్రకటన ప్రఖ్యాతి చెందింది. "థింక్ డిఫరెంట్" అని దాని శీర్షిక. అందులో ఆలీ, డైలాన్, ఐన్ స్టైన్, హిచ్ కాక్, పికాసో, గాంధీ వంటి మహామహులు ఉన్నారు. వారంతా "వస్తువులను భిన్నంగా చూశారు" అంతేకాక, మనకు తెలిసిన ఈ ప్రపంచాన్నే మార్చివేశారు. ఇక్కడ ముఖ్య విషయం ఏమిటంటే వారు ఎదట ఉన్న ఐచ్ఛికాలలో ఒకదానిని ఎంచుకోలేదు. మరెవరూ ఊహించని ఫలితాన్ని వారు ఊహించారు. వారు 'మెనూ' ను పట్టించుకోలేదు. వారు తలుచుకున్నవి ఆర్డర్ చేశారు. "ఈ ప్రపంచాన్ని మార్చగలము అన్న పిచ్చి ఉన్నవారే ఆపని చేస్తారు." అని ఆ ప్రకటన మనకు గుర్తు చేస్తుంది.
3. **ధైర్యంగా ప్రవర్తించండి.** ధైర్యమైన కార్యాచరణ లేకపోతే ఎంత పెద్ద ఆలోచనలు ఉన్నా ప్రయోజనం శూన్యం. మీరు ఒక పెద్ద ప్రశ్న అడిగిన తర్వాత,ఆ ప్రశ్నకు జవాబు దొరికితే జీవితం ఎలా ఉంటుందో ఊహించటానికి ఒక్క క్షణం ఆగండి. మీ ఊహకు అందకపోతే, వెళ్లి అలా సాధించినవారిని గమనించండి. ఆ జవాబు కనుగొన్నవారి నమూనాలు, వ్యవస్థలు, అలవాట్లు, బాంధవ్యాలు ఏమిటి, ఎలా ఉన్నాయి? మనం అందరమూ వేరు వేరు వ్యక్తులం అని నమ్మినట్లే, ఇతరులకు నిరంతరము ఫలితాలు ఇచ్చే పద్ధతి మనకూ ఫలితాలు ఇస్తుంది.
4. **వైఫల్యానికి భయపడకండి.** అసాధారణ ఫలితాలకు మీ పయనంలో సఫలత లాగానే ఇదీ ఒక అంశం. పురోగామి మనస్తత్వం అలవరుచుకోండి. అది మిమ్మల్ని ఎక్కడికి తీసుకు పోతుందోనని భయపడకండి. అసాధారణ ఫలితాలు అసాధారణ సఫలత మీదనే కాదు, వైఫల్యం మీద కూడా అధారపడుతాయి. ఆ మాటకు వస్తే, సఫలతా మార్గంలో మనం

విఫలమవుతాము అని చెప్పటం సబబు. మనం విఫలమయినపుడు, అక్కడ ఆగి సఫలత సాధించటానికి ఏమి చెయ్యాలో తెలుసుకుంటాము, చేసిన తప్పులు తెలుసుకుంటాము, ఎదుగుతాము. విఫలమవటానికి భయపడకండి. శిక్షణాక్రమంలో దానినికూడా ఒక అంశంగా అంగీకరించండి. మీ సంభావ్య శక్తి చేరుకోవటానికి శ్రమించండి.

అల్పమైన ఆలోచనలతో మీ జీవితాన్ని చిన్నబుచ్చకండి. మహదాలోచన చెయ్యండి, లక్ష్యాలు ఉన్నతం చెయ్యండి, ధైర్యంగా కార్యాచరణకు దిగండి. మీ జీవితాన్ని ఎంత మహత్తరంగా చెయ్యగలరో చూడండి.

భాగం 2

నిజం

ఉత్పాదనకు సరళ మార్గం

ఈ ప్రపంచం పట్ల
మీ వ్యాఖ్యానం జాగ్రత్త.
అది అలాగే ఉంటుంది."
– ఎరిక్ హెల్లర్

విప్పిన పిడికిలి

అబద్ధపు సఫలతలతో జీవించటానికి ప్రయత్నించి నేను చాల సంవత్సరాలు బాధ అనుభవించాను.

అన్నీ సమానమేనన్న ఉద్దేశంతో నా ఉద్యోగజీవితం మొదలుపెట్టాను. అంతా సాధించాలనే ప్రయత్నంలో ఒకేసారి ఎంతో చెయ్యటానికి ప్రయత్నించాను. నిస్పృహతో చివరికి నాకు సఫలత సాధించే క్రమశిక్షణగాని, మనోబలంగాని ఉన్నదా అని అనుమానం మొదలయింది. నా జీవితం గాడి తప్పింది. అప్పుడు ఘనమైన జీవితం జీవించటానికి ప్రయత్నం సబబు కాదేమోనని పించింది. సాధ్యంకాని స్థాయిలో జీవించటానికి ప్రయత్నిస్తే, మీరుఒక నిమ్నస్థితికి లోనవుతారు.

నేను ఆ నిమ్నస్థితికి లోనయ్యాను.

అంతా సఫలం కావాలనే ప్రయత్నంలో నేను ఇంకా ఇంకా కష్టపడి పనిచెయ్యసాగాను. సఫలతకోసం ఇంకా ఇంకా పట్టుబట్టి పనిచెయ్యసాగాను. చేశాను కూడా. జీవనయానం ఇలాగే ఉంటుందనుకున్నాను – దవడలు బిగబట్టి, పిడికిళ్ళు

బిగబట్టి, పొట్ట బిగబట్టి, చివరకు అంతా బిగబట్టి! ఊపిరి బిగబట్టి, ఒళ్లంతా బిగదీసి, ముందుకువంగి అబద్ధాలు నమ్మి ఆ ప్రకారం జీవించటానికి సతమమవుతూ ఏకాగ్రత, తీక్షణత అంటే అదే ననుకున్నాను. ఆ పద్ధతి పనిచేసింది కాని నన్ను ఆసుపత్రికి చేర్చింది.

నా మాట, దుస్తులు, నా నడక అన్నీ సఫలత ప్రతిఫలించాలని అనుకున్నాను. అది నేను కాదు. కాని అనుకున్నవి సాధించటానికి నేను ఏదయినా చెయ్యటానికి సిద్ధం అయ్యాను. మీరు ఎలా కనిపించ దలుచుకున్నారో, అలాగే దర్శనం ఇవ్వాలన్న సూచన నేను అక్షరాలా పాటించ సాగాను. ఆ పద్ధతి బాగానే పని చేసింది. కాని కొంతకాలానికి సఫలత నటన తో నాకు విసుగు వేసింది.

తెల్లవారక మునపే నిద్ర లేచేవాడిని. ఉత్తేజకరమైన పాటలు, సంగీతము వింటూ ఉత్తేజం పొందటానికి ప్రయత్నించేవాడిని. అందరికంటే ముందుగా పని ఆరంభించేవాడిని. ఈ ఆలోచనతో నిండిపోయి, ఊరంతా నిద్ర పోతుండగానే నేను ఆఫీసుకు బయలుదేరేవాడిని. అందరికంటే ముందు నా డెస్క్ చేరుకునేవాడిని. ఈ పోరాటంలో జీవితంలో ఎదగాలనే తృష్ణ, సాధన అంటే ఇవేననే భావనలోకి దిగాను. ఉదయం 7.30 గంటలకు స్టాఫ్ మీటింగ్ పెట్టేవాడిని. 7.31 కి తలుపులు మూసి ఆలస్యంగా వచ్చేవారికి ప్రవేశం లేకుండా చేసేవాడిని. కొన్ని నేను అతిగా చేశాను. కాని, సఫలత సాధించటానికీ, ఇతరులను సఫలత దిశగా ముందుకు తొయ్యటానికీ ఇదే మార్గమని నమ్మేవాడిని. ఈ పద్ధతి కూడా పనిచేసింది. కాని అది నన్ను పీల్చి పిప్పిచేసింది. మిగతావాళ్ళని తరిమికొట్టింది. నా లోకాన్ని కూలదోసింది.

ప్రతిరోజూ ఉదయం సాధ్యమయినంత పట్టుదలతో మొదలుపెట్టటం, భగభగలాడే మంటలు పుట్టేటంత కసరత్తు చెయ్యటం, అప్పుడు తలుపులు చేరుకొని బయటపడి, పరుగెత్తి, ప్రపంచం మీద విరుచుకు పడటం, సొమ్మసిల్లి పడిపోయేటంతవరకూ ఇలా కొనసాగటం సఫలతకు ఇదే రహస్యం అని అనుకోసాగాను.

ఇదంతా చేసినందువల్ల ఏం జరిగింది? అది నాకు సఫలత సాధించి పెట్టింది. అది నాకు జబ్బుకూడా తెచ్చిపెట్టింది. చివరకు సఫలత అంటే రోత పుట్టేలా చేసింది.

మరి నేనేం చేశాను? అబద్ధాలన్నిటినీ గోతిలో పాతిపెట్టాను. అభిముఖ దిశలో నడక సాగించాను. నేను అనామక, అసాధకుల బృందంలో చేరాను. సఫలత సాధిస్తాయని చెప్పిన వ్యూహాలన్నిటికీ విరుద్ధంగా పయనించాను.

మొట్టమొదటిగా నేను పట్టు సడలించాను. పిడికిళ్ళు విడిచాను. శరీరం ఘోష వినసాగాను. నిదానించాను. చల్లబడ్డాను. ఆ తర్వాత నేను టి షర్ట్, జీన్స్ వేసుకొని ఉద్యోగానికి వెళ్ళసాగాను. ఎవరేమంటారో చూద్దామని చుట్టూ చూశాను. ఆ భాష, వైఖరి మానేసి నేను నేనుగా ప్రవర్తించ సాగాను. నా కుటుంబంతో కలిసి ఉదయం బ్రేక్ ఫాస్ట్ చెయ్యసాగాను. శారీరకంగాను, మానసికంగానూ నేను మామూలు మనిషినయ్యాను. అలాగే కొనసాగాను. ఆఖరుకు నేను పని తక్కువ చెయ్యసాగాను. అవును, తక్కువ పని!ఉద్దేశపూర్వకంగా, అర్ధయుక్తంగా తక్కువ పని చెయ్యసాగాను! ఎప్పటికంటే విశ్రాంతిగా ఉన్నాను. హాయిగా ఊపిరి పీల్చుకుంటున్నాను. కులాసాగా ఉన్నాను. ఇప్పుడు నేను సఫలతా సూత్రాలు సవాలు చెయ్యసాగాను. ఏమయిందో తెలుసా? నేను కన్న కలలను మించిన సఫలత సాధించాను. జీవితంలో ఎన్నడూ అనుభవించని ఆనందానుభూతి చెందాను.

నేను కనుక్కున్నవిషయాలు: మనం అతిగా ఆలోచిస్తాం, అతిగా ప్లాన్ చేస్తాం, మన ఉద్యోగాలను, వ్యాపారాలు, జీవితాలు శల్యపరీక్ష చేస్తాం. ఆఫీసులో గంటలకొద్దీ పనిచెయ్యటం సుగుణమూ కాదు, ఆరోగ్యకరమూ కాదు. ఉదయం నుంచి సాయంత్రందాకా పనిచేసినందువల్ల కాకపోయినా, మనం సాధారణంగా సఫలత సాధిస్తాం. సమయపాలన మనకు చేతగాని విషయమని కనుక్కున్నాను. మనం చేసే పనులు అన్నీ సఫలతకు కీలకం కావని, సవ్యంగా చేసిన కొన్నిపనులేననీ గ్రహించాను.

ఎప్పటికప్పుడు సమంజసంగా ప్రవర్తించటమే సఫలత అని నేను నేర్చుకున్నాను. “ప్రస్తుతం నేను ఇక్కడే ఉండాలి. ప్రస్తుతం నేను చెయ్యవలసిన పని సరిగ్గా ఇదే.” అని మీరు చెప్పగలిగితే, మీ జీవితంలో పరమాద్భుత సాధ్యాలన్నీ సాధ్యమవుతాయి.

అన్నిటికంటే ముఖ్యంగా అసాధారణ ఫలితాలవెనక ఉన్న అత్యంత సరళసత్యం ఆ ఏకైక విషయం మాత్రమే.

10 ముఖ్యమైన ప్రశ్న

"చెత్త అంతా ఊడ్చేసి, ముఖ్యమైన విషయం మీద మనసు లగ్నం చేయటానికి ఒక కళ ఉన్నది. అది సరళం. ఒకరినుంచి మరొకరికి బదిలీ చెయ్యవచ్చు. మరొక మార్గం అనుసరించటానికి ధైర్యం కావాలి అంతే."

– జార్జ్ యాన్డర్స్

1885 జూన్ 23న పిట్స్‌బర్గ్ (పెన్సిల్వేనియా) లో కర్రీ కమ్మర్షియల్ కాలేజ్ విద్యార్థులను ఉద్దేశించి యాన్డ్రూ కార్నెగీ ప్రసంగించారు. ఆయన వ్యాపారం ఉచ్చదశలో ఉన్నపుడు కార్నెగీ స్టీల్ కంపెనీ ప్రపంచం అంతటిలోను అత్యంత భారీ పరిశ్రమ కావటంతోబాటు అత్యంత లాభదాయకమైన పరిశ్రమ. ఆయన జాన్ డి రాక్ ఫెల్లర్ తర్వాత ప్రపంచంలోని అత్యంత ధనికుల్లో రెండవస్థానం ఆక్రమించారు. ఆనాటి ఆయన ప్రసంగం "వ్యాపార సఫలతకు మార్గం" అన్న విషయం మీద. అందులో ఆయన సఫలత సాధించిన వ్యాపారవేత్త గా తన జీవితం చెబుతూ ఇచ్చిన సలహా:

> మీ శక్తిసామర్థ్యాలు, ఆలోచన, పెట్టుబడి అంతా మీ వ్యాపారం మీద కేంద్రీకరించండి సఫలతకు అదే అతి ముఖ్యనియమం. ఒక బాటన నడక మొదలుపెట్టిన తర్వాత, ఆ బాటనే విజయం సాధించాలనే దృఢ సంకల్పం చెయ్యాలి, అందులోనే ముందుకు సాగాలి. అక్కడే సాధ్యమైనంత అభివృద్ధి చెయ్యాలి, అత్యుత్తమమైన యంత్రాంగం ఉండాలి, దాన్ని గురించి అంతా తెలుసుకొని ఉండాలి. తమ మూలధనాన్ని నలువైపులా వెదజల్లిన సంస్థలే

> విఫలమవుతాయి. అంటే వారి మేధస్సులు కూడా అలాగే చెల్లాచెదరుగా ఉన్నాయన్నమాట. వారి పెట్టుబడులు ఇక్కడా, అక్కడా, దానిమీద, దీనిమీద, దేనిమీద అంటే దానిమీద చెదురుమదురుగా ఉన్నాయన్నమాట. "అన్ని గుడ్లూ ఒకేబుట్టలో పెట్టవద్దు" అన్న సామెత తప్పు. "మీ గుడ్లు అన్నీ ఒకే బుట్టలో పెట్టండి. ఇప్పుడు ఆ బుట్టను కాపాడండి అంటాను నేను. మీ చుట్టూ గమనించి చూడండి. ఆ పని చేసేవారు తరుచూ విఫలం కారు. ఒక బుట్టను జాగ్రత్తగా చూసుకోవటం దానిని మోసుకుపోవటం సులువైన పని. ఈ దేశంలో చాలా గుడ్లు పగిలిపోవటానికి కారణం చాలా బుట్టలు మోసుకు వెళ్ళే ప్రయత్నమే.

మరి, ఏ బుట్ట ఎత్తుకోవాలో ఎలా తెలుస్తుంది? ముఖ్యమైన ప్రశ్న.

కార్నెగీ చెప్పింది మార్క్ ట్వేన్ ఆమోదిస్తారు. ఆయన ఇలా వర్ణించారు:

> మొదలు పెట్టటమే, పురోగమించటానికి రహస్యం. కలగాపులగంగా, క్లిష్టంగా, తలమునకలుగా ఉన్న పనులన్నిటినీ సాధించటానికి అనువైన చిన్నచిన్న పనులుగా విడదీసి, మొదటిదానితో మొదలు పెట్టటమే శుభ ఆరంభానికి రహస్యం.

మరి ఇప్పుడు మొదట చేపట్టవలసిన ఆ పని ఏమిటి? మరొక ముఖ్య ప్రశ్న.

ఈ ఇద్దరు మహామహులూ తమ సలహాను ఒక రహస్యం" అన్నారు, గమనించారా! అతి అంత రహస్య మనుకోను. ఆ విషయం కొందరికి తెలుసు కాని వారు దానికి తగిన ప్రాముఖ్యత ఇవ్వరు" వెయ్యి మైళ్ళ ప్రయాణం మొదటి అడుగుతో మొదలు కావాలి." అన్న చైనీస్ సామెత దాదాపు అందరూ వినే ఉంటారు. ఇది నిజమా కాదా అని విచారించటానికి వారు ఎన్నడూ ఒక్క క్షణంకూడా ఆగరు. అప్పుడు ఆ మొదటి అడుగు తప్పటడుగు అవుతుంది. అప్పుడు వారి ప్రయాణం వారి గమ్యం నుంచి రెండువేల మైళ్ళ దూరం జరగవచ్చు. పైన చెప్పిన ముఖ్య ప్రశ్న వల్ల మొదటి అడుగు తప్పటడుగు కాకుండా సాయపడుతుంది.

జీవితం ఒక ప్రశ్న

"మనకు కావలసింది సమాధానం అయినప్పుడు, ప్రశ్నమీద ఏకాగ్రం చెయ్యటం ఎందుకు?" అని మీ ప్రశ్న కావచ్చు. అది సరళం. ప్రశ్నలనుంచే కదా సమాధానాలు వచ్చేది? ఆ సమాధానం నాణ్యత, ప్రశ్న నాణ్యతనుబట్టి ఉంటుంది. తప్పు ప్రశ్న అడిగితే, సమాధానం కూడా తప్పే అవుతుంది. సరయిన ప్రశ్నకు సరయిన సమాధానం వస్తుంది. అమిత ప్రబలమైన ప్రశ్నకు వచ్చే సమాధానం జీవితాన్నే మార్చివేయవచ్చు.

"వారి సమాధానాలను బట్టి కాక, వారి ప్రశ్నలనుబట్టి ఒకవ్యక్తిని తీర్మానించండి." అంటారు వోల్టేర్. "మంచిప్రశ్నలోనే సగం జ్ఞానం ఉన్నది." అంటారు సర్ ఫ్రాన్సిస్ బేకన్. "ప్రశ్నించగలిగే శక్తి మానవప్రగతికి మూలం" అంటారు ఇందిరా గాంధీ. ఘనమైన సమాధానాలకు ఘనమైన ప్రశ్నలే శీఘ్రమార్గం. ప్రతిఒక్క పరిశోధకులు, ఆవిష్కర్తలు తమ అన్వేషణ ఒక పరివర్తకమయిన ప్రశ్నతో మొదలు పెడతారు. విజ్ఞానశాస్త్ర పద్ధతి ఈ ప్రపంచాన్ని గురించిన ప్రశ్నలు సిద్ధాంతరూపంలో అడుగుతుంది. ఈనాడుకూడా అత్యున్నత హార్వర్డ్ లా–స్కూల్ నుంచి కిండర్ గార్డెన్ వరకూ 2000 ఏళ్ళనాటి సోక్రటిస్ – ప్రశ్నలద్వారా బోధన - పద్ధతినే అవలంబిస్తున్నారు. ప్రశ్నలు మన కీలకమయిన ఆలోచనాశక్తిని ఆకట్టుకుంటాయి. ప్రశ్నలు అడగటంవల్ల నేర్చుకోవటము, కార్యసాధన 150 శాతం మెరుగుపడతాయని పరిశోధనలు చెబుతాయి. అటువంటపుడు "కొన్నిసమయాలలో సమాధానాలకంటే, ప్రశ్నలే ముఖ్యం అవుతాయి." అన్న నాన్సీ విల్లర్డ్ తో వాదించటం కష్టసాధ్యమయిన విషయం.

ఈ ప్రశ్నల శక్తికి నేను యవ్వనంలో ఉన్నపుడు కళ్ళు తెరిచాను. నేను చదివిన ఒక పద్యం నన్ను చాలా ప్రభావితుడిని చేసింది. ఆనాటినుంచి ఆ పద్యం నాతోనే ఉంటున్నది.

నా జీతం

జె బి రిట్టేన్ హౌస్

ఒక్క పెన్నీ కోసం జీవితంతో బేరమాడాను
జీవితం అంతకుమించి ఇవ్వలేదు
సాయం సమయం ఎంత బతిమాలినా
నా ఖాళీ భాండారం లెక్కచూసి

జీవితం ఒక యజమాని – కేవలం
మీరడిగింది ఇస్తుంది
ఒకసారి జీతం మీరడిగాక
మీరు పనిభారం భరించక తప్పదు

నేను ఒక కూలికి పనిచేశాను
ఆశ్చర్యం – నాకు తెలిసింది
జీవితాన్ని ఎంతజీతం అడిగినా
జీవితం మనస్ఫూర్తిగా చెల్లించేది.

చివరి రెండు లైన్లు పునరావృతం చెయ్యవచ్చు: “నేను ఎంత జీతం అడిగినా, జీవితం మనస్ఫూర్తిగా చెల్లించి ఉండేది.” జీవితమే ఒక ప్రశ్న అనీ, దానికి మన జీవనమే సమాధానం అనీ నేను గ్రహించినపుడు, నా జీవితంలో మహోత్తమ క్షణం ఆవిర్భవించింది. మనం మనల్ని అడిగే ప్రశ్నల నిర్మాణం సమాధానాలు నిర్ణయిస్తుంది. అదే మన జీవనం అవుతుంది.

సరయిన ప్రశ్న సదా తోచకపోవటమే ఇక్కడ సవాలు. మనకు కావలసిన వస్తువులన్నీ ఎలా, ఏమిటి అన్న సూచనలతో, ఒక దిక్సూచితో రావు. కనుక సరయిన ప్రశ్న నిర్మాణమే ఒక కష్టసాధ్యమయినసమస్య. ఆ స్పష్టత మనలోనుంచి వెలువడాలి. మన పయనాలు మనమే ఊహించుకోవాలి, అందుకు తగిన మ్యాప్ మనమే తయారుచేసుకోవాలి, ఆ తర్వాత దిక్సూచి కూడా మనమే సృష్టించుకోవాలి అనిపిస్తుంది. మనకు కావలసిన సమాధానాల కోసం మనం సరయిన ప్రశ్నలు సృష్టించాలి.ఆ పని మనవల్లనే జరగాలి. మరి ఇది ఎలా సాధ్యం? మిమ్మల్ని అసామాన్య సమాధానాలకు చేర్చే అసామాన్య ప్రశ్నలు సృష్టించటం ఎలా?

మీరు ఒకే ప్రశ్న అడగాలి: కేంద్రీకృతమయిన ప్రశ్న,ముఖ్యాతిముఖ్యమైన ప్రశ్న

అసామాన్య జీవనం కలగన్నవారు, అందుకు అసామాన్య మార్గం అనుసరించక తప్పదని గ్రహిస్తారు. ఇక్కడ కేంద్రీకృతమయిన ప్రశ్న ఆ అసామాన్య మార్గం. దారీతెన్నూ తెలియని ఈ ప్రపంచంలో అసాధారణ ఫలితాలు ప్రసాదించే అతీవమయిన సమాధానాలకు ఒక సరళ సూత్రం ఉన్నది.

నేను ఏ ఒకే ఒక్క పని చేస్తే,
మిగిలినదంతా సులువు లేదా
అనవసరము అవుతుంది?
ఇప్పుడు ఆ ఒక్క పని ఏమిటి?

ఆ కేంద్రీకృతమయిన ప్రశ్న చెప్పరానంత సులువు. అయితే దానిని నిశితంగా పరిశీలించని వారందరూ దాన్ని పట్టించుకోరు. కాని, అదే పొరబాటు. కేంద్రీకృతమయిన ప్రశ్న మీ చేత చిన్నప్రశ్నలు (పెద్ద సమాధానాల కోసం పయనంలో ప్రస్తుతం నేను ఏమిచెయ్యాలి? లక్ష్యం ఎక్కడ ఉన్నది?) పెద్ద ప్రశ్నలు (నేను ఎక్కడికి వెళ్తున్నాను? నేను ఏ లక్ష్యానికి ప్రయత్నం చెయ్యాలి?) అన్నిటికీ సమాధానాలు ఇప్పిస్తుంది.

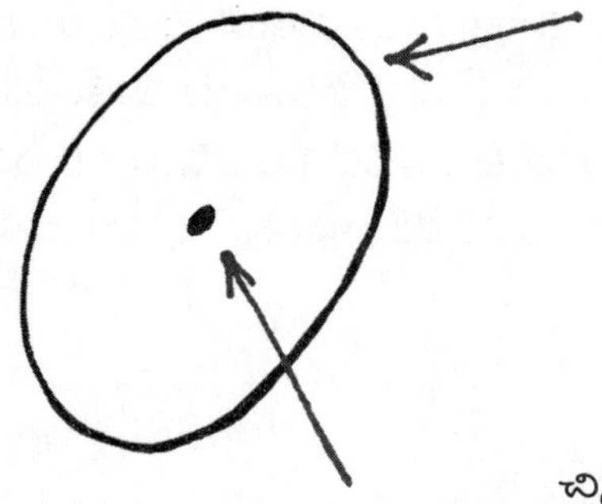

చిత్రం 15 : పెద్ద బొమ్మ మ్యాప్, చిన్న బొమ్మ దిక్సూచి వెరసి కేంద్రీకృత ప్రశ్న

అది మీ బుట్ట ఎలా ఉండాలో చెప్పటమేగాక, అది అమర్చుకోవటానికి మీ మొదటి అడుగు ఏమిటో చెబుతుంది. అది మీ జీవితం ఎంత ఉన్నతం కాగలదో చూపటమేగాక అక్కడికి చేరటానికి మీరు ఎంత చిన్నవారు కావాలో కూడా చూపుతుంది. అందులో మీ పెద్దబొమ్మకు మ్యాపుతో బాటు తర్వాతి మీ చిన్నఅడుగులకు దిక్సూచికూడా అవుతుంది.

అసాధారణ ఫలితాలు యాదృచ్ఛికాలు కావు. అవి మన ఎంపికలు, మన చర్యల కారణంగా ఫలిస్తాయి. కేంద్రీకృతప్రశ్న బలవంతంగా మీచేత ఒక నిర్ణయం చేయిస్తుంది. సఫలతకు ఆ నిర్ణయమే అత్యావశ్యకం. తద్వారా మీ ఎంపికలు, చర్యలు కూడా అత్యుత్తమస్థాయిలో ఉంటాయి. కాని ఆ నిర్ణయం ఏదో ఒక నిర్ణయం కాదు. అత్యుత్తమ నిర్ణయం చేసేలా మిమ్మల్ని ప్రోత్సహించి బలవంత పెడుతుంది. సాధ్యమయిన వాటిని పట్టించుకోదు. ఏది అవసరమో, ఏది ముఖ్యమో ఆ దిశగా మిమ్మల్ని ముందుకు తోస్తుంది.

అది మిమ్మల్ని మొదటి డామినో దగ్గరికి చేరుస్తుంది.

అత్యుత్తమమైన రోజు, నెల, సంవత్సరము, లేదా అత్యుత్తమ ఉద్యోగ అన్వేషణలో సరయిన దారిన నడవాలంటే, మీరు ఆ కేంద్రీకృత ప్రశ్న అడుగుతూనే ఉండాలి. అది మళ్ళీ మళ్ళీ అడగండి. ప్రాముఖ్యత క్రమక్రమంగా పెరిగే పనులు మీకు వరుసగా అప్పజెబుతూ ఉంటుంది. మీరు దానిని అడిగిన ప్రతిసారీ తర్వాతి ప్రముఖ కర్తవ్యం మీకు తెలుస్తుంది. ఈ పద్ధతిలోఉన్న శక్తి ఏమిటంటే ఒకదానిని మించిన

మరొక పని సాధించటానికి మీరు సంసిద్ధులవుతున్నారు. మీరు మొదటిసారిగా సరయిన పని చేసినపుడు, మొదటిసారిగాతగిన మనస్తత్వం, మొదటిసారిగా తగిన నైపుణ్యం, మొదటిసారిగా సరయిన బాంధవ్యం ఎర్పరుచుకుంటారు. కేంద్రీకృతప్రశ్న మూలకంగా మీ చర్యలలో ఒకదానిని మించి మరొకటి మంచి విషయాలు సహజంగా విస్తరిస్తాయి. ఇలా జరిగినపుడు డామినో ఎఫెక్ట్ శక్తి స్వానుభవంలో చూడటానికి మీరు సంసిద్ధులవుతున్నారు.

ప్రశ్న – అంతఃస్వరూపం

కేంద్రీకృత ప్రశ్న సాధ్యమయిన ప్రశ్నలన్నిటినీ ఒకే ప్రశ్నలోకి కుదిస్తుంది. "ఆ పని చేస్తే మిగిలినదంతా సులువు కావాలి, లేదా అనవసరం కావాలి. అందుకు నేను చెయ్యగలిగిన ఆ ఒకే ఒకటి ఏమిటి?"

> **మొదటి భాగం:** "నేను చెయ్యవలసిన ఆ ఒకే ఒకటి ఏమిటి?..."
>
> ఇది కర్తవ్యాన్ని ప్రేరేపిస్తుంది. "ఆ ఒకే ఒకటి ఏమిటి?" అన్న ప్రశ్న అన్నిటిలోనూ ఆ ఒక్కటి ఏదో మీకు చూపుతుంది. ఒక ప్రత్యేక అంశం వైపు మిమ్మల్ని నడిపిస్తుంది. మీరు చాలా విషయాలు మధిస్తూ ఉండవచ్చు. కాని వాటిలో రెండు, మూడు అలా కాక, ఇది ఒక్కటి మాత్రమే సీరియస్ గా చేపట్టాలి. మీ పందెంతో మీరు ఆటలాడలేరు. మీరు ఒకేఒక విషయం చేపట్టాలి. అంతే.

అక్కడ 'చెయ్యవలసిన' అని ఒక పదం ఉన్నది. సాధ్యమయిన కర్తవ్యం చేపట్టాలని అందులో దాగి ఉన్న ఆదేశం. జనం దానిని 'చెయ్యాలి', 'చెయ్యగల..', 'చేస్తాం..' వంటి పదజాలానికి మారుస్తారు. అది కుదరదు. అప్పుడు అందులో లక్ష్యం మారుతుంది. మనంచెయ్యవలిసినవి, చెయ్యగలవి, చేసేవి చాలా ఉన్నాయి. కాని అవి మనం ఎన్నడూ చెయ్యం. 'చెయ్యవలసిన' అన్న పదజాలం మీ సదుద్దేశానికి క్రియారూపం ఇస్తుంది.

> "కాని, ఈ 'చేస్తా, చెయ్యగల, చేసి ఉండాలి..' అన్నీ పారిపోయి 'చేశాను' కు కనపడకుండా దాక్కున్నాయి."
>
> – షెల్ సిల్వర్ స్టైన్

రెండవ భాగం: "... ఆపని చేస్తే ...". ఇక్కడ మీ జవాబుకు ఒక అర్హత ఉండాలని సూచన. ఏదో ఒకటి చెయ్యటానికీ, ఒక ధ్యేయంతో చెయ్యటానికీ మధ్య వారధి. "ఆపని చేస్తే.." అన్న నియమం

మీరు నిశితంగా, సూక్ష్మంగా ఆలోచించి చెయ్యాలని చెబుతున్నది. ఎందుకంటే ఆ "ఒకే ఒకటి" మీరు చేసినపుడు మరేదో జరుగబోతున్నది.

మూడవ భాగం: "...మిగిలినదంతా సులువు లేదా అనవసరం కావాలి..." . "తగిన పొడుగు ఉన్న దండం ఇవ్వండి. నేను ఈ ప్రపంచాన్ని కదిలిస్తాను." అన్నారు ఆర్కిమెడిస్. ఈ చివరి భాగం మీకు చెప్పేది సరిగ్గా అదే. "మిగిలినదంతా సులువు లేదా అనవసరం " కావటమే దండానికి అంతిమ పరీక్ష. అంటే మీరు మొదటి డామినోను కనుక్కున్నారని అది చెబుతున్నదన్నమాట. ఆ ఒక్కటి చేస్తే, మీ లక్ష్యం సాధించటానికి మీరు చెయ్యవలసినదంతా తక్కువ శ్రమతో చెయ్యవచ్చు, లేదా శ్రమ అనవసరం కావచ్చునని చెబుతున్నది. అవసరమయిన పని చేస్తే, ఎన్ని పనులు చెయ్యనక్కరలేదో అని చాలామంది తర్జనభర్జన చేసి తలకిందులవుతూ ఉంటారు. ఈ నియమం మిమ్మల్ని కళ్ళు మూసుకోమని చెప్పి మీ జీవితం సులభతరం చేస్తున్నది. అంతరాయాలు తప్పించుకొని, దండంసాయంతో పని సాధించి మీ జీవితమే మార్చివేస్తున్నది. ఆ సమాధానంలో ఉన్న సంభావ్య శక్తి అది!

కేంద్రీకృత ప్రశ్న మిమ్మల్ని మొదటి డామినో కనుక్కోమని చెబుతున్నది. దానిని పడదోసినదాకా ధ్యాస దానిమీద మాత్రమే, కేవలం దానిమీద మాత్రమే నిలుపుమని చెబుతున్నది. ఒకసారి మీరు ఆపని చేసినతర్వాత, దానివెనక ఉన్న డామినోలు పడిపోవటానికి సిద్ధంగా ఉన్నాయనో లేదా అప్పటికే పడిపోయి ఉన్నాయనో కనుక్కుంటారు.

బృహత్ భావాలు

1. **ఘనమైన ప్రశ్నలు ఘనమైన జవాబులకు దారి తీస్తాయి.** ఘనమైన ప్రశ్న ఒక ఘనమైన జవాబు సాధించటానికి రచించబడింది. మీ ఉద్యోగం, మీ వ్యాపారం, లేదా మీరు అసాధారణ ఫలితాలు సాధించదలచిన మరే రంగంలోనైనా సరే మొదటి డామినో కనుక్కోవటంలో సాయపడుతుంది.
2. **కేంద్రీకృత ప్రశ్న రెండువైపులా పదునుగల కత్తి.** దానికి రెండు అవతారాలు. పెద్ద బొమ్మ, కొద్ది ఏకాగ్రత. ఒకటి జీవితంలో సరయిన మార్గం కనుక్కోవటానికి,రెండవది సరయిన కర్తవ్యం కనుక్కోవటానికి.

3. **పెద్ద బొమ్మ ప్రశ్న:** "నా ఒకే ఒక విషయం ఏమిటి?" జీవితంలో మీ దృక్పథం తెలుసుకోవటానికి,మీ ఉద్యోగం లేదా మీ సంస్థకు దిశానిర్దేశం తెలుసుకోవటానికి దానిని వినియోగించండి. అది మీ వ్యూహాత్మక దిక్సూచి. మీరు ఏదైనా సమగ్రంగా నేర్చుకోదలచినపుడు, ఇతరులకు లేదా మీ సమాజానికి మీరు ఏమి ఇవ్వదలిచారు, మిమ్మల్ని ఏవిధంగా గుర్తు ఉంచుకోవాలి అన్న ప్రశ్నలకు సమాధానాలు ఇస్తుంది. మీ మిత్రులు, కుటుంబం, సహోద్యోగులతో మీ బాంధవ్యాలు సవ్యంగా కొనసాగించటం, మీ దైనిక కర్తవ్యాలు సరయిన మార్గంలో నడుపుతుంది.
4. **చిన్నధ్యాస ప్రశ్న:**"ప్రస్తుతం నా ఒకే ఒక విషయం ఏమిటి?"మీ ఉదయం కళ్ళు తెరిచినప్పటినుంచి రోజంతా దీనిని వినియోగించండి. మీ అతిముఖ్యమైన పనిమీద ధ్యాస నిలబెడుతుంది. అవసరమైనపుడల్లా, మీకు తులాదండచర్య చూపుతుంది, లేదా మొదటి డామినోను చూపుతుంది. చిన్నధ్యాస ప్రశ్న మిమ్మల్ని అతి ఉత్పాదక సప్తాహానికి సిద్ధంచేస్తుంది. మీ వ్యక్తిగత జీవితంలోకూడా అది ప్రభావశాలి. తక్షణం అత్యవసర అవసరాలపట్ల మిమ్మల్ని సదా సంసిద్ధులుగా ఉంచుతుంది. దానికితోడు మీకు అతిముఖ్యమైన వ్యక్తుల ముఖ్యావసారాలుకూడా మీకు గుర్తుచేస్తుంది.

కేంద్రీకృత ప్రశ్న అడగటంవల్ల మీకు అసాధారణ ఫలితాలు కలుగుతాయి. జీవనంలో, వ్యాపారంలో మీ బాట రచించుకునే విధానం అదే. మీ అత్యంత ముఖ్య కర్తవ్యంలో పురోగమించే మార్గం కూడా అదే.

మీరు అడిగే ప్రశ్నలు చిన్నవైనా, పెద్దవైనా కేంద్రీకృత ప్రశ్న అడగటం అనేది మీ జీవితంలో సఫలతా అభ్యాసం.

11 సఫలత అలవాటు

> "సఫలత సరళం. సరయినపని, సవ్యంగా సకాలంలో చెయ్యండి."
>
> – ఆర్నాల్డ్ హెచ్ గ్లాస్గో

అలవాట్లను గురించి మీకు తెలుసు. వాటిని అలవరుచుకోవటమూ కష్టమే, మానటమూ కష్టమే. కాని మనకు తెలియకుండానే నిరంతరం మనం కొత్త అలవాట్లు చేసుకుంటున్నాం. ఒక ఆలోచనా విధానం, పనిచేసే విధానం మొదలుపెట్టి కొంతకాలం కొనసాగిస్తూ ఉన్నామంటే మనం ఒక కొత్త అలవాటు చేసుకున్నట్లే. మన జీవితంలో కోరినవాటిని సాధించే అలవాట్లు చేసుకుంటామా లేదా అన్నదే ఇక్కడ ప్రశ్నార్థకం. దానికి సమాధానం అవును అని అంటే, కేంద్రీకృత ప్రశ్న మనం నేర్చుకోవలసిన అత్యంత శక్తివంతమైన ప్రశ్న.

నామటుకు నాకు కేంద్రీకృత ప్రశ్న ఒక జీవన విధానం. నా అత్యంత ముఖ్యమైన కర్తవ్యం తెలుసుకోవటానికి, నా సమయాన్ని సద్వినియోగం చెయ్యటానికి, నా సొమ్ముకు అత్యుత్తమ విలువ సాధించటానికి నేను దానిని వినియోగిస్తాను. ఏదైనా ఒక విషయంలో ఫలితం అత్యంత ముఖ్యమైతే నేను ఆ ప్రశ్న అడుగుతాను. నేను నిద్రలేచి రోజు ఆరంభించినపుడు ఆ ప్రశ్న అడుగుతాను. నేను ఉద్యోగంలోకి వెళ్ళినపుడు, మళ్ళీ ఇంటికి తిరిగి వచ్చినపుడు ఆ ప్రశ్న అడుగుతాను. ఒక్కపని చేసినందువల్ల మిగిలినదంతా సులువు అవుతుంది, లేదా అనవసర మవుతుంది. ఆ ఒక్క పనీ ఏమిటి? నాకు సమాధానం తెలిసిన తర్వాత, లంకెలు అన్నీ తెలిసేవరకూ, నా డామినోలు అన్నీ వరుసగా నిలబడేవరకూ ఆ ప్రశ్న అడుగుతూనే ఉంటాను.

మీరు చేసే ప్రతిపనిలోనూ ప్రతి ఒక్క వివరమూ విశ్లేషణ చేస్తూ ఉంటే మీకు పిచ్చెక్కుతుంది. నేను ఆపని చెయ్యను. మీరు కూడా చెయ్యకూడదు. పెద్దపనితో మొదలుపెట్టండి. అది ఎక్కడికి దారి తీస్తుందో చూడండి. కాలక్రమేణ పెద్దప్రశ్న ఎప్పుడు అడగాలో, చిన్నప్రశ్న ఎప్పుడు అడగాలో మీకే తెలిసిపోతుంది.

అసాధారణమైన ఫలితాలు సాధించటానికి, ఘనమైన జీవనం కొనసాగించటానికి నేను ఈ కేంద్రీకృత ప్రశ్నవెయ్యటం ముఖ్యమైన అలవాటుగా చేసుకున్నాను. నేను పెద్ద పనులకే దానిని వినియోగిస్తాను. అన్నిటికీ కాదు. నా ఆధ్యాత్మిక జీవితం, శరీర ఆరోగ్యము, వ్యక్తిగత జీవనం, ముఖ్యమైన బాంధవ్యాలు, ఉద్యోగమూ, వ్యాపారము, ఆర్థికజీవితం వంటి ముఖ్యరంగాలలో ప్రయోగిస్తాను. ఆయా రంగాలు అన్నిటితోను పైన చూపిన క్రమంలోనే వ్యవహరిస్తాను. ప్రతి ఒక్కటీ తర్వాతి దానికి పునాది.

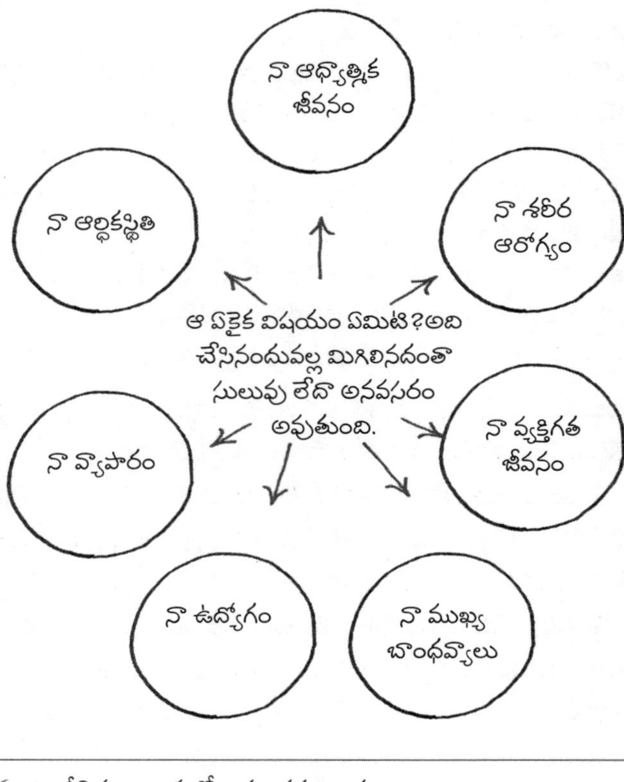

చిత్రం 16 : నా జీవితం, అందులో అత్యంతముఖ్య రంగాలు

నా జీవితానికి ఒక గుర్తింపు కలగాలని నా కోరిక. కనుక ప్రతిరంగంలోనూ అత్యంత ముఖ్య విషయంతో వ్యవహరిస్తూ ముందుకు సాగుతాను. ఇవన్నీ నా జీవితంలో మూల స్తంభాలుగా భావిస్తాను. ప్రతిరంగంలోనూ అత్యంత ముఖ్యవిషయాలతో వ్యవహరిస్తూ ఉండటంచేత, నా జీవితం పరిపూర్ణంగా ముందుకు సాగుతున్న అనుభూతి కలుగుతుంది.

ఈ కేంద్రీకృత ప్రశ్న మీ జీవితంలో వివిధ రంగాలలో ఏకైక ముఖ్యవిషయం దగ్గరికి చేరుస్తుంది. మీరు ఏకాగ్రం చేస్తున్న రంగానికి అనుగుణంగా కేంద్రీకృత ప్రశ్నను మీరు రూపుదిద్దవచ్చు. అందులో మీరు సమయం కూడా – 'వెంటనే' లేదా 'ఈ సంవత్సరం' వంటి సందర్భోచిత సమయం – జోడించవచ్చు. తద్వారా మీ జవాబుకు తగిన సమయం లభిస్తుంది. లేదా మీరు ఆశించే భారీ ఫలితాలకు అనుగుణంగా 'ఐదు సంవత్సరాలు' లేదా 'ఏదో ఒకనాడు' వంటి సమయసూచన కూడా జోడించవచ్చు.

ఇక్కడ మీరు అడుగదగిన కొన్ని కేంద్రీకృత ప్రశ్నలు ఉన్నాయి. మొదట మీరు ఆశించే రంగం సూచించండి. తర్వాత సమయం సూచన చెయ్యండి. చివర్లో "అది చేసినందువల్ల మిగిలినదంతా అనవసరం అవుతుంది లేదా సులువు అవుతుంది." ఉదాహరణకు, "నా ఉద్యోగంలో ఈ వారం నా లక్ష్యాలు సాధించటానికి నేను చెయ్యవలసిన ఒకేఒక్క పని ఏమిటి? ఆ పనిచెయ్యటంవల్ల, మిగిలినదంతా సులువు కావాలి లేదా అనవసరం కావాలి."

నా ఆధ్యాత్మిక జీవితం ...

- ఇతరులకు సాయపడటంలో నేను చెయ్యగలిగిన ఒకే ఒక పని ఏమిటి...?
- పరమాత్మతో నా బంధం మేరుగుపరుచుకోవటానికి నేను చెయ్యవలసిన ఒకే ఒక పని ఏమిటి...?

నా శరీర ఆరోగ్యం...

- పోషకాహారం లక్ష్యాలు చేరటానికి నేను చెయ్యవలసిన ఒకే ఒక పని ఏమిటి...?
- వ్యాయామం చేసితీరాలి అంటే నేను చెయ్యవలసిన ఒకే ఒక పని ఏమిటి...?
- నా ఒత్తిడి తగ్గించుకోవటానికి నేను చెయ్యవలసిన ఒకేఒక పని ఏమిటి...?

నా వ్యక్తిగత జీవితం

- -------- లో నా నైపుణ్యం మెరుగుపడాలంటే నేను చెయ్యవలసిన ఒకేఒక పని ఏమిటి...?

- నా అవసరాలకు సమయం వెతుక్కోవటానికి నేను చెయ్యవలసిన ఒకేఒక పని ఏమిటి...?

నా ముఖ్య బాంధవ్యాలు...

- నా భాగస్వామితో నా బాంధవ్యం మెరుగుపడాలంటే నేను చెయ్యవలసిన ఒకేఒక పని ఏమిటి...?
- నా బిడ్డల చదువు సంధ్యలు మెరుగుపడాలంటే నేను చెయ్యవలసిన ఒకేఒక పని ఏమిటి...?
- నా తల్లిదండ్రులపట్ల నా ఆదరాభిమానాలు చూపాలంటే నేను చెయ్యవలసిన ఒకేఒక పని ఏమిటి...?
- నా కుటుంబం దృఢతరం కావాలంటే నేనుచెయ్యవలసిన ఒకేఒకపని ఏమిటి...?

నా ఉద్యోగం...

- నా లక్ష్యాలు సాధించటానికి నేను చెయ్యవలసిన ఒకేఒకపని ఏమిటి...?
- నా నైపుణ్యాలు మెరుగు పరుచుకొవటానికి నేను చెయ్యవలసిన ఒకేఒకపని ఏమిటి...?
- నా బృందం సఫలత సాధించాలంటే నేను చెయ్యవలసిన ఒకేఒకపని ఏమిటి...?
- నా వృత్తిజీవితం పురోగమించాలంటే నేను చెయ్యవలసిన ఒకేఒకపని ఏమిటి...?

నా వ్యాపారం....

- మేము ఇంతకంటే మేలుగా పోటీ చెయ్యాలంటే నేను చెయ్యదగిన ఒకేఒకపని ఏమిటి...?
- మా ఉత్పాదన అత్యుత్తమం కావాలంటే నేను చెయ్యవలసిన ఒకేఒకపని ఏమిటి...?
- మా లాభాలు పెరగాలంటే నేను చెయ్యవలసిన ఒకేఒకపని ఏమిటి...?
- మా ఖాతాదారుల అనుభవం మెరుగుపరచాలంటే నేను చెయ్యవలసిన ఒకేఒకపని ఏమిటి...?

నా ఆర్థికస్థితి

- నా మూలధనం పెరగాలంటే నేనుచేయ్యవలసిన ఒకేఒకపని ఏమిటి...?
- నా పెట్టుబడులలో ధనప్రచాలనం పెరగాలంటే నేను చెయ్యవలసిన ఒకేఒకపని ఏమిటి...?
- నా క్రెడిట్ కార్డ్ మీద అప్పులు నిర్మూలించాలంటే నేను చెయ్యవలసిన ఒకేఒకపని ఏమిటి...?

బృహత్ భావాలు

మరి ఈ ఒకే ఒక విషయాన్ని మీ దినచర్యలో ఒకభాగంగా ఎలా చేస్తారు? మీ ఉద్యోగంలో, మీ జీవనంలో ఇతర రంగాలలో అసాధారణ ఫలితాలు సాధించటానికి దానిని ఎలా బలపరచ గలరు? మా అనుభవం, వృత్తిరీత్యా ఇతరులతో మా అనుభవాలనుంచి క్రోడీకరించిన జాబితా.

1. **దానిని అర్థంచేసుకొని నమ్మండి.** ఇక్కడ ఆ ఒకే ఒక విషయం ఏమిటో అర్థం చేసుకోవటం, ఆ తర్వాత అది మీ జీవితాన్ని ప్రభావితం చెయ్యగలదని విశ్వసించటం. అదే మొదటి మెట్టు. మీరు అర్థంచేసుకొని నమ్మకపోతే మీరు ఆ కర్తవ్యం చేపట్టరు.
2. **దానిని ప్రయోగించండి.** ఆ కేంద్రీకృతప్రశ్న మీకు మీరు వేసుకోండి. ప్రతి ఒక్కరోజూ "ఆ పని చేస్తే మిగిలినదంతా సులువు లేదా అనవసరం అవుతుంది. ఆ ఒక్క పని ఏమిటి?" అనే ప్రశ్నతో ఆరంభించండి. అలా చెయ్యటంవల్ల మీ మార్గం స్పష్టమవుతుంది. మీ వృత్తి ఉత్పాదన మెరుగు పడుతుంది, మీ వ్యక్తిగత జీవితం ఫలప్రదమవుతుంది.
3. **దానిని అలవాటు చేసుకోండి.** కేంద్రీకృత ప్రశ్న అడగటం అలవాటు చేసుకుంటే మీరు కోరిన అసాధారణ ఫలితాలు సాధించటంలో దాని సంపూర్ణశక్తి వినియోగమవుతుంది. దానివల్ల చాలా తేడా తెలుస్తుంది. అది పూర్తిగా ఒక అలవాటు కావటానికి 66 రోజులు పడుతుందని పరిశోధనల సారాంశం. అది కొన్నివారాలయినా, కొన్ని నెలలు అయినా అది ఒక దినచర్యగా మారేవరకూ దానిని అంటిపెట్టుకుని ఉండండి. సఫలతకు అవసరమయిన అలవాటు చేసుకోవటంలో మీరు శ్రద్ధ చూపకపోతే, అసాధారణ ఫలితాలమీద మీకు ఆసక్తి లేదన్నమాట.

4. **జ్ఞాపక చిహ్నాలు. కేంద్రీకృతప్రశ్న గుర్తు ఉంచుకోవటానికి తగిన మార్గాలు ఏర్పాటు చేసుకోండి.** "నా ఏకైక విషయం పూర్తయిందాకా మిగిలినదంతా అంతరాయమే." అని మీ ఆఫీసులో డెస్క్ మీద ఒక బోర్డ్ పెట్టుకోవటం ఒక ఉత్తమమార్గం. ఈ పుస్తకం వెనక పేజ్ ఒక మీటగా పనిచేయటానికి డిజైన్ చేశాం. మీ డెస్క్ మీద ఒక మూల పెట్టుకోవచ్చు. అప్పుడు ఆఫీసు చేరి డెస్క్ ముందర కూర్చోగానే అదే మీకు మొదట దర్శనమిస్తుంది. మీరు వెంటాడుతున్న ఫలితాలు, అందుకు అనువైన సఫలత అలవాట్లు గుర్తుపెట్టుకోవటానికి మీరు నోట్స్, స్క్రీన్ సేవర్లు, క్యాలెండర్ గుర్తులు ఏవైనా వినియోగించ వచ్చు. "ఒకే ఒక విషయం = అసాధారణ ఫలితాలు" లేదా "సఫలత అలవాటు నన్ను నా లక్ష్యానికి చేర్చుతుంది." వంటి జ్ఞాపికలు మీ ఎదురుగా పెట్టుకోండి.
5. **బలగాన్ని చేర్చుకోండి.** మీ చుట్టూ ఉన్నవారు మిమ్మల్ని విపరీతంగా ప్రభావితులను చెయ్యగలరని పరిశోధనలు చెబుతున్నాయి. మీ సహోద్యోగులతో కలిసి ఒక సఫలతా బృందాన్ని ఏర్పరిస్తే సఫలత అలవాట్లను అనుదినమూ ఆచరించటానికి మీ అందరికీ తగిన ప్రేరణ దొరుకుతుంది. మీ కుటుంబాన్ని ఇందులో చేర్చండి. మీ ఏకైక విషయం ఏమిటో వారికి చెప్పండి. వారిని అందులో పాల్గొనేట్లు చెయ్యండి. సఫలతకు తగిన అలవాటు వల్ల వారి స్కూల్ చదువు, వ్యక్తిగత సాధనాలు, మరేవైనాసరే ఎలా సాయపడుతాయో చూపటానికి కేంద్రీకృత ప్రశ్న ప్రయోగించండి.

ఈ ఒక్క అలవాటు ఇంకా అనేక అవసరాలకు పునాది కాగలదు. కనుక మీ సఫలత అలవాటును సాధ్యమయినంతగా నిరంతరమూ ప్రయోగించండి. మూడవభాగంలో వివరించిన పథకాలు ప్రయోగించండి: అసాధారణ ఫలితాలు, మీ జీవితంలో అసాధారణ ఫలితాలు అనుభూతి చెందటానికి లక్ష్యాలు ఏర్పరుచుకోవటం, వాటికి సమయాన్ని కేటాయించటం.

12 ఘనమైన జవాబులకు మార్గం

ఏ పరిస్థితిలోనైనా సరే మీ ఒకే ఒక కర్తవ్యాన్ని గుర్తించటానికి కేంద్రీకృత ప్రశ్న సహాయం చేస్తుంది. మీ జీవితంలో మీరు కోరే ఘనస్థానాలు అది స్పష్టం చేస్తుంది. ఆ తర్వాత వాటిని సాధించటానికి ఏమి చెయ్యాలో నొక్కివక్కాణిస్తుంది. ఈ ప్రక్రియ చాలా సరళం. మీరు ఘనమైన ప్రశ్న అడుగుతారు. అప్పుడు ఘనమైన జవాబు ఆశిస్తారు. రెండడుగులు వేసినంత సులభం. సఫలతకు అదే అన్నిటినీ మించిన అలవాటు.

"జనం తమ భవిష్యత్తును నిర్ణయించలేరు. వారు తమ అలవాట్లను నిర్ణయిస్తారు.
ఆ అలవాట్లు వారి భవిష్యత్తు నిర్ణయిస్తాయి.
– ఎఫ్.ఎం. అలెగ్జాండర్

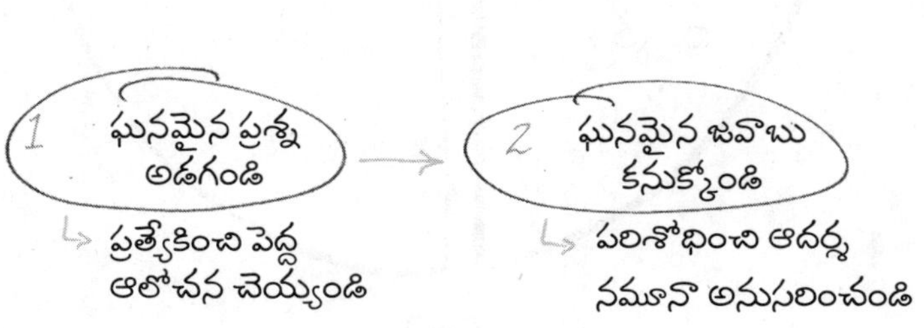

చిత్రం 18 : అసాధారణ ఫలితాలకురెండు అడుగులు

1. ఘనమైన ప్రశ్న అడగండి.

ఘనమైన ప్రశ్న అడగటంలో కేంద్రీకృత ప్రశ్న మీకు సాయపడుతుంది. ఘనమైన లక్ష్యాల లాగానే, ఘనమైన ప్రశ్నలు కూడా గొప్పగా, ప్రత్యేకంగా ఉంటాయి. మీరు ఘనమైన సమాధానాలు ఇచ్చేటట్లు అవి మిమ్మల్ని ముందుకు తోస్తాయి, పట్టి లాగుతాయి. ఆ ప్రశ్నలు లెక్కప్రకారం తయారు చేసినవి గనుక ఫలితాలు ఎలా ఉంటాయోనన్న సందేహమే అనవసరం.

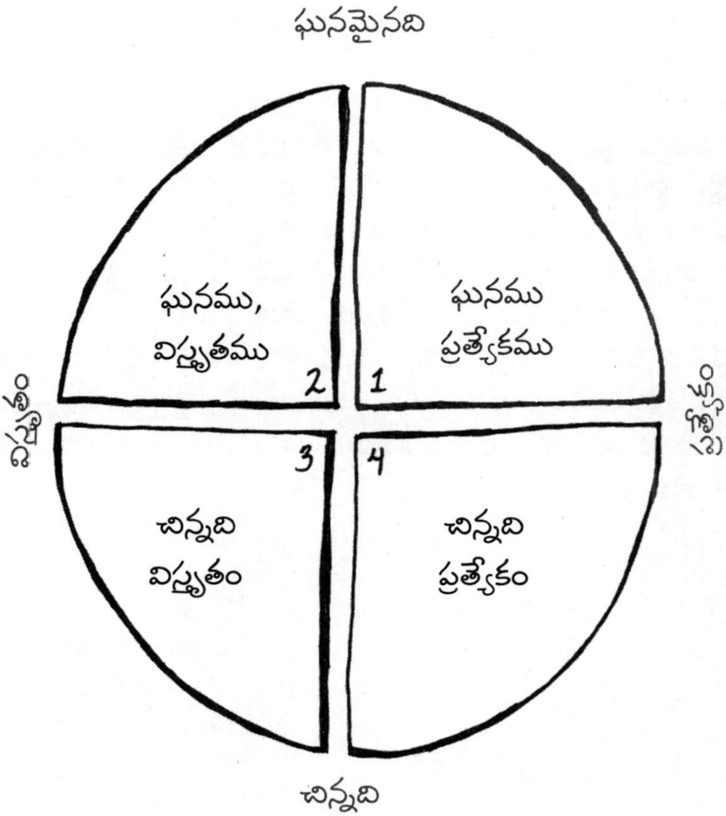

చిత్రం 18 : ఘనమైన ప్రశ్న సంధించటానికి నాలుగు బాటలు

కేంద్రీకృతమైన ప్రశ్న శక్తి తెలుసుకోవాలంటే ఘనమైనప్రశ్న మాతృక గమనించండి (చిత్రం 18).

ఈ వర్తులంలో ఉన్న ప్రతిఒక్క పావుభాగాన్ని అర్థం చేసుకోవటానికి అమ్మకాలు పెంచటం ఎలా అనే సమస్య చేపడదాం. "ఆరునెలల్లో అమ్మకాలు రెట్టింపు కావాలంటే ఏమి చెయ్యాలి?" అన్న ప్రశ్న తీసుకోండి. ఇది వర్తులంలో ఘనం, ప్రత్యేకం పావుకు చెందుతుంది (చిత్రం 19).

4వ పావుభాగం: చిన్నది & ప్రత్యేకం: "ఈ సంవత్సరం అమ్మకాలు 5% పెరగాలంటే నేను ఏమి చెయ్యాలి?" ఈ ప్రశ్న మీకు ఒక బాట చూపుతుంది. కాని ఈ ప్రశ్నలో పెద్ద సవాలంటూ ఏమీ లేదు. అమ్మకాలలో 5% పెరుగుదల దాదాపు అందరికీ సులువుగానే సాధ్యం కావచ్చు. మీరు ఏమీ చెయ్యకుండానే, మార్కెట్

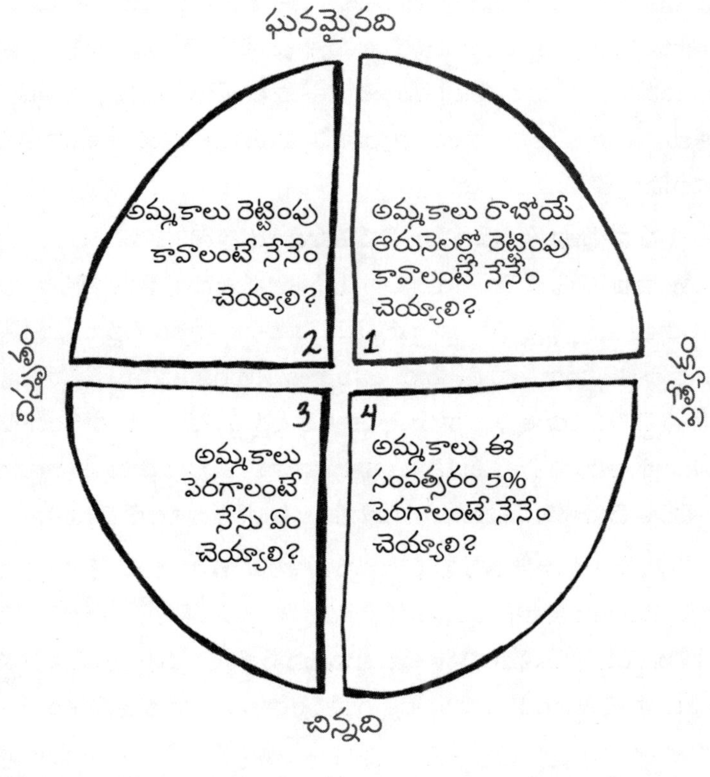

చిత్రం 19 : ఘనమైన ప్రశ్న రచించటానికి నాలుగు మార్గాలు

మీకు అనుకూలంగా మారి ఉండవచ్చు. మహా అయితే అది ఒక అడుగు ముందుకు, అంతేకాని సముద్ర లంఘనం ఏమీ కాదు. చిరులక్ష్యాలకు అసామాన్య చర్యలు ఏమీ అవసరం లేదు. కనుక అక్కడ అసాధారణ ఫలితాలు అరుదు.

3వ పావుభాగం. చిన్నది, విస్తృతం: “అమ్మకాలు పెంచటానికి నేను ఏం చెయ్యాలి?”ఇందులో సాధించదగినది ఏమీలేదు. ఇది కేవలం బుర్రకు కసరత్తు మాత్రమే. అందులో మీరు ఏమేం చెయ్యవచ్చునో జాబితా రాయవచ్చు. ఆ తర్వాత దానిని కుదించి చిన్నది చెయ్యాలి. అమ్మకాలు ఎంతవరకు పెరుగుతాయి? ఎప్పటిలోగా? దాదాపు అందరూ అడిగే సగటు ప్రశ్నలు ఇవే. ఆ తర్వాత తమ జవాబులకు అసామాన్య ఫలితాలు ఎందుకు కలగలేదా అని అబ్బురపడుతారు.

2వ పావుభాగం. ఘనం, విస్తృతం: “అమ్మకాలు రెట్టింపు కావాలంటే నేను ఏం చెయ్యాలి?” ఇది పెద్ద ప్రశ్నే. కాని ఇందులో ఏ విషయమూ స్పష్టంగా లేదు. అది శుభ ఆరంభమే. కాని స్పష్టత లోపించటం వల్ల జవాబులకంటే ప్రశ్నలు ఎక్కువ పుడతాయి. రాబొయ్యే ఇరవై ఏళ్లలో అమ్మకాలు రెట్టింపు చెయ్యటానికీ, రానున్న ఒక సంవత్సరంలోనే రెట్టింపు చెయ్యటానికీ చాలా తేడా ఉన్నది. అక్కడ అనేక లక్ష్యాలు, ఇంకా అనేక మార్గాలుఉన్నాయి. ఏవిషయమూ స్పష్టంగా లేకపోతే ఎక్కడ మొదలుపెట్టాలో మీకు తెలియదు.

1 వ పావుభాగం.ఘనము, విస్తృతము: “రాబొయ్యే ఆరునెలల్లో అమ్మకాలు రెట్టింపు కావాలంటే నేనేం చెయ్యాలి?” ఇప్పుడు ఘనమైన ప్రశ్నకు కావలసిన మూలకాలు అన్నీ ప్రశ్నలో ఉన్నాయి. అది చాలా బృహత్తర లక్ష్యం. దానికితోడు అది చాలా స్పష్టంగా ఉన్నది. మీరు అమ్మకాలు రెట్టింపు చెయ్యబోతున్నారు. అది సామాన్యమైన విషయం ఏమీ కాదు. అదీకాక ఆ లక్ష్యం ఆరునెలల్లో సాధించాలి. అది పెద్ద సవాలే. ఇప్పుడు మీకు ఘనమైన జవాబు కావాలి. ఇప్పుడు మీరు సాధ్యాసాధ్యాలు అన్నీ బేరీజు వెయ్యాలి. మామూలు సమాధానాలకు అతీతంగా ఆలోచించాలి.

చూశారుగా! మీరు ఘనమైన ప్రశ్న అడుగుతున్నారంటే, మీరు ఘనమైన లక్ష్యాన్ని వెంటాడు తున్నారన్నమాట! మీరు ఎప్పుడు ఇలా చేసినా, మీకు ఇదే నమూనా దర్శనమిస్తుంది– ఘనము, విస్తృతము. ఘనమైన స్పష్టమైన ప్రశ్న ఘనమైన స్పష్టమైన జవాబుకు దారి తీస్తుంది. గురుతర లక్ష్యం సాధించాలంటే అది అత్యవసరం.

“ఆరు నెలలలో అమ్మకాలు రెట్టింపు కావాలంటే నేనేం చెయ్యాలి?” అన్నది ఘనమైన ప్రశ్నే. దానిని మరింత పటిష్టం చెయ్యటం ఎలా? దానిని కేంద్రీకృతప్రశ్నగా

మార్చండి. "ఆరు నెలలలో అమ్మకాలు రెట్టింపు కావటానికి నేను చెయ్యవలసిన ఒకేఒక కర్తవ్యం ఏమిటి? దానివల్ల మిగిలినదంతా సులువు లేదా అనవసరం అవుతుంది." దానిని కేంద్రీకృతప్రశ్న చెయ్యటంవల్ల మీరు అత్యంత ముఖ్య కర్తవ్యం గుర్తిస్తారు, అక్కడినుంచి మొదలు పెడతారు. ఎందుచేత?

ఎందుకంటే, ఘనమైన సఫలత అక్కడే మొదలవుతుంది.

2. ఘనమైన జవాబు వెతకండి.

ఒకసారి మీరు ఘనమైన ప్రశ్న అడిగిన తర్వాత, మీకు ఒక పెద్ద సవాలు ఎదురవుతుంది. ఇప్పుడు ఘనమైన జవాబు కనుక్కోవటం మీవంతు.

జవాబులు మూడు వర్గాలలో వస్తాయి. చెయ్యగలిగినవి, శ్రమపెట్టేవి, సంభావ్యత. మీ జ్ఞానము, నైపుణ్యాలు, అనుభవం పరిధిలో ఉన్న జవాబు అన్నిటికంటే సులువైన జవాబు. ఇటువంటి పరిష్కారంతో ఏమిచేయాలో మీకు ముందే తెలుసు, దానికోసం మీరు శ్రమ పడనక్కర్లేదు. ఇది మీ చేతిలో ఉన్నపని. మీరు సులువుగా సాధించ గలరు.

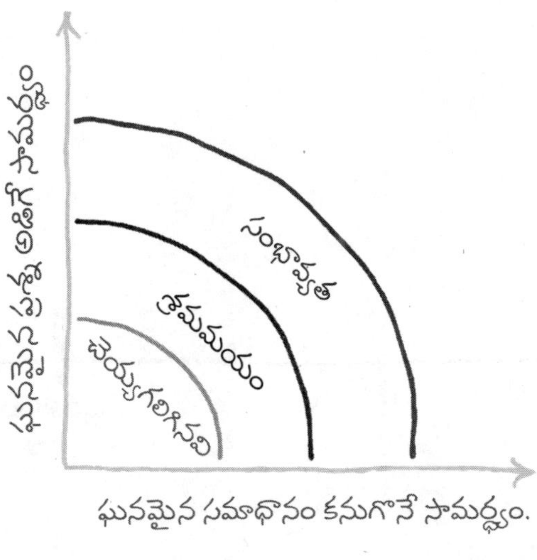

చిత్రం 20 : సఫలత అలవాటు సంభావ్యతకు దారి తీస్తుంది

ఆ పైమెట్టు మీద శ్రమమయ సమాధానాలు. ఇది మీ పరిధిలోనే ఉంటుంది కాని, ఆ పరిధి చివరి అంచున ఉంటుంది. మీరు కొంత పరిశోధన చెయ్యవలసి ఉంటుంది. ఇతరులు ఏమిచేశారో అధ్యయనం చేయవలసి ఉంటుంది. అప్పుడు సమాధానం దొరుకుతుంది. మీ శక్తి సామర్థ్యాల అవధుల మేరకు శ్రమించవలసి వస్తుంది గనక ఆ సమాధానం కష్టతరం అవుతుంది. మీ ప్రయత్నాలనుబట్టి ఇది బహుశ సాధ్యం అవుతుంది.

ఉత్తమ సాధకుకులకు ఈ రెండు మార్గాలు తెలుసు, కాని వారు ఆ మార్గాలు తిరస్కరిస్తారు. అసాధారణ సమాధానం సాధ్యం కనుక, వారు సాధారణ ప్రశ్నకు విముఖులు. వారికి అత్యుత్తమ సమాధానం కావాలి కనుక ఘనమైన ప్రశ్న అడుగుతారు.

అసాధారణ ఫలితాలకు ఘనమైన సమాధానం అవసరం.

ఉన్నత సఫలత సాధించే వ్యక్తులు సాధన ఎల్లలమీద జీవిస్తూ ఉంటారు. అందీఅందని దానిని గురించి కలలు గనటమే కాదు, వారు దానికోసం తీవ్రంగా ఆశిస్తారు. ఈ సమాధానం అన్నిటికంటే కష్టం అని వారికి తెలుసు. కాని దానికోసం శ్రమపడటంవల్ల తమ జీవితాలు సంపన్నమవుతాయని, వారు ఎదుగుతారని వారికీ తెలుసు.

చిత్రం 21 : ఈనాటి సఫలత మనకు ప్రమాణం. ధోరణి రేపటికి వర్తిస్తుంది.

మీ సమాధానం ఉత్తమ ఫలితాలు ఇవ్వాలంటే అది మీ సుఖసౌఖ్యాల పరిధి వెలుపల ఉంటుందని మీరు గ్రహించాలి. అక్కడ సరిగా ఊపిరాడకపోవచ్చు. ఘనమైన సమాధానం కళ్ళ ఎదురుగా కనుపించదు. దానికి మార్గం కూడా సుగమం కాదు. ఆ సమాధానం ప్రస్తుతం మనకు తెలిసినదానికీ, చేస్తున్నదానికీ అతీతంగా ఉంటుంది. శ్రమమయ ప్రశ్న లాగానే,ఈ సమాధానం అన్వేషణ కూడా పరిశోధనతో మొదలు పెట్టాలి. ఇతర సాధకుల జీవితాలు అధ్యయనం చెయ్యాలి. కానీ అదిఅక్కడితో ఆగిపోదు. నిజానికి మీ అన్వేషణకు అదే మొదలు. మీరు నేర్చుకునేదంతా, మహాసాధకుల వలెనే, ప్రమాణంగా గ్రహించి అక్కడినుంచి ముందుకుసాగుతారు.

ఘనమైన సమాధానం అంటే ఒక కొత్త సమాధానం. అది ప్రస్తుతం మనకు తెలిసిన సమాధానాలన్నిటికీ అతీతమైనది. తర్వాతి సమాధానానికి అన్వేషణ. అది కనుక్కోవటానికి రెండడుగులు వెయ్యాలి. మొదటిది శ్రమించి కనుక్కోవటం వంటిదే. మీరు అంతకు మునుపు జరిగిన పరిశోధన అంతా శోధిస్తారు. ఘనమైన సాధకులను గురించి అధ్యయనం చేస్తారు. మీకు ఏదైనా సమాధానం తెలియకపోతే, మీరు ఆ సమాధానం కనుక్కోవాలన్నదే సమాధానం. అంటే ఇక్కడ ఆధారాలు, ఆదర్శ చిహ్నాలకోసం వెతకటం ఏకైక విషయం. అవే మీకు సరయిన దిశ చూపిస్తాయి. “ఇది కాని, ఇటువంటిది కాని ఇంతకు పూర్వం ఎవరైనా అధ్యయనం చేశారా, సాధించారా?” అన్నది ఇక్కడ అడగవలసిన మొదటి ప్రశ్న. అందుకు సమాధానం సర్వసాధారణంగా

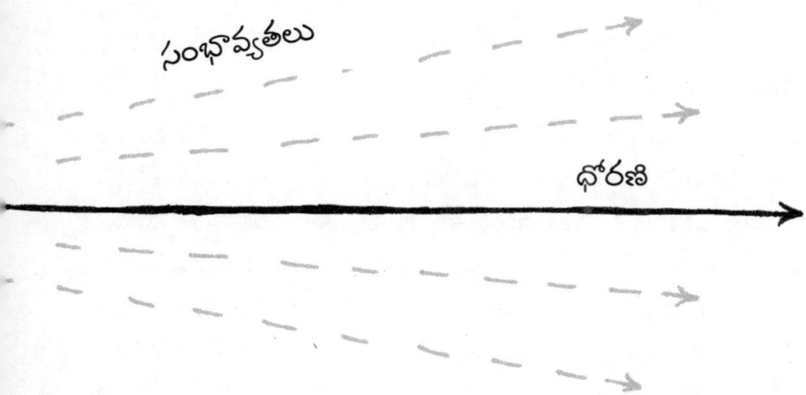

అవును అనే వస్తుంది. ఇప్పుడు ఆ ఇతరులు ఏమి నేర్చుకున్నారోతెలుసుకోవటంతో మీ అన్వేషణ మొదలవుతుంది.

గత కొన్ని సంవత్సరాలుగా నేను పెద్ద గ్రంధాలయం కూడగట్టాను. పుస్తకాలు మన అన్వేషణకు ఉత్తమమైన ఆధారాలు. మీరు సాధించదలచినది అంతకు పూర్వం సాధించినవారితో చర్చించటం సదా సాధ్యంకాదు. పుస్తకాలు, ప్రచురణ అయిన వ్యాసాలూ దాదాపు ఆ కొరత భర్తీ చేస్తాయి. ప్రస్తుతం ఇంటర్నెట్ ఒక అమూల్య సాధనం అయింది. ఆన్ లైన్ అయినా, ఆఫ్ లైన్ అయినా మీరు పయనించటానికి ప్రయత్నిస్తున్న బాటనే అంతకు పూర్వం పయనించిన వారిని గురించి తెలుసుకోవటానికి ప్రయత్నిస్తున్నారు. అప్పుడు వారి అనుభవాలు మీరు అనుకరించవచ్చు, ఆదర్శంగా తీసుకోవచ్చు, బెంచ్ మార్క్ గా తీసుకోవచ్చు. ఒక కాలేజ్ ప్రొఫెసర్ ఒకసారి నాతో అన్నారు, “గ్యారీ, నువ్వు తెలివయినవాడివి. కాని నీకు ముందు చాలామంది ఉన్నారు. పెద్ద కలలు కనటంలో నువ్వే ప్రథముడివి కాదు కదా! కనుక వాళ్ళు ఏమి నేర్చుకున్నారో తెలుసుకోవటం తెలివయిన పని. ఆ పాఠాలను అనుసరించి నువ్వు చెయ్యవలసిన పనులు, తీసుకోవలసిన చర్యలు నిర్ణయించవచ్చు.” ఆయన చెప్పింది చాలా సబబు. ఆయన మీకుకూడా చెబుతున్నారనుకోండి.

మీ సమాధానం వెతకతంలో ఇతరుల పరిశోధన, అనుభవము ఉత్తమమయిన ఆధారం. ఆ జ్ఞానంతో మీరు ఒక ప్రమాణంగా మొదలు పెట్టవచ్చు. ప్రస్తుతానికి ఆ విషయంలో తెలిసినదంతా అదేగదా! మీరు చేసిన శ్రమ అంతా మీకు ఇచ్చిన అత్యుత్తమ ఫలితం. ఇక్కడినుంచి ఇది మీ పునాది కాబోతున్నది. మీరు చెయ్యబోయేది ఇక్కడితో పూర్తికాదు. ఈ కొండకొనమీద నుంచొని అంతా పర్యవేక్షించి తర్వాత మీరు ఏమి చెయ్యాలో, ఏమి చెయ్యగలరో నిర్ణయించాలి. అదే పురోగమనం. అదే రెండవ అడుగు. పూర్వులు నడిచిన బాటలో తర్వాత ఏమిచెయ్యవచ్చునా అని, లేదా పూర్తిగా కొత్తబాట పట్టటమా అని మీరు ఆలోచించి నిర్ణయించుతారు.

పెద్దసమస్యలు పరిష్కరించటానికీ, పెద్ద సవాళ్ళను ఎదుర్కోవటానికీ మార్గం ఇది. సామాన్య పద్ధతిలో ఉత్తమమయిన సమాధానాలు దొరకటం అరుదు. పోటీని ఎదుర్కోవాలన్నా, ఒకవ్యాధికి నివారణ కనుక్కోవాలన్నా, స్వీయలక్ష్యసిద్ధికి మార్గం వెతకాలన్నా, ప్రమాణాలు చేపట్టి, అక్కడినుంచి ముందుకు సాగటం ఉత్తమమార్గం. అప్పుడు మీ సమాధానం స్వతస్సిద్ధం అవుతుంది. ఆ పరిష్కారం అమలుజరపటానికి మీరు మరొక అవతారం ఎత్తవలసి రావచ్చు. కొత్త సమాధానానికి కొత్త ప్రవర్తన అవసరం. చెప్పుకోదగిన సఫలతా మార్గంలో మీరు మారిపోతే ఆశ్చర్యపోకండి. ఆ మార్పు మిమ్మల్ని ఆపకుండా జాగ్రత్త పడండి.

మాయ జరిగేది ఇక్కడనే. ఏమి జరుగుతుందో ఎలా జరుగుతుందో చెప్పటం అసాధ్యం. సాధ్యాసాధ్యాల వేట – ఆ సవాలు దానికదే సమానం - విలువయిన ఫలితాలు చూపుతుంది. లక్ష్యం చేరుకోవటానికి అత్యుత్తమ ప్రయత్నం చేసినపుడు,మన జీవనం అత్యుత్తమమవుతుంది.

బృహత్ భావాలు

1. **విశిష్టమయిన బృహదాలోచన చెయ్యండి:** మీరు సాధించదలచిన లక్ష్యం నిర్ణయించటం ఒక పెద్ద ప్రశ్న అడగటం లాంటిది. “ఆ పని చెయ్యటం నాకు ఇష్టం.” నుంచి “దానిని నేను ఎలా సాధించాలి?” కి ఒక అడుగు వెయ్యటం. ఉత్తమమయిన ప్రశ్న – అంటే ఉత్తమమయిన లక్ష్యం – పెద్దది, విశిష్టమయినది. మీరు అసాధారణ ఫలితాలు వెంటాడటమే ఆ పెద్ద ప్రశ్నకు మూలం. మీ లక్ష్యం సాధించటమా, లేదా అన్న ప్రశ్నకు తావు లేకుండా చెయ్యటం. విశిష్టమయిన పెద్ద ప్రశ్న మిమ్మల్ని అత్యుత్తమ సమాధానానికి నడిపిస్తుంది.
2. **సంభావ్యతలు ఆలోచించండి**.చెయ్యగలిగిన లక్ష్యం ఏర్పరుచుకోవటం అంటే చెక్ లిస్టు టిక్ చెయ్యటానికి పనికి వస్తుంది. అంతే. శ్రమమయమయిన లక్ష్యం మరికొంత సవాలు విసురుతుంది. మీ ప్రస్తుత సామర్థ్యాల అంచుకు తీసుకు వెళ్తుంది. అది అందుకోవటానికి మీరు పూర్తిగా సాగాలి. అత్యుత్తమ లక్ష్యం అంటే సంభావ్యతలు అన్వేషిస్తుంది. పరివర్తనం చెందిన వ్యక్తులను మీరు చూస్తే, వారి కాపురం ఆ సంభావ్యతల అంచుల మీదనే.
3. **ప్రమాణంగా తీసుకుని అత్యుత్తం సమాధానం కోసం ముందుకు సాగండి:** భూతద్దం ఎవరిదగ్గరా లేదు. కాని అభ్యాసంతో పరిస్థితులు ఎటు దారి తీస్తున్నాయో మీరు సులువుగా ఆపేక్షించ గలరు. అందరికంటే ముందు అక్కడికి చేరినవారు పోటీలేకుండా బృహత్ ఫలితాలు పొందుతారు. అంతకు పూర్వం ఉన్న సమాచారం ప్రమాణంగా అసామాన్య ఫలితాల వేటలో అసామాన్య సమాధానం కోసం మీరు పురోగమించండి.

భాగం 3

అసాధారణ ఫలితాలు

మీ సంభావ్యతలకు తాళాలు తెరవండి

"మీరు సరయిన బాటలోనే
ఉన్నాకూడా, ఏమీ చెయ్యకుండా కూర్చుంటే,
అందరూ మీ మీదిగా వెళ్ళిపోతారు."
– విల్ రోగర్స్

అసాధారణ ఫలితాలు

ఏకైక విషయం అమలు జరిపి అసాధారణ ఫలితాలు సాధించటానికి మన జీవితాలలో సహజమైన ఒక లయ ఉన్నది: ధ్యేయం, ప్రాముఖ్యత, ఉత్పాదన. ఈ మూడూ శాశ్వతంగా ఒకదానికొకటి ముడిపడి ఉంటాయి. మన జీవితాలలో తమ ఉనికిని నిరంతరం ధృవపరుస్తూ ఉంటాయి. వాటి లంకె మీరు ఒకేఒక విషయం అమలు పరచవలసిన రెండు రంగాలకు – పెద్దది, చిన్నది – మిమ్మల్ని తీసుకు వెళ్తుంది.

ఒకే ఒక పెద్ద విషయం మీ ధ్యేయం. ఒకే ఒక చిన్న విషయం మీ ధ్యేయం సాధించటానికి మీరు ఇచ్చే ప్రాముఖ్యత. మహా ఉత్పాదకులు అందరూ తమ ధ్యేయాన్ని ఒక దిక్సూచిలా వినియోగిస్తారు. ఏది ముందు, ఏది వెనక అని నిర్ణయించటానికి వారు తమ ధ్యేయాన్ని తమను నడిపించే శక్తిగా ప్రయోగిస్తారు. అసామాన్య ఫలితాలకు ఇది ముక్కుసూటి బాట.

ధ్యేయం, ప్రాముఖ్యత, ఉత్పాదనలను ఒక మంచుగడ్డలో మూడు భాగాలుగా ఊహించండి.

మంచుగడ్డలో తొమ్మిదో వంతు మాత్రమే నీటిపైన తేలుతూ ఉంటుంది. అంటే మనకు కనిపించేదంతా ఉన్నదానిలో చాలా కొద్దిభాగం మాత్రమే. ఉత్పాదన, ప్రాధాన్యత, ధ్యేయాల సంబంధం సరిగ్గా ఇలాగే ఉంటుంది. మీకు కనబడేదంతా కంటికి కనిపించని దానిచేత నిర్ణీతం అవుతుంది.

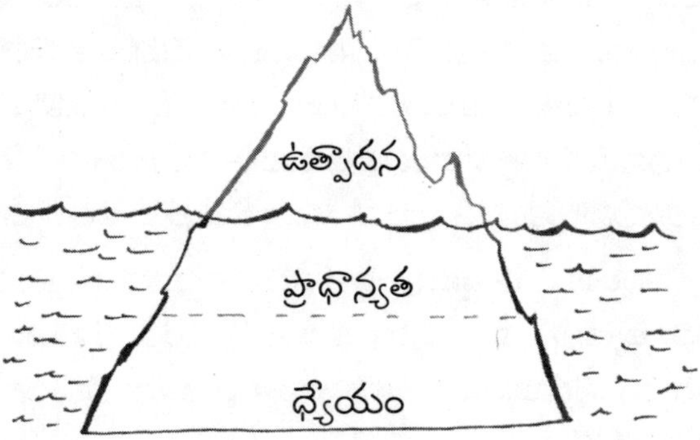

చిత్రం 22 : ధ్యేయము, ప్రాధాన్యతను అనుసరించి ఉత్పాదన జరుగుతుంది.

కొందరు వ్యక్తులు మిగిలినవారికంటే అధిక ఉత్పాదకులు అవుతున్నారంటే వారి ధ్యేయము, ప్రాదాన్యత వారిని ప్రచోదన చేస్తున్నాయన్నమాట. అధిక లాభాల కారణంగా వ్యాపారంలో కూడా ఇదే జరుగుతుంది. నలుగురికీ కంటికి కనిపించేది – ఉత్పాదన, లాభాలు – సంస్థ పునాదులమీద – ధ్యేయము, ప్రాధాన్యత ఆధారపడి పైకి తేలుతుంది. వ్యాపారస్తులందరికీ ఉత్పాదన, లాభాలు కావాలి. కాని వాటిని సాధించటానికి ధ్యేయంతో కూడిన ప్రాధాన్యత అత్యుత్తమ మార్గమని చాలామందికి తెలియదు.

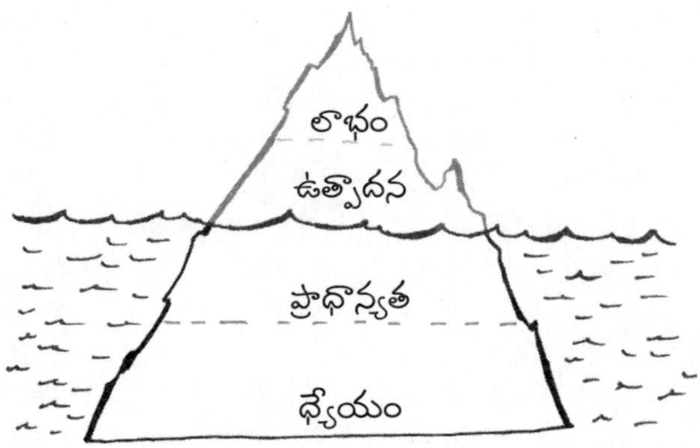

చిత్రం 23 : వ్యాపారంలో ప్రాధాన్యతలు ధ్యేయాన్ని, లాభాలను, ఉత్పాదనను నడిపిస్తాయి.

వ్యాపారంలో లాభం అంతటికీ వ్యక్తిగత ఉత్పాదన మూలం. ఈ రెంటిదీ అవినాభావ సంబంధం. వ్యాపారం చేసే వారు ఉత్పాదకులు కాకపోతే, అక్కడ ఏమాయాజాలమూ లాభాలు కురిపించలేదు. ఒక్కొకసారి ఒక్కొక అత్యంత ఉత్పాదకులవల్ల ఘనమైన వ్యాపారాలు పుట్టుకువస్తాయి. అత్యంత ఉత్పాదకులైన వారు వ్యాపారంలో మహోత్తమ ప్రతిఫలం పొందుతారనటంలో ఆశ్చర్యమేమీ లేదు.

సఫలత సాధించిన వ్యక్తులు, లాభసాటి వ్యాపారాలు ఎంత ఎత్తుకు ఎదుగుతాయనేది ధ్యేయం, ప్రాధాన్యత, ఉత్పాదన, ఎంత దృఢంగా ముడిపడి ఉన్నాయనే విషయం నిర్ణయిస్తుంది. అసామాన్య ఫలితాలు సాధించాలంటే ఈ అవగాహన అత్యవసరం.

13 ధ్యేయంతో జీవనం

మరి, అసామాన్య జీవనం సృష్టించటానికి మీ ధ్యేయం ఎలా వినియోగిస్తారు? అదెలాగో ఎబెనేజేర్ స్క్రూజ్ చూపిస్తారు.

> "జీవనం అంటే మిమల్ని మీరు కనుక్కోవటం కాదు.
> జీవనం అంటే మిమ్మల్ని మీరు సృష్టించుకోవటం."
>
> – జార్జ్ బెర్నార్డ్ షా

రాయి లాంటి హృదయం, దొరికినదంతా దోచుకోవటం, పరమలోభి, క్రిస్మస్ ను, మనుషులకు ఆనందం కలిగించే వాటినన్నిటినీ ఏవగించుకునేవాడూ, ఆయన పేరు పిసినారి తనానికీ, నీచత్వానికీ మారుపేరు – ఆయనే ఎబెజేనేర్ స్క్రూజ్. ఎలా జీవించాలో ఆయన మనకు ఎలా బోధించ గలరు? కాని చార్లెస్ డికెన్స్ 1843 మహత్తర రచన ఎ క్రిస్మస్ క్యారోల్ లో ఆయన ఆపని చేస్తారు..

మన నిర్ణయాలు మన అదృష్టాలను, మన ఎంపికలు మన జీవితాలను ఎలా నిశ్చయించుతాయో చూపటానికి స్క్రూజ్ కథ ఉత్తమోత్తమ ఉదాహరణలు చూపుతుంది. పరమ పిసనారితనం, బండబారిన వ్యక్తిత్వంతో, ఎవరికీ నచ్చని స్క్రూజ్ దయామయుడిగా, కరుణాహృదయుడిగా అందరికీ ఆత్మబంధువుగా ఎలామారాడో తెలిస్తే చాలు. అసాధారణ ఫలితాలతో అసామాన్య జీవనం కొనసాగించాటానికి కల్పన మనకు ఒకసూత్రం చూపుతుంది. నేను కొంత సాహిత్య స్వేచ్ఛ తీసుకొని, ఆ కాలాతీత కథ మీకు మరొకసారి చెప్పటానికి సాహసిస్తున్నాను. నన్ను క్షమించాలి.

మరణించిన జాకబ్ మార్లీ ఆత్మ (పూర్వాశ్రమంలో ఆయన ఎబెనేజేర్ వ్యాపార భాగస్వామి) ఒక క్రిస్మస్ సాయంకాలం ఎబెనేజేర్ స్క్రూజ్ ను దర్శిస్తుంది. ఇది కలో, నిజమో మనకు తెలియదు. "నిన్ను హెచ్చరించటానికి నేను ఇక్కడికి వచ్చాను. నాకు పట్టినగతే నీకు కూడా పట్టకుండా తప్పించుకోవాలంటే నీకు ఒకేఒక అవకాశం, ఆశ ఉన్నాయి. నిన్ను మూడు భూతాలూ వేటాడుతాయి (భూత, భవిష్యత్, వర్తమానాల నుంచి) వెంటాడుతాయి. మన ఇద్దరి మధ్యా ఏమి జరిగిందో గుర్తుకు తెచ్చుకో!"

ఇక్కడ ఒక్క క్షణం ఆగి స్క్రూజ్ ఎవరో, ఎటువంటి మనిషో గుర్తు చేసుకుందాం. ఆయనలో ఉన్న నిర్దయవల్ల ముసలితనం ముఖకవళికలు ఆయనలో బిగుసుకుపోయాయని డికెన్స్ వర్ణిస్తారు. ఎవరికీ చెయ్యి విదల్చడు. అనుక్షణము పనిచేస్తూనే ఉంటాడు. వీలయినంత దాచుకుంటాడు. ఇవ్వవలసినపుడు మనిషి పత్తా ఉండడు. ఎప్పుడూ ఒక్కడే ఏకాంతంగా ఉంటాడు. ఏమి చేస్తాడో ఎవరికీ తెలియదు. వీధిలో కనిపించినపుడు ఆయనను ఎవరూ పలకరించరు. ఆయనను గురించి ఎవరూ పట్టించుకోరు. ఎందుకంటే ఆయనకు ఎవరూ అక్కర్లేదు. ఆయన దుర్ముఖి. నీచుడు. పాపి. నిర్దయుడు. పరిహారం లేని మనిషి. ఆయనది ఏకాకి జీవనం. ఆయనవల్ల ఈ ప్రపంచానికి పాతకం.

సాయంత్రం గడుస్తూ ఉండగా మూడు ఆత్మలు స్క్రూజ్ ను కలిసి ఆయన గతాన్నీ, వర్తమానాన్నీ, భవిష్యత్తునూ చూపిస్తాయి. తద్వారా ఆయన తను ప్రస్తుత పరిస్థితికి ఎలా చేరుకున్నదీ, ప్రస్తుత జీవనం ఎలా సాగుతున్నదీ, భవిష్యత్తులో తనకూ తనచుట్టూ ఉన్నవారికీ ఏమి జరుగబోతున్నదీ చూస్తాడు. అది ఒక భయానక అనుభవం. తెల్లవారి నిద్రలేచేసరికి ఆయన భయంతో వణికిపోతూ ఉంటాడు. ఆ చూసింది నిజమో, కలో ఆయనకు తెలియదు. కాని కాలం గడవలేదని గ్రహించి విభ్రాంతుడవుతాడు. అయితే తన గతి మార్చుకోవటానికి ఇంకా సమయం ఉన్నదని స్క్రూజ్ గ్రహిస్తాడు. వెంటనే వీధిలోకి పరిగెత్తి కంటికి ఎదురయిన కుర్రవాడిని పట్టుకుంటాడు. మార్కెట్ లో దొరికే టర్కీలలో అతిపెద్దది కొని తన ఏకైక ఉద్యోగి బాబ్ క్రాచిట్ కు అందజెయ్యమని చెబుతాడు. అనాధలకు సహాయం చేయుమని అంతకు పూర్వం తనను అర్థించిన పెద్దమనిషి కనబడగానే ఆయనను క్షమాపణ వేడి, ఆ అనాధలకు వెంటనే పెద్దమొత్తం దానం చేస్తానని వాగ్దానం చేస్తాడు.

చివరికి ఎబ్నేజేర్ తన మేనల్లుడి ఇంటికి చేరుతాడు. ఇంతకాలం తను మూర్ఖంగా ప్రవర్తించి నందుకు క్షమాపణ వేడుతాడు. ఆనాడు రాత్రి డిన్నర్ కు వారిఅతిథిగా ఉండటానికి వారి ఆహ్వానం అంగీకరిస్తాడు. ఆయన మేనల్లుడు, మేనల్లుడి భార్య, అక్కడికి చేరిన అతిథులు ఆయన ప్రవర్తన చూసిచూసి విభ్రాంతులవుతారు. ఆయనే స్క్రూజ్ అంటే నమ్మలేకపోతారు.

మర్నాడు ఉదయం క్రాచిట్ పనిలోకి ఆలస్యంగా వస్తాడు. స్క్రూజ్ అతనిని ఎదుర్కుంటాడు. "ఇక్కడికి ఇప్పుడు రావటంలో నీ ఉద్దేశ్యమేమిటి? నేను ఇది సహించబోవటం లేదు." ఆ దుర్వార్త మనసులోకి ఎక్కక మునుపే క్రాచిట్ "కనుక నేను నీ జీతం పెంచబోతున్నాను." అన్న మాటలు వింటాడు.

క్రాచిట్ కుటుంబానికి స్క్రూజ్ శ్రేయోభిలాషి అవుతాడు. క్రాచిట్ కొడుకు టైనీ టిం వికలాంగుడు. వాడికోసం ఒక డాక్టర్ ను తీసుకు వస్తాడు. ఆ పిల్లవాడికి తండ్రి తర్వాత తండ్రిగా అతని ఆలనా పాలన చూస్తాడు. ఇతరులకోసం తన ధనాన్నీ సమయాన్నీ వెచ్చిస్తూ సాధ్యమయినదంతా చేస్తూ శేషజీవితం గడుపుతాడు స్క్రూజ్.

సరళమైన ఈ కథతో చార్లెస్ డికెన్స్ అసాధారణ జీవనం సృష్టించటానికి మనకు ఒక సూత్రం చూపిస్తారు. ఒక ధ్యేయంతో జీవించు. ఒక ప్రాధాన్యతతో జీవించు. ఉత్పాదనకోసం జీవించు.

ఈ కథను గురించి ఆలోచిస్తూ ఉంటే, మన గమ్యం ఏమిటి, మనకు ఏది ముఖ్యం అన్న వాటి సమ్మేళనమే మన ధ్యేయం అని డికెన్స్ చెప్పదలిచినట్లు నా నమ్మకం. మనం దేనికి ప్రాముఖ్యత ఇస్తామో అదే ప్రాధాన్యం, మన చర్యల ద్వారా మన ఉత్పాదన కలుగుతుంది అని ఆయన భావం. జీవనం అంటే మన ఎంపికల శ్రేణిగా ఆయన చిత్రిస్తారు. అక్కడ మనధ్యేయం మన ప్రాధాన్యతను నిర్ణయిస్తుంది. మన ప్రాధాన్యత మన ఉత్పాదనను, మన చర్యలను నిర్ణయిస్తుంది.

మన ధ్యేయమే మనం ఎవరమో చెబుతుందని డికెన్స్ భావం.

స్క్రూజ్ తేటతెల్లం. అర్థం చేసుకోవటం సులభం. ఇప్పుడు డికెన్స్ సూత్రం ఆధారంగా మనం ఈ క్రిస్మస్ క్యారోల్ పునర్దర్శనం చేద్దాం. ఆయన జీవితంలో మనం అడుపెట్టినపుడు స్క్రూజ్ ధ్యేయం కేవలం డబ్బు మాత్రమే. ఆ డబ్బుకోసం పాటుపడుతూనో, లేదా ఆ డబ్బుతో ఏకాకిగానో ఆయన జీవితం గడుపుతున్నాడు. ఆయనకు మనుషులకంటే డబ్బు ప్రధానం. ఏవిధంగానైనా సరే డబ్బు సంపాదించటమే లక్ష్యం అని నమ్మినవాడు. ఈ ధ్యేయంతో ఆయన ప్రధాన వ్యాపకం స్పష్టమవుతుంది. సాధ్యమయినంత డబ్బు సంపాదించటమే ప్రధానం. డబ్బు కూడబెట్టటమే స్క్రూజ్ లక్ష్యం. ఆయన ఉత్పాదన అంతా డబ్బు సంపాదనకే అంకితం. డబ్బు సంపాదనలో విరామం దొరికితే, సరదాకు ఆయన తన సంపాదన లెక్కపెట్టటంలో కాలం గడుపుతారు. సంపాదన, దాచటం, అప్పు ఇవ్వటం, తిరిగి తీసుకోవటం, లెక్కపెట్టటం – రోజంతా ఆయన చేసే పనులు ఇవే. ఆయన ఆశపోతు, స్వార్థపరుడు. తన చుట్టూ ఉన్న మనుషుల సంగతి ఆయన పట్టించుకోరు.

తన ధ్యేయం సాధించటంలో చాలా సమర్థుడినని స్క్రూజ్ ఉద్దేశ్యం. ఇతరుల ఉద్దేశ ప్రకారం అది ఒక దౌర్భాగ్య జీవనం.

ఎబెనేజెర్ మాజీ భాగస్వామి ఆయన కళ్ళు తెరిపించక పోయి ఉంటే, ఈ కథ ఇక్కడితో ముగిసేది. తనకు పట్టిన అధోగతి స్క్రూజ్ కి కూడా పట్టకూడదని ఆయన మాజీ భాగస్వామి ఆశయం. ఆ ప్రేత ఉపదేశం తర్వాత ఏం జరిగింది? డికెన్స్ చెప్పిన కథప్రకారం ఆయన ధ్యేయం మారింది. దానితో ఆయన ప్రాధాన్యత మారింది. తద్వారా ఆయన ఉత్పాదన మార్గం మారింది. మార్లే కలగజేసుకున్న తర్వాత స్క్రూజ్ మరొక కొత్త ధ్యేయంలో పరివర్తన శక్తిని అనుభూతి చెందాడు.

అప్పుడు ఆయన ఏమైనాడు?

చూద్దాం రండి. కథనం ప్రకారం స్క్రూజ్ ధ్యేయం ఇప్పుడు డబ్బు కాదు, మనుషులు. ఆయన మనుషులను గురించి శ్రద్ధ వహిస్తారు. వారి ఆర్థిక స్థితిగతులు, వారి శరీర స్థితిగతులు పట్టించుకుంటారు. అందరికీ తనకుచేతనయిన సహాయంచేస్తూ ఎదుటివారితో తన సంబంధం ఆనందమయం చేసుకుంటారు. డబ్బు కూడబెట్టటంకంటే ఇతరులకు సహాయం చెయ్యటంలో విలువ చూస్తారు. ఇతరులకు మేలు చెయ్యటంలో డబ్బు సమర్థం అని నమ్ముతారు.

ఇప్పుడు ఆయన ప్రాధాన్యత ఏమిటి? ఒకనాడు ఆయన మనుషులను ఉపయోగించి డబ్బు కూడబెట్టారు. ఇప్పుడు మనుషులను కాపాడటానికి ఆ డబ్బు వినియోగిస్తున్నారు. సాధ్యమయినంత మందికి సహాయపడే లక్ష్యంతో సాధ్యమయినంత డబ్బు సంపాదించటమే ఇప్పుడు ఆయన ప్రధాన ఉద్దేశ్యం. ఆయన చర్యలు? ప్రతి ఒక్క పైసా ఇతరులకోసం వినియోగిస్తూ ఇప్పుడు ఆయన ఉత్పాదన అనుక్షణమూ జరుగుతున్నది.

ఈ పరివర్తన అమోఘం. పోల్లుపోని సందేశం. మనం ఏమి చేస్తాము, మనం ఏమి సాధిస్తాము అనేది మనం ఎవరము, మన గమ్యం ఏమిటి అన్న విషయాలు నిర్ణయిస్తాయి.

ఒక ధ్యేయంతో నడిచిన జీవితం అన్నిటికంటే శక్తివంతము, అమితానంద దాయకము.

ఆనందమే ధ్యేయం

జీవితంలో ఏమి కావాలో జనాన్ని అడిగి చూడండి. ఆనందం అని ముక్తకంఠంతో సమాధానం వస్తుంది. మన ఒక్కొకరి జవాబు ఒక్కొక విధంగా ఉండవచ్చు. మనమందరమూ కోరుకునేది ఆనందమే. కాని మన అందరికీ అర్థం కానిది ఆ ఒక్కటే.

మన ప్రోద్బలంతో సంబంధం లేకుండా మనమందరమూ చేసేదంతా మన ఆనందం కోసమే. కాని అక్కడే మనం పొరబడ్డాం. ఆనందం మనం అనుకున్న విధంగా కలగదు.

ఇది వివరించటానికి ఒక ప్రాచీన కథ చెబుతాను.

భిక్షాపాత్ర

ఒక రాజుగారు ఒక ఉదయం తన రాజభవనం వెలుపలికి వచ్చి ఒక భిక్షగాడిని చూస్తారు. "నీకు ఏం కావాలి?" అని అడుగుతారు. "మీరు ఏదో నా కోరికలు తీర్చేటట్లు అడుగుతున్నారు!" నవ్వుతో భిక్షగాడి సమాధానం. ఆ సమాధానంతో రాజుగారికి అవమానం కలిగింది. "ఎందుకు తీర్చలేను? అడుగు ఏం కావాలో!" రాజుగారు బదులు చెప్పారు. "మాట ఇచ్చేముందు మరొక సారి ఆలోచించండి." రాజుగారికి భిక్షగాడి హెచ్చరిక.

ఇక్కడ ఆ భిక్షుకుడు మామూలు భిక్షుకుడు కాదు. రాజుగారి గతజన్మలో ఆయన యజమాని. పూర్వజన్మలో ఆయన "తర్వాతి జన్మలో నేను వచ్చి నిన్ను మేల్కొలుపుతాను. ఈ జన్మలో నువ్వు తప్పిపోయావు. నీకు సాయపడటానికి మళ్ళీ వస్తాను." అని వాగ్దానం చేసి ఉన్నాడు.

రాజుగారు తన పాత స్నేహితుడిని గుర్తించలేదు. "నేను ఏ కోర్కెనైనా సరే తీర్చగల మహారాజును. నువ్వు ఏది అడిగినా తీరుస్తాను." "ఇది చాలా చిన్న కోరిక. ఈ భిక్షాపాత్ర నింపగలరా?" అన్నాడు భిక్షుకుడు. "తప్పకుండా." అని మహారాజు "ఈ భిక్షుకుడి పాత్ర డబ్బుతోనింపు" మని తన వజీరును ఆదేశించారు. వజీర్ రాజు ఆజ్ఞ పాటించి బిక్షాపాత్రలో ధనం పోశారు. కాని భిక్షాపాత్రలో పోసిన మరుక్షణం ఆ ధనం మాయమయింది. ఆయన మళ్ళీ మళ్ళీ పోశారు. కాని ఎన్నిసార్లు ధనం పోసినా మరుక్షణం అది మటుమాయం అయ్యేది.

భిక్షాపాత్ర ఖాళీగానే ఉండిపోయింది.

ఈ వార్త రాజ్యంలో నలుదిశలా పాకింది. క్షణంలో అక్కడ ఒక పెద్దగుంపు పోగయింది. రాజుగారి పరువు ప్రతిష్టలకు భంగం కలిగేలా ఉన్నది. ఆయన తన వజీర్ తో "నేను నా రాజ్యం మొత్తం కోల్పోవటానికి కూడా సిద్ధంగా ఉన్నాను. కాని ఈ బిచ్చగాడితో ఓడిపోకూడదు." అన్నారు. ఆయన తన సంపద అంతా ఆ భిక్షాపాత్రలో పోయసాగారు. వజ్రాలు, రత్నాలు, మణులు, మాణిక్యాలు అన్నీ. చివరికి రాజు గారి

కోశాగారం ఖాళీ అయ్యే పరిస్థితి ఏర్పడింది.

కాని ఆ భిక్షాపాత్రకు అడుగు ఉన్నట్లు లేదు. దానిలో ఏది వేసినా మరుక్షణం మటుమాయం అవుతున్నది. చివరికి అక్కడ చేరిన జనసమూహం మూగపోయింది. రాజుగారు భిక్షుకుడి కాళ్ళమీద పడి తన ఓటమిని ఒప్పుకున్నారు. “మీరే గెలిచారు. కాని వెళ్ళిపోయేముందు ఒక్కమాటచెప్పి నా కుతూహలం తీర్చండి. ఈ భిక్షాపాత్ర రహస్యం ఏమిటి?”

భిక్షుకుడు సవినయంగా జవాబు చెప్పాడు. “ఇందులో రహస్యం ఏమీ లేదు. ఇది కేవలం మానవ కోరికల పాత్ర.”

మన జీవితధ్యేయం ఆ భిక్షాపాత్ర కాకుండా చూసుకోవటమే మనకు ఎదురయ్యే పెద్ద సవాలు. ఆ కోర్కెలకు అంతు అంటూ ఉండదు. ఒకదాని తర్వాత ఒకటి పుడుతూనే ఉంటాయి. తర్వాతి కోర్కె మనకు ఆనందం కలిగిస్తుందని మన ఊహ. అది ఎన్నటికీ జరిగేపని కాదు.

మనకు ఆనందం కలిగిస్తాయనే ఆశతో మనం డబ్బు కూడపెదతాం, వస్తువులు సేకరిస్తాం. ఇది ఒకవిధంగా పనిచేస్తుంది. డబ్బు సంపాదించటం, కోరిన వస్తువులు సాధించటం మనకు అందం కలిగిస్తుంది. కాని ఆ ఆనందం ఎంతో కాలం నిలవదు. త్వరలోనే అది కిందికి దిగిపోతుంది. తరతరాలుగా మన మహామేధలు ఈ ఆనందాన్ని గురించి అవలోకనం చేశాయి. వారి ఉపసంహారం ఒకటే. డబ్బు, వస్తువులు నిత్యానందాన్ని కలిగించలేవు.

పరిస్థితుల ప్రభావం మన దృక్పథాన్ని అనుసరించి ఉంటుంది. మనం సంపూర్ణచిత్రాన్ని అవలోకించలేకపోతే, సఫలత కోసం మనవేట ఒక సీరియల్ కథ అవుతుంది. ఎందుకని? మనం కోరింది దొరకగానే ఇవాళ కాకపోతే రేపు మన ఆనందం అడుగంటుతుంది. మనకు మళ్ళీ ఇంకేదో కావాల్సి వస్తుంది. అందరిదీ ఇదే పరిస్థితి. నిరంతరం ఏదో కావాలనో, ఏదో చెయ్యాలనో అనే ఆరాటం మనలను నిర్జీవులను చేస్తుంది. అంతకు మించిన అధోగతి ఏమిటంటే మనకు ఉన్నది ఆనందించటానికి మనం క్షణమైనా నిలకడగా, నిదానంగా ఉండలేము. మనం యాంత్రికంగా లేచి మరొక దానివెంట పరుగులు తీస్తాం. ఇక్కడ మనం జాగ్రత్త వహించకపోతే, సాధించి సంపాదించటానికి బదులు సంపాదించి సాధించే బాటన పడతాం. మనం సంపాదించిందీ, సాధించిందీ ఆనందించే వ్యవధీ తీరికా మనకు లేవు! నిరంతరం భిక్షుకుడిగా ఉండిపోవటానికి ఇది ఒక మార్గం. ఈ వాస్తవం

గ్రహించిననాడు మనజీవితం శాశ్వతంగా మారిపోతుంది. మరి నిత్యానందం పొందటం ఎలా?

సంతృప్తి మార్గంలో ఆనందం ఉంటుంది.

డాక్టర్ మార్టిన్ సెలిగ్మన్ అమెరికన్ సైకలాజికల్ ఎసోసియేషన్ మాజీ అధ్యక్షులు. అయిదు అంశాలు మనకు ఆనందం కలిగిస్తాయని ఆయన విశ్వాసం. సుముఖ భావావేశాలు -సంతోషం, అనుకున్నది సాధించటం, బాంధవ్యాలు, వ్యాపకము – అర్ధము. వీటిలో వ్యాపకము – అర్ధము అన్నిటికంటే ముఖ్యమని ఆయన విశ్వాసం. జీవితానికి ఒక అర్ధము, పరమార్ధము కల్పించే పనిలో నిమగ్నులై ఉండటమే నిత్యానందానికి మార్గం. ప్రతిరోజూ మనం చేసే పనులు ఒక పరమార్ధానికి దారితీస్తే చెప్పకుండానే మనకు నిత్యానందం కలుగుతుంది.

ఉదాహరణకు డబ్బునే తీసుకోండి. డబ్బు కోరినదానిని తెచ్చిపెట్టటమేగాక, దానిని సాధించేశక్తి కూడా ఇస్తుంది. అందుకే డబ్బు మంచి ఉదాహరణ. చాలామందికి డబ్బు సంపాదించటం ఎలాగో తెలియదు. దానికితోడు ఆ డబ్బు ఎలా ఆనందాన్ని కొని ఇస్తుందోకూడా తెలియదు. నేను అనుభవజ్ఞులైన వ్యవస్థాపకుల దగ్గరినుంచి స్కూలు విద్యార్థుల వరకూ సంపద సృష్టించే మార్గాలు బోధించాను. "మీరు ఎంత డబ్బు సంపాదించా లనుకుంటున్నారు?" అని నేను ఎప్పుడు అడిగినా నాకు నానారకాల సమాధానాలు వస్తాయి. సాధారణంగా ఆ సంఖ్యలు చాలా ఉన్నత స్థాయిలో ఉంటాయి. "ఆ సంఖ్య ఎలా ఎంచుకున్నారు?" అని నేనడిగితే అందుకు చిరపరిచితమయిన సమాధానం. "తెలియదు." అప్పుడు నేను "మీ ఉద్దేశంలో ఆర్థికంగా సంపన్నులు అంటే మీ నిర్వచనం ఏమిటో చెప్పగలరా?" అని అడుగుతాను. నిస్సంశయంగా అన్ని సమాధానాలు మిలియన్ డాలర్ల దగ్గర మొదలై అక్కడినుంచి పైకి వెళ్తాయి. ఆ సంఖ్యకు ఎలా చేరుకున్నారని అడిగితే, అది పెద్ద మొత్తంగా తోస్తుందని సమాధానం. "అవును, కాదు. ఆ డబ్బుతో మీరు ఏమి చేస్తారు అనేదానిని బట్టి ఉంటుంది." నా ప్రతిస్పందన.

జీవితంలో తమ ధ్యేయానికి అవసరమైన సొమ్ముకోసం పనిచేయ్యనక్కర్లేని వారు ఆర్థికంగా సంపన్నులని నా విశ్వాసం. ఈ నిర్వచనం అంగీకరించిన వారందరికీ, అది ఒక సవాలు అవుతుందని గ్రహించండి. ఆర్థికంగా సంపన్నులు అంటే మీ జీవితానికి ఒక పరమార్థం ఉండాలి. జీవితంలో పరమార్ధం లేకపోతే మీకు తగినంత డబ్బు ఉన్నదో లేదో మీకు తెలియదు . అంటే మీరు ఆర్థికంగా ఎన్నటికీ సంపన్నులు కాలేరు.

డబ్బు ఆనందం కలిగించదు అని చెప్పటంలేదు. కొంతవరకు అది సాధ్యం. ఆ తర్వాత బండి ఆగిపోతుంది. ఆ తర్వాత డబ్బు మీకు ప్రచోదన శక్తి కావాలంటే అది ఎందుకు కావాలి అనేదానిని బట్టి ఉంటుంది. గమ్యం మన మార్గాన్ని నిర్దేశించ కూడదు

అని నానుడి. ఆనందాన్ని సాధిస్తున్నపుడు మీ గమ్యం ఏదైనా, ఆ మార్గాన ఆనందాన్ని సృష్టిస్తుంది. ఇంకా ఉంటే ఇంకా బాగుంటుంది అనే భావనలో డబ్బు కోసం ప్రయత్నిస్తే, అందులో ఆనందం కనబడదు. మీ ధ్యేయం ఉన్నతమైనపుడు ఆనందం కలుగుతుంది. కనుకనే సంతృప్తి మార్గంలో ఆనందం కలుగుతుందని అంటాం.

ధ్యేయం శక్తి

శక్తికి ముక్కుసూటి బాట ధ్యేయం. వ్యక్తిగత శక్తికి – ఆత్మవిశ్వాసం, పట్టినపట్టు విడువక పోవటం – అది ఆదిమూలం. మీకు ఏది ముఖ్యమో తెలుసుకోవటం, దానిని సాధించటానికి అనుదినమూ చర్యలు చేపట్టటమే అసాధారణ ఫలితాలకు మందు. మీ జీవితంలో నిర్దిష్టమైన ధ్యేయం ఉంటే, కర్తవ్యం స్పష్టమవుతుంది. అప్పుడు మీ ఆత్మవిశ్వాసం పెరుగుతుంది. తద్వారా మీ నిర్ణయాలు వేగం పుంజుకుంటాయి. మీ నిర్ణయాలు వేగంగా ఉంటే, తొలినిర్ణయాలు మీవే అవుతాయి.మీ ఎంపికలు ఉత్తమంగా ఉంటాయి. మీ ఎంపికలు ఉత్తమం అయితే మీకు ఉత్తమ అనుభవాల అవకాశం మెరుగు పడుతుంది. మీ గమ్యం ఏదో తెలిస్తే మీ ఫలితాలు ఉత్తమంగా ఉంటాయి. మీ జీవిత అనుభవాలు కూడా అదేకోవలోకి చేరుతాయి.

పరిస్థితులు అనుకూలంగా లేనపుడు మీ ధ్యేయం మీకు తోడ్పడుతుంది. ఒక్కొకపుడు జీవితం కఠినమవుతుంది. అగమ్య గోచరం అవుతుంది. ఉన్నత ఆశయాలతో చిరకాలం జీవిస్తే మీవంతు కష్టాలు మీకు తప్పవు. అది మామూలు. ఈ అనుభవం ఆదరికీ కలుగుతుంది. మీరు చేస్తున్న పని ఎందుకు చేస్తున్నారో తెలిస్తే కష్టకాలంలో కొనసాగటానికి అదే మీకు స్ఫూర్తి, ప్రేరణ అవుతుంది.సఫలత దర్శనం ఇచ్చేవరకూ మీ ధ్యేయానికి అంటిపెట్టుకొని ఉండటమే అసాధారణ ఫలితాలకు ప్రాధమిక యోగ్యత.

మీరు అనుసరిస్తున్న బాటను అంటిపెట్టుకుని ఉండే శక్తి నిచ్చేది మీ ధ్యేయమే. మీరు చేసే పని మీ ధ్యేయానికి అనుగుణం అయితే మీ జీవితం లయబద్ధమవుతుంది. ఆ బాటన మీ అడుగుల చప్పుడు మీ గుండె చప్పుడు, మీ మనసు స్పందనలతో ఏకమవుతుంది. మీరు ఒక ధ్యేయంతో జీవిస్తూ ఉంటే మీరు పనిచేసేటపుడు కూనిరాగాలు తీయటమూ, లేదా ఈల వెయ్యటమూ గమనించి ఆశ్చర్య పడవలసింది ఏమీ లేదు. "నాకూ ఈ ప్రపంచానికీ కూడా అత్యంత విలువైనదీ, అది చేసినందువల్ల మిగిలినదంతా నిరర్ధకమూ, లేదా అనవసరమూ అయ్యే ఒకే ఒక్క విషయం జీవితంలో నేను చేయ్యదగినది ఏమిటి?" అని మిమ్మల్ని మీరు ప్రశ్నించు కున్నపుడు మీ జీవిటానికి ఒక ధ్యేయం కల్పించటానికి ఆ ఒకే విషయం శక్తి ప్రయోగిస్తున్నారు.

బృహత్ భావాలు

1. **సంతృప్తి మార్గాన ఆనందం కలుగుతుంది.** మనం అందరమూ ఆనందాన్ని కోరుతాం. కాని దానికోసం వెతుకులాడటం దాన్ని కనుక్కోవటానికి మార్గం కాదు. మీ జీవితానికి అర్థం కల్పించండి. మీ దైనందిన చర్యలకు అర్థము, ధ్యేయమూ కల్పించండి. అదే మీ నిత్యానందానికి రహదారి.

2. **'ఎందుకు' కనుక్కోండి.** మీకు ప్రచోదన కలిగించేది ఏమిటో తెలుసుకొని మీ ధ్యేయం శోధించండి. మీరు అలిసిపోయి నీరసంగా ఉన్నపుడు ఉదయమే మిమ్మల్ని మేలుకొలిపే శక్తి ఏమిటి? ఇదే మీ పెద్ద 'ఎందుకు' అంటాను నేను. అందుకే మీరు జీవితంలో ఉద్రిక్తులవుతున్నారు. అదే మీరు చేస్తున్నపని వెనక కారణం.

3. **సమాధానం లేకపోతే, ఒక దారి ఎంచుకోండి.** 'ధ్యేయం' అన్న పదం భారంగా తోచవచ్చు. కాని, ఆ అవసరం లేదు. మీ జీవితంలో దానిదే అన్నిటికంటే ముఖ్య పాత్ర అని భావించండి. మీరు సాధించదలచిన దానిని మాటలలో పెట్టటానికి ప్రయత్నం చెయ్యండి. ఆ తర్వాత అది ఎలా చేస్తారో వర్ణించండి.

   నా మటుకు నాకు ఇలా అనిపిస్తుంది: "నా బోధనలు, శిక్షణ, రచనల ద్వారా ప్రజలు అత్యుత్తమ జీవితం కొనసాగించేలాగా సాయపడటమే నా ధ్యేయం." అప్పుడు నా జీవితం ఎలా దర్శన మిస్తుంది?

   బోధన నా ఒకే ఒక విషయం. గత 30 సంవత్సరాలుగా అదే కొనసాగుతున్నది. మొదట్లో నా క్లయంట్లకు మార్కెట్ ను గురించి, ఘనమైన నిర్ణయాలను గురించీ చెప్పటం. ఆ తర్వాత అమ్మకాలు చేసేవారికి క్లాసు రూములో, సేల్స్ మీటింగ్స్ లో, వ్యక్తిగతంగా ఒక్కొకరికి బోధనగా మారింది. ఆ తర్వాత అది బిజినెస్ క్లాసుల బోధనగా రూపొందింది. తదుపరి అదే ఉత్తమ పెర్ఫార్మర్స్ కు మోడల్స్, వ్యూహాల బోధనా, శిక్షణ అయింది. గత పది సంవత్సరాలుగా సభలు సమావేశాలలో జీవనసూత్రాల బోధన అయింది. నేను బోధించేది శిక్షణ కూడా గరుపుతాను. దానికితోడు అవే సూత్రాలకు అక్షరరూపం ఇస్తాను.

ఒక దిశ ఎంచుకోండి. ఆ దారిన నడక సాగించండి. మీకు ఎలాటి అనుభూతి కలుగుతుందో గమనించండి. కాలక్రమేణా స్పష్టత కలుగుతుంది. మీకు నచ్చకపోతే ఎప్పుడైనా మీ మనసు మార్చుకోవచ్చు. ఇది మీ జీవితం.

14 ప్రాధాన్యత ప్రకారం జీవించండి

"ఇక్కడినుంచి ఎటు వెళ్ళాలో చెబుతావా?"

"అది నువ్వు ఎక్కడికి వెళ్ళదలుచు కున్నావు అనేదానిని బట్టి ఉంటుంది." అన్నది పిల్లి.

"ఎక్కడికైనా ఫర్వాలేదు..." ఆలిస్ అన్నది.

"అయితే నువ్వు ఎటు వెళ్లినా ఒకటే." అన్నది పిల్లి.

"ప్లానింగ్ అంటే భవిష్యత్తును —ఆ విషయంలో ప్రస్తుతం ఏదైనా చేసే ప్రయత్నంలో – వర్తమానంలోకి తీసుకు రావటమే."

– అలన్ లకేయిన్

ఇది లూయీ క్యారోల్ రచన 'ఆలిస్ ఎడ్వంచర్స్ ఇన్ వండర్ లాండ్' లో ఆలిస్ కు చెషైర్ పిల్లికి మధ్య జరిగిన సంభాషణ. ఆ సంభాషణ ధ్యేయానికి, ప్రాధాన్యతకు మధ్య ఉన్న సన్నిహిత సంబంధం తెలియ జేస్తుంది. ఒక ధ్యేయంతో జీవిస్తే మనం ఎక్కడికి వెళ్ళాలో తెలుస్తుంది. ప్రాధాన్యత ప్రకారం జీవిస్తే అక్కడికి చేరటానికి ఏమి చెయ్యాలో తెలుస్తుంది.

ప్రతి ఒక్కరోజు మొదలయినపుడు,మనలో ప్రతిఒక్కరికీ ఒక ఎంపిక ఉంటుంది. "నేనేం చెయ్యాలి?" అనో "ఇప్పుడు నా కర్తవ్యం ఏమిటి?" అనో అడుగవచ్చు. ఒక మార్గము, ఒక లక్ష్యము లేకుండా మీరు "ఏది చేసినా" అది మిమ్మల్ని ఏదో ఒక చోటికి చేరుస్తుంది. కాని మీరు ఎక్కడికైనా ఒక లక్ష్యంతో బయలుదేరితే,అప్పుడు మీరు

చేసితీరవలసిన ఒకపని ఉంటుంది. అదే మిమ్మల్ని మీ గమ్యానికి చేరుస్తుంది. మీ జీవితంలో ఒకధ్యేయం ఉంటే ప్రాధాన్యత ప్రకారం జీవించటం ముఖ్యం.

లక్ష్యము – వర్తమానం

ఎబెనేజెర్ స్క్రూజ్ కి 'మనజీవితం మన ధ్యేయాన్ననుసరించి నడుస్తుంది.' అని జ్ఞానోదయం అయింది. అక్కడే అతను కూడా తెలుసుకోవలసిన ఒక కిటుకు ఉన్నది. ప్రాధాన్యతకు మనం ఇచ్చే విలువనుబట్టి మన ధ్యేయం మన జీవితాలను రూపు దిద్దుతుంది. ప్రాధాన్యత లోపించిన ధ్యేయం నిర్వీర్యం.

క్లుప్తంగా చెప్పాలంటే ప్రాధాన్యత 'ప్రధమ' అనే పదంలో నుంచి పుట్టింది. అన్నిటికంటే ముఖ్యమైనది ఏదైనా ఉంటే దానికే ప్రాధాన్యత.ఈ ప్రాధాన్యత (priority) అన్న పదం 20 వ శతాబ్దం దాకా ఏకవచనంగానే ఉన్నది. ఆ తర్వాతనే అది బహువచనం అయి, సామాన్యమయిన 'ముఖ్యవిషయాలు' గా మారింది. ఆ పదం మూలభావం మారిన తర్వాత ఆ మూలభావాన్ని వ్యక్తపరచటానికి 'అతి జరుగురు విషయం', 'అతి ముఖ్య విషయం', వంటి పదాలు పుట్టుకు వచ్చాయి. ఈనాడు ప్రప్రధమ, అత్యున్నత, ముఖ్యాతిముఖ్య వంటి పదాలు జోడించి ప్రాధాన్యతకు తొలి ప్రాముఖ్యత ఆపాదిస్తున్నాం. ప్రాధాన్యత మంచి ఆసక్తికరమైన బాటన పయనించింది.

కనుక, మీరుఉపయోగించే భాష గమనించండి. ప్రాధాన్యతను గురించి మీరు పలువిధాలుగా చెప్పవచ్చు. కాని మీరు ఏ పదజాలం ప్రయోగించినా అసాధారణ ఫలితాలు సాధించటానికి మీ భావం ఒకటే అయి ఉండాలి – ఒకే ఒక విషయం.

నేను లక్ష్యస్థాపన బోధించేటపుడు లక్ష్యము, ప్రాధాన్యత కలిసి ఎలా పనిచేస్తాయో చూపటం నా ప్రధమ కర్తవ్యంగా నిర్ణయిస్తాను. ఇందుకు నేను "మనం లక్ష్యాలు ఎందుకు స్థాపిస్తాము, పథకాలు ఎందుకు రచిస్తాము?" అనే ప్రశ్నతో మొదలుపెడతాను. ఆప్రశ్నకు మంచి సమాధానాలే వస్తాయి. ఆ లక్ష్యాలు, పథకాలు మన జీవితంలో ముఖ్య సందర్భాలకు అనుగుణంగా ఉండాలి. మన లక్ష్యాల పథకాల మూలకారణం అదేనన్నమాట సత్యం. మనం గతంలోనుంచి కెలకవచ్చు, భవిష్యత్తును గురించి కలలు కనవచ్చు. కాని వర్తమాన క్షణం ఒక్కటే పరమ సత్యం. మనం పనిచెయ్యగలిగింది 'ఇప్పుడు' మాత్రమే. గతం అంటే మన పూర్వపు వర్తమానం. భవిష్యత్తు రాబోయే వర్తమానం. ఈ విషయం వంటబట్టించటానికి "వర్తమానానికి లక్ష్యం" అన్న ప్రప్రధమ కర్తవ్యం సృష్టించాను. ప్రాధాన్యత అనేది ఎంత ముఖ్యమో తెలియజెప్పటానికి ఇది సాధనం.

ప్రబలమైన క్షణాలు ఒకదానికొకటి సమాహారం చేయగలిగితే, అసాధారణ ఫలితాలు సాధించటం సాధ్యమవుతుంది. సఫలతకు మూలమంత్రం అదే. ప్రస్తుతం మీరు ఏమి చేస్తున్నారనేది తర్వాతి క్షణంలో మీ అనుభవానికి మూలమవుతుంది. ప్రస్తుతక్షణం మీరు ఎంత ప్రాధాన్యతతో గడుపుతున్నారనేది "ప్రస్తుత వర్తమానాన్ని", "భవిష్యత్తులో వర్తమానాలను" నిర్ణయిస్తుంది అనేది నిర్వివాదాంశం. మీలో ఉన్న వర్తమాన ఆత్మ, భవిష్యత్ ఆత్మల మధ్య యుద్ధంలో ఎవరు గెలుస్తారు అనేది మీరు మీ ప్రాధాన్యత ఎలా స్థాపిస్తారో నిర్ణయిస్తుంది.

మీకు ఈరోజు అయితే 100 డాలర్లు, వచ్చే సంవత్సరం అయితే 200 డాలర్లు ఇస్తామన్నరనుకోండి. మీరు ఏది ఎంచుకుంటారు? 200 డాలర్లే కదా?అవకాశాన్ని బట్టి అధిక ధనం సంపాదించదలిస్తే, మీరు అదే కోరుకుంటారు. విచిత్రం ఏమిటంటే ఆ ఎంపిక చేసేవారు అరుదు.

జనం సాధారణంగా చిన్న వాటికంటే పెద్ద ప్రతిఫలాలనే వరిస్తారని ఆర్థికశాస్త్రవేత్తలకు బహుకాలంగా తెలిసిన రహస్యం. అందులోనూ భవిష్యత్తులో – అవి ఎంత పెద్దవి అయినా సరే – రాబోయే ప్రతిఫలాలకంటే ప్రస్తుతం లభించే ప్రతిఫలాలకే ఎక్కువగా మొగ్గుతారనీ తెలుసు. ఇది చాలా మామూలుగా జరిగే సంఘటన. ప్రతిఫలం భవిష్యత్తులో ఎంత దూరాన ఉంటే దానిని సాధించటానికి ఈనాడు అంత కనిష్ఠ ప్రేరణ. దూరాన ఉన్న వస్తువులు చిన్నవిగా కనబడటం సహజం. బహుశ జనం వాటిని నిజంగానే చిన్నవిగా తలపోసి, తదనుగుణంగా వాటివెలకడతారు. భవిష్యత్తులో రాబోయే 200 డాలర్లకంటే ప్రస్తుతం దొరికే 100 డాలర్లకే జనం విలువనివ్వటానికి కారణం అదేనేమో. వర్తమానం మీది పక్షపాతం తర్కాన్ని తుంచివేస్తుంది. ఆ కారణంగా వారు భవిష్యత్తులో దొరికే అసాధారణ ప్రతిఫలాలకు నీళ్ళు వదులుతారు.ఈ విధమైన దైనందిన జీవనం మీ భవిష్యత్తును ఎంత ప్రభావితం చేస్తుందో ఊహించండి. ఆలస్యంగా కలిగే ఆనందాన్ని గురించిన మన సంభాషణ గుర్తు ఉన్నదా? నిమ్మతొన వంటి చిన్నవస్తువు తర్వాతి కాలంలో మీకు విపరీతమైన ప్రమాదం కలిగించ గలదు.

మననుంచి మనలను రక్షించు కోవటానికీ, సవ్యమయిన ప్రాధాన్యత ఏర్పరుచుకోవటానికీ, మనధ్యేయ సాధనకు చేరువకావటానికీ మనకు ఒక సరళమయిన మార్గం కావాలి.

వర్తమానానికి లక్ష్య నిర్ణయం మిమ్మల్ని అక్కడికి చేరుస్తుంది.

ప్రస్తుతం ఏమి చెయ్యాలో ఆలోచిస్తే, మీరు భవిష్యత్తుకు ఒక లక్ష్యం ఏర్పరుచుకుంటారు. అప్పుడు ప్రస్తుతం ఏమిచెయ్యాలో మీకు మెట్లు అమర్చినట్లు తెలుస్తుంది. ఈ క్షణంలో మీ ఒకే ఒక విషయంలో రష్యన్ మాత్రియోష్కా బొమ్మ దాగి ఉండవచ్చు. అది మీ ఈనాటి ఒకే ఒక విషయంలో దాగి ఉండవచ్చు. తిరిగి అది ఈ వారం మీ ఒకే ఒక విషయంలో దాగి ఉండవచ్చు. అది మళ్ళీ మీ ఈ నెల ఒకే ఒక విషయంలో దాగి ఉండవచ్చు...చిన్నవిషయం పెద్దదిగా పెరిగేది ఇలాగే.

మీరు మీ డామినోల వరస పేరుస్తున్నారన్నమాట.

వర్తమానానికి లక్ష్య స్థాపన

ఒకనాటి లక్ష్యం

ఒకనాడు నేను చెయ్యదలచిన ఒకేఒక విషయం ఏమిటి?

↓

పంచవర్ష లక్ష్యం

ఒకనాడు సాధించ దలచిన లక్ష్యం ఆధారంగా అయిదు సంవత్సరాలలో నేను సాధించ గలిగిన లక్ష్యం ఏమిటి?

↓

ఒక సంవత్సర లక్ష్యం

పంచవర్ష లక్ష్యం ఆధారంగా ఒక సంవత్సరంలో నేను చెయ్యవలసిన ఒకే ఒక పని ఏమిటి?

↓

నెలసరి లక్ష్యం

ఒక సంవత్సరం లక్ష్యం ప్రకారం

నేను ఈ నెల చెయ్యవలసిన ఒకే ఒక పని ఏమిటి?

↓

వారానికి లక్ష్యం

నెలసరి లక్ష్య ఆధారంగా నేను

ఈ వారం చెయ్యవలసిన ఒకే ఒక పని ఏమిటి?

↓

దినసరి లక్ష్యం

నా సాప్తాహిక లక్ష్యం ప్రకారం

నేను ఈనాడు చెయ్యవలసిన ఒకేఒక పని ఏమిటి?

↓

ప్రస్తుతం

నా దినసరి లక్ష్యం ప్రకారం

నేను ప్రస్తుతం చెయ్యవలసిన పని ఏమిటి?

చిత్రం 24 : భవిష్యత్తులో ధ్యేయం ప్రస్తుతం ప్రాధాన్యతకు ముడిపడి ఉన్నది

ప్రస్తుతానికి లక్ష్యం ఏర్పరుచుకోవటం మీ ఆలోచనా క్రమాన్ని ఏవిధంగా మలుస్తుందో, మీ అత్యంత ప్రధాన కర్తవ్యాన్ని ఎలా నిర్ణయిస్తుందో అర్థం చేసుకోవటానికి ఈ క్రింది పేరా బిగ్గరగా చదవండి:

> ఒకనాడు నేను సాధించదలచిన లక్ష్యం గురితప్పకుండా సాధించాలంటే రాబొయ్యే అయిదు సంవత్సరాలలో నేను చెయ్యవలసిన ఒకేఒక పని ఏమిటి? ఇప్పుడు, నా పంచవర్షలక్ష్యం అనుసరించి సాధించి, ఆ తర్వాత నా ఒకనాటి లక్ష్యం సాధించాలంటే, ఈ సంవత్సరం నేను చెయ్యవలసిన ఒకేఒక పని ఏమిటి? ఇప్పుడు, నా ఈ సంవత్సరం లక్ష్యం సాధించి, తద్వారా నా పంచవర్షలక్ష్యం సాధించి, తద్వారా నా ఒకనాటి లక్ష్యం సాధించాలంటే నేను ఈనెల చెయ్యవలసిన ఒకే ఒక పని ఏమిటి? ఇప్పుడు, ఈ నా ఒకనెల లక్ష్యం సాధించి, తద్వారా నా ఒక సంవత్సరం లక్ష్యం సాధించి, తద్వారా నా పంచవర్షలక్ష్యం సాధించి, తద్వారా నా ఒకనాటి లక్ష్యం సాధించాలంటే ఈ వారం నేను చెయ్యవలసిన ఒకే ఒక పని ఏమిటి? ఇప్పుడు ఈ నా వారం లక్ష్యం ద్వారా నా నెలసరి లక్ష్యం సాధించి, తద్వారా నా సంవత్సరలక్ష్యం సాధించి, తద్వారా నా పంచవర్షలక్ష్యం సాధించి తద్వారా నా ఒకనాటి లక్ష్యం సాధించాలంటే నేను ఈరోజు చెయ్యవలసిన ఒకే ఒక పని ఏమిటి? అప్పుడు నా ఈనాటి లక్ష్యం ప్రకారం, ఈవారం లక్ష్యం సాధించి, తద్వారా ఈనెల లక్ష్యం సాధించి, తద్వారా ఈ సంవత్సర లక్ష్యం సాధించి, తద్వారా నా పంచవర్ష లక్ష్యం సాధించి, తద్వారా నా ఒకనాటి లక్ష్యం సాధించటానికి ప్రస్తుతం నేను చెయ్యవలసిన ఒకే ఒక పని ఏమిటి?

మీరు పట్టువదలకుండా ఆసాంతం చదివారనే ఆశిస్తాను. ఎందుకు? మీరు మీ మనసుకు ఆలోచనాసరళిలో శిక్షణ ఇస్తున్నారు. ఒక లక్ష్యాన్ని మరొక లక్ష్యంతో జోడించి ప్రస్తుతం మీరు చెయ్యవలసిన అత్యంత ముఖ్యమయిన పని చేరుకోవటం నేర్పుతున్నారు. చిన్నవిషయం ద్వారా పెద్ద ఆలోచనలు చెయ్యటం నేర్చుకుంటున్నారు.

దీని విలువ తెలుసుకోవటానికి మధ్యలో మెట్లు వదిలివేసి "నా ఒకనాటి లక్ష్యం సాధించటానికి ప్రస్తుతం నేను చెయ్యవలసిన ఒకే ఒక పని ఏమిటి?" అని అడిగి చూడండి. ఇది పని చెయ్యదు. ఆ 'ఒకనాడు' భవిష్యత్తులో ఎంతో దూరాన ఉన్నది. మీ కీలక కర్తవ్యాలు దర్శించటం దుస్సాధ్యం. దీనికి మీరు ఒక రోజు, ఒక వారం వగైరా జోడించి చూడవచ్చు. కాని మీరు అన్ని మెట్లూ జోడించేవరకూ మీకు ప్రధాన కర్తవ్యం గోచరించదు. చాలామంది తమ లక్ష్యాలు చేరుకోలేక పోవటానికి అసలయిన కారణం ఇదే. ఆ లక్ష్యం చేరుకోవటానికి అవసరమయిన మరుసటిరోజులను అన్నిటినీ వారు ఈనాటికి జోడించలేదు.

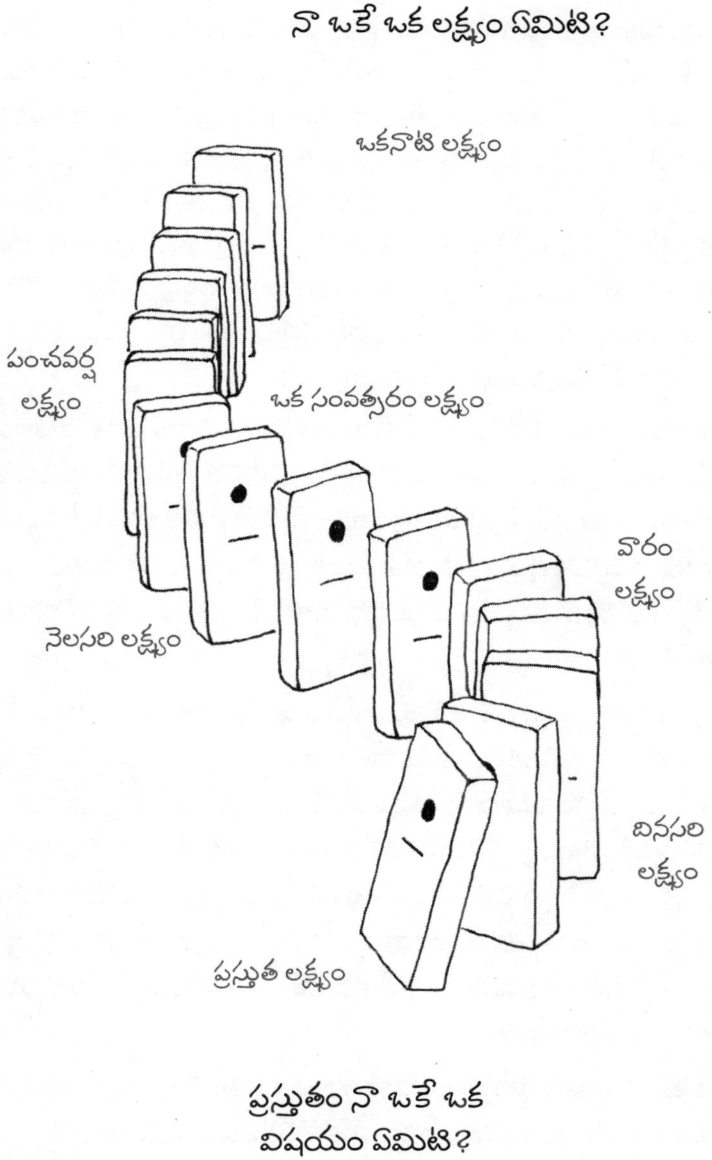

చిత్రం : 24 డామినో శ్రేణి జీవనం

రాబొయ్యే రేపులు అన్నిటినీ ఈనాటికి జోడించండి. అది అవసరం.

పరిశోధన ఈ వాదనను బలపరుస్తుంది. ఫలితాలను మనసా దర్శించటం వల్ల కలిగే ప్రభావాలను అధ్యయనం చెయ్యటానికి మానసిక శాస్త్రవేత్తలు 262 మంది విద్యార్థుల సమూహంమీద పరిశోధన జరిపారు. విద్యార్థులను రెండువిధాలుగా దర్శించుమని సూచించారు: ఒక గ్రూపును ఫలితాలు దర్శించుమని సూచించారు (పరీక్షలో A గ్రేడ్ సాధించటం లాగా). రెండవగ్రూపును ఆ ఫలితం సాధించటానికి అవసరమయిన ప్రక్రియను దర్శించుమని చెప్పారు (ఆ A గ్రేడ్ సాధించటానికి అవసరమయిన ప్రక్రియ). చివరికి ఫలితాన్ని సాధించటానికి అవసరమయిన ప్రక్రియను దర్శించిన గ్రూపు అన్ని విధాల పరీక్షలో బాగా ఉత్తీర్ణులయినారు. కేవలం ఫలితాలు దర్శించినవారి కంటే రెండవ గ్రూప్ చదువు పెందలాడే మొదలుపెట్టారు, తరుచు చదివారు. ఉన్నతమయిన గ్రేడ్ సాధించారు.

జనానికి తమ శక్తిసామర్థ్యాలమీద అమితమయిన విశ్వాసం. ఆ కారణంగా వారు ఏ విషయాన్నీ కూలంకషంగా ఆలోచించరు. పరిశోధకులు దీనిని "అవకతవక పథకం" అంటారు. దర్శన ప్రక్రియ – లక్ష్యాన్ని సాధించటానికి అనుసరించవలసిన సోపానాలుగా విడగొట్టటం – అసాధారణ ఫలితాలు సాధించటానికి అవసరమయిన పథకాన్ని ఆలోచింప జేస్తుంది. కనుకనే ప్రస్తుతానికి లక్ష్యాలు ఏర్పరుచుకోవటం నిజంగా ప్రయోజనకారి.

ప్రతిరోజూ నేను జనంతో ఈ సంభాషణ జరుపుతూనే ఉంటాను. తాము ఏమి చెయ్యాలి అని వారు అడిగినపుడు ఇది బాగా పనిచేస్తుంది. అందుకు నేను ఎదురు ప్రశ్న వేస్తాను: "మీ ప్రశ్నకు సమాధానం చెప్పేముందు, మిమ్మల్ని ఒక ప్రశ్న అడుగుతాను. మీరు ఎక్కడికి వెళ్తున్నారు? ఒకనాటికి మీరు ఎక్కడికి చేరదలుచుకున్నారు?" ప్రస్తుతానికి లక్ష్యం ఏర్పరుచుకోవటం గురించి చెప్పటం పూర్తి అయ్యేసరికి వారంతా త్వరగా అర్థంచేసుకుని, తమ సమాధానాలతో సిద్ధం అవుతారు. వారు ప్రస్తుతం చెయ్యవలసిన పని చేరుకునేసరికి నేను నవ్వుతూ "మరి ఇంకా ఇక్కడ ఎందుకు ఉన్నారు?' అని అడుగుతాను.

ఇక్కడ మీ ఆఖరి మెట్టు మీ సమాధానాలు వ్రాయటమే. లక్ష్యాలు వ్రాయటం గురించి చాలా వ్రాశారు. అందుకు కారణం లేకపోలేదు. అది పనిచేస్తుంది!

డొమినికన్ యూనివర్సిటీ ఆఫ్ కాలిఫోర్నియాకు చెందిన డాక్టర్ గెయిల్ మాథ్యూస్ 2008 లో ఒక పరిశోధన జరిపారు. ఆయన విభిన్న వృత్తులు (లాయర్లు, ఎకౌంటెంట్లు, స్వచ్ఛంద సేవకులు, మార్కెటీర్లు వగైరా) వివిధ దేశాలనుంచి వ్యక్తులను

ఎన్నుకున్నారు. తమ లక్ష్యాలను వ్రాసుకున్నవారు వాటిని సాధించటంలో 39.5 శాతం అధికంగా క్రుతక్రుత్యులయినారు. మీ లక్ష్యాలను, వాటిలో మీ ప్రధాన అంశాలను వ్రాయటం ఆ ప్రాధాన్యతకు అనుగుణంగా జీవించటం మీకు చివరి మెట్టు.

బృహత్ భావాలు

1. **ఒక్కటి మాత్రమే ఉండాలి.** మీకుఅత్యంత ముఖ్య లక్ష్యాన్ని సాధించటానికి సహాయపడే ఒకే ఒక్క విషయమే మీకు అత్యంత ప్రధాన కర్తవ్యం.మీకు చాలా ప్రధాన కర్తవ్యాలు ఉండవచ్చు. కాని మీరు కొంచెం లోతుగా ఆలోచిస్తే, అత్యంత ముఖ్య కర్తవ్యం ఒక్కటి మాత్రమేనని గ్రహిస్తారు.

2. **ప్రస్తుతానికి లక్ష్యం.** మీ భావిలక్ష్యం తెలుసుకోవటమే ఆరంభం. ఆ బాటన చెయ్యవలసిన పనులనుగుర్తించితే మీ ఆలోచన స్పష్టంగా ఉంటుంది, ప్రస్తుతం ఏమి చెయ్యాలో తెలుస్తుంది.

3. **కాగితం మీద కలం:** మీ లక్ష్యాలు వ్రాయండి. వాటిని మననం చెయ్యండి.

ప్రస్తుతానికి లక్ష్యం ఏర్పరుచుకొని, మీ లక్ష్యాన్ని అనుసరించండి. ఆ ప్రధాన కర్తవ్యం—మీరు ఏ పని చేస్తే మిగిలినదంతా సులువు అవుతుందో,లేదా అనవసరమవుతుందో ఆ ఒక్క కర్తవ్యం—అసాధారణ ఫలితాలకు మీకు దారి చూపుతుంది.

ఏమి చెయ్యాలో తెలిసిన తర్వాత, ఆలోచనలోనుంచి క్రియలోకి దిగటమే తదుపరి కర్తవ్యం.

15 ఉత్పాదక జీవనం

"ఉత్పాదన అంటే
నిరంతరమూ
ఏదో చేస్తూ దీపాలు
కొడిగట్టించటం కాదు...ఏది
ముఖ్యమో తెలుసుకోవటం,
పథకరచన, విలువైన
సమయాన్ని ఆదాచెయ్యటం."
–మార్గరిటా తార్తకోవిస్కీ

ఎబెనేజేర్ స్క్రూజ్ కార్యరంగంలోకి దిగకపోయి ఉంటే, ఆయన కథ సాహిత్యచరిత్రలో ఒక ఫుట్ నోట్ గా మాత్రమే మిగలి పోయి ఉండేది. కాని ఆయన కార్యరంగంలో అడుగు పెట్టాడు. తన కొత్తధ్యేయంతో పాశవితుడై అందుకోసం సాధించ వలసిన ముఖ్యకార్యాలతో ప్రభావితుడై, ఆయన లేచి నడక సాగించాడు.

ఉత్పాదక కార్యక్రమం జీవితాలనే మార్చివేస్తుంది.

సినిమాలలో దండు బయలు దేరేటపుడు, "మనం ఉత్పాదకుల మవుదాం!" అన్న ఘోష ఎన్నడూ వినపడదు. ఒక కోచ్, మేనేజర్, లేదా సేనాపతి తమ బృందాలను ప్రేరేపించేటపుడు ఈ ఘోష ఎక్కడా వినపడదు. పోటీలను, సవాళ్ళను ఎదుర్కోవటానికి మీరు నడుం కట్టినపుడుకూడా మీ మనసులో ఈ శంఖారావం నినదించదు. స్క్రూజ్ తన మారిన జీవితాన్ని చేపట్టినపుడుకూడా డికెన్స్ ఆయన చేత ఈ మాటలు పలికించలేదు. కాని స్క్రూజ్ ఉత్పాదకుడు అయిన మాట వాస్తవం. మీరు చేసేపనివల్ల కలిగే ఫలితాన్ని(ఆ ఫలితంకోసమే గదా మీరు కృషిచేస్తున్నది!) వర్ణించటానికి 'ఉత్పాదన' ను మించిన పదం మరొక్కటి లేదు.

పని, ఆటపాటలు, తినటం, నిద్ర, నిల్చోవటం, కూర్చోవటం, శ్వాసించటం— మనం అనుక్షణము ఏదోఒక పని చేస్తూనే ఉంటాం. మనం సజీవంగా ఉన్నంత కాలం ఏదో ఒకటి చేస్తూనే ఉంటాం. మనం ఏమీ చెయ్యకపోవటం కూడా ఒక పనే. అనుదినమూ అనుక్షణమూ మేనం ఏమైనా చేస్తున్నామా అన్నది కాదు ప్రశ్న. ఆ 'ఏమయినా' ఏమిటి అన్నదే ప్రశ్న. కొన్ని సమయాలలో మనం చేసే పనికి అర్థం ఉండకపోవచ్చు. కొన్ని సార్లు ఉంటుంది. ఆ అర్థం ఉన్నపుడు మనం చేసే ఆపని మన జీవనానికి నిర్వచనం. మీరు చేసే పనికి అర్థం ఉన్నపుడు, ఆ అర్థానికి పరమార్థం సాధించటమే అసాధారణ ఫలితాలు సాధించే జీవనం.

ఉత్పాదక జీవనం అసాధారణ ఫలితాలు ఇస్తుంది.

ఉత్పాదన బోధించేటపుడు, నేను "మీ సమయాన్ని ఎలా వినియోగిస్తారు?" అనే ప్రశ్నతో ఆరంభిస్తాను. ఆ రూంలో ఎంతమంది ఉంటే అన్ని రకాల సమాధానాలు వస్తాయి: పేపర్ క్యాలండర్, ఎలక్ట్రానిక్ క్యాలండర్, పగలు టైం సూచీ, వారం పథకం... మీరు అనుకునేవన్నీ అక్కడ దర్శనమిస్తాయి. "మరి మీ పద్ధతి ఎలా ఎంచుకున్నారు?" నా తర్వాతి ప్రశ్న. అందుకు కారణాలు మీరు ఊహించగలిగినన్ని మార్గాలలో ఆకారాలు, పరిమాణాలు, రంగులు, వెల, షరతులు... మీ ఊహకు ఏది అందితే అది. కాని విద్యార్థులు ఎప్పుడూ ఆ పద్ధతి వర్ణిస్తారు గాని, కార్యక్రమం – వారు ఎవరో, ఏమిటో చెప్తారు గాని వారు ఎలా పనిచేస్తున్నారో – వర్ణించరు. అప్పుడు "మరి మీరు ఏ పద్ధతి అనుసరిస్తారు?" అని నేనడిగితే, "మీరనేదేమిటి?" అని ఎదురు ప్రశ్న.

"అందరికీ అందుబాటులో ఉన్న సమయం ఒకటే గదా! కాని కొందరు మిగిలిన వారికంటే ఎక్కువ సంపాదిస్తారు." నేనంటాను, "మన సంపాదన మన సమయ వినియోగాన్నిబట్టి ఉంటుందని చెప్పవచ్చునా?" సర్వదా ప్రతిఒక్కరూ ఒప్పుకుంటారు. అప్పుడు నేను "సమయమే సొమ్ము అన్న మాట నిజమయితే, సమయం ఎంత సమర్థవంతంగా వినియోగం అవుతున్నదో ఆ సమయంలోవచ్చే సంపాదనే చెబుతుంది గదా! మరి ఏ పద్ధతి ఆచరిస్తున్నారు? సాలీనా 10,000 డాలర్ల పద్ధతా, సాలీనా 20,000 డాలర్ల పద్ధతా?, సాలీనా 50,000, డాలర్లు, 100, 000 డాలర్లు, 500,000 డాలర్ల పద్ధతా? లేకపోతే 1,000,000 డాలర్లకు మించిన పద్ధతా? ఏది అనుసరిస్తున్నారు?

నిశ్శబ్దం.

చివరికి ఎవరో ఒకరు అడుగుతారు, "మాకు ఎలా తెలుస్తుంది?"

"మీరు ఎంత సంపాదిస్తారు?" నా సమాధానం.

ఫలితాలకు సంపద ఒక అలంకారమయితే, సమయాన్ని మీరు ఎంత సఫలంగా వినియోగిస్తున్నారరో మీ సంపాదనే చెబుతుంది గదా!

నా జీవితంలో విశేషం ఏమిటంటే, మిలియనీర్ కానివారు ఎవరిదగ్గరా నేను పనిచెయ్యలేదు. అది నా ప్రయత్నపూర్వకంగా జరగలేదు. అది అలా జరిగింది. అంతే. ఈ అనుభవాల ద్వారా నేను నేర్చుకున్నది ఏమిటంటే, అత్యుత్తమ ఉత్పాదకులే అత్యున్నత సఫలురు అని.

> "నా లక్ష్యం ఇంకా ఇంకా ఎక్కువ పని చెయ్యటం కాదు. చెయ్యవలసిన పని తగ్గించుకోవటం."
> –ఫ్రాన్సిన్ జే

ఉత్పాదకులైన వ్యక్తులు మిగిలినవారి కంటే ఎక్కువ పని సాధిస్తారు, మేలయిన ఫలితాలు సాధిస్తారు, అదే సమయంలో మిగిలిన అందరికంటే ఎక్కువ సంపాదిస్తారు. వారు తమ ప్రధాన కర్తవ్యం–ఒకే ఒక విషయం – తమ సమయం అంతా ఉత్పాదన కోసం వినియోగించటమే. వారు తమ కర్తవ్యానికి సమయం కేటాయిస్తారు. ఆ కేటాయించిన సమయాన్ని పగబట్టినట్లు కాపాడుతారు. వాళ్ళు తమ కృషి సమయానికీ, తాము ఆశించే ఫలితాలకూ మధ్య ఉన్న ఖాళీలను పూరించారు.

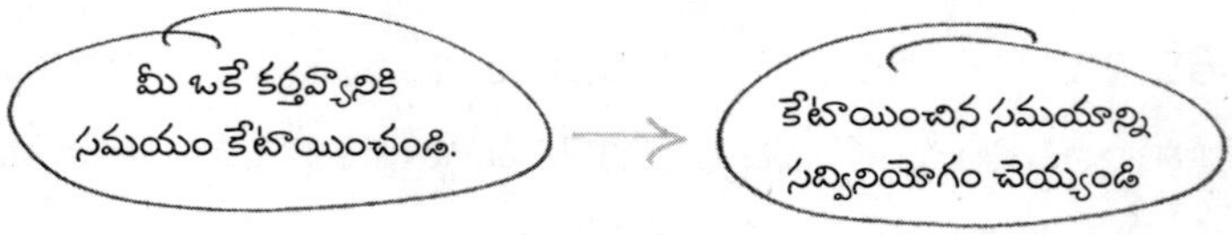

చిత్రం 26 : మీ నిర్ణయాలను అమలు పరచండి

సమయం కేటాయింపు

నేను "బద్ధకస్తుల జాతినుంచి వచ్చాను" అని నేను తరుచు అంటూ ఉంటాను. ఆమాట నవ్వుకోవటానికి సరదాగానే ఉంటుంది. కాని అది పచ్చినిజం కూడా. నా జన్యువులు కుందేటి జాతికి కాక, తాబేటి జాతికి చెందుతాయని తరుచు అనిపిస్తూ ఉంటుంది.

అయితే నాతోబాటు పనిచేసేవారు కొందరు ఉధృతంగా పనిచేస్తూ ఊగిపోతూ ఉంటారు. వారి శక్తి వర్ణనాతీతం. వాళ్ళు గంటలకొద్దీ శ్రమచేస్తూనే ఉంటారు. ఎంతసేపటికీ అలిసినట్లు కనుపించరు. వాళ్ళను అనుకరించటానికి ప్రయత్నిస్తే వారం రోజుల్లో నాపని అయిపోతుంది. ఒళ్ళు హూనం అయిపోతుంది. ఎంత ప్రయత్నం చేసినా సరే, ఎక్కువ సాధించటానికి నేను ఎక్కువసేపు పని చెయ్యలేను. శారీరికంగా నాకు అది అసాధ్యం. నా పరిమితులు తెలుసుకున్నాక, నేను పనిచెయ్యగలిగిన సమయంలో అత్యంత ఉత్పాదన సాధించటం ఎలాగో తెలుసుకోవలసి వచ్చింది.

పరిష్కారం? సమయం కేటాయింపు.

సఫలత సాధించటానికి తగినంత సమయం లేదని దాదాపు అందరి ఆలోచన. కాని ఆ సమయం ఉన్నది. ఆ సమయాన్ని సక్రమంగా కేటాయించాలి. సమయాన్ని సద్వినియోగం చెయ్యాలంటే, దాన్ని సక్రమంగా కేటాయించాలి. అంటే చెయ్యవలసినపని జరిగితీరుతుందని రూఢిపరుచుకోవట మన్నమాట. అలెగ్జాన్డర్ గ్రాహం బెల్ అంటారు, "మీ ఆలోచనలన్నిటినీ చేతనున్న పనిమీద ఏకాగ్రం చెయ్యండి. కేంద్రీకృతం చేస్తేనేకాని సూర్యకిరణాలు మండవు." సమయం కేటాయింపు మీ శక్తిని కేంద్రీకృతం చేసి, అత్యంత ముఖ్యమయిన పని మీద ప్రయోగిస్తుంది. ఉత్పాదనకు అది అత్యంత శక్తివంతమయిన సాధనం.

కనుక మీ ఏకైక విషయం సాధించటానికి అవసరమయిన సమయాన్ని మీ క్యాలెండర్లో గుర్తించండి. అది ఒకేసారి చెయ్యవలసిన ముఖ్యకార్యం అయితే అందుకు తగిన గంటలు, రోజులు కేటాయించండి. అది దినసరి చర్య అయితే,ప్రతిరోజూ తగిన సమయం కేటాయించండి. అప్పుడు అది ఒక అలవాటుగా మారుతుంది. మిగిలినవన్నీ –ఇతర పథకాలు, రాతకోతల పని, ఇ–మెయిల్స్, ఫోన్ కాల్స్, ఉత్తర ప్రత్యుత్తరాలు, సభలు, సమావేశాలు ఇంకా తదితర కార్యక్రమాలు – ఆగి పోవాలి. లేదా తమవంతు వచ్చినదాకా నిరీక్షించాలి. మీరుసమయాన్ని గనక ఇలా కేటాయిస్తే, మీరు అతి ఉత్పాదక దినాన్ని సృష్టించుతున్నారన్నమాట. ఇది జీవితాంతం ప్రతిరోజూ పునరావృతం చెయ్యవచ్చు.

దురదృష్ట వశాత్తూ మీరుకూడా అందరిలాంటి వాళ్ళే అయితే, మీరు రోజు గడిపే విధానం చిత్రం 27 లాగా దర్శనం ఇయ్యవచ్చు. అక్కడ మీ ముఖ్యమయిన పని చెయ్యటానికి చేతనున్న సమయం రోజురోజుకూ కుంచించుకు పోతూ ఉంటుంది. అత్యంత ఉత్పాదకుల రోజు ఇందుకు భిన్నంగా ఉంటుంది(చిత్రం 28).

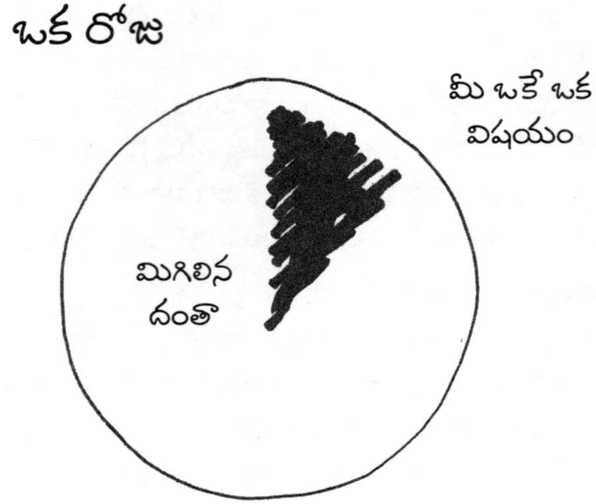

చిత్రం 27 : మిగిలినదంతా మీ రోజును పాలిస్తుంది.

ఒక కార్యక్రమంవల్ల ఫలితాలు తలకిందులయితే, ఆ కార్యక్రమానికి మీరు విలోమ సమయాన్ని కేటాయించాలి. మీరు కేటాయించిన సమయాన్ని గురించి ప్రతిరోజూ ఈ ప్రశ్న సంధించండి. "నా లక్ష్యసాధనకు ఈరోజు నేను చెయ్యవలసిన అతి ముఖ్యమయిన పని ఏమిటి? ఆ పని చెయ్యటం వల్ల మిగిలిన పనులన్నీ సులువు అవుతాయి లేదా అనవసరం అవుతాయి." అందుకు మీకు జవాబు దొరికితే, మీరు మీ లక్ష్యానికి అత్యవసరమయిన పని చేస్తారు.

అసాధారణ ఫలితాలకు మార్గం ఇదే.

నా అనుభవంలో దీనిని అనుసరించేవారు అనుకున్నది సాధిస్తారు, అత్యధిక ఉద్యోగావకాశాలు సంపాదిస్తారు. సంస్థలో ఇవాళ కాకపోతే రేపయినా వారి ఏకాగ్రతకు గుర్తింపు సంపాదిస్తారు, మరొకరికి ఆ స్థానం దొరకదు. వారిని కోల్పోతే కలిగే నష్టాన్ని ఊహించలేరు, భరించలేరు. ('మిగిలినదంతా' లో మునిగి ఉండేవారి విషయంలో దీని విపర్యయం కూడా సహజంగా వర్తిస్తుంది).

ఈ నాటికి మీ ఏకైక విషయంలో చెయ్యవలసిన పని పూర్తి చేసి ఉంటే, మిగిలిన సమయం అంతా మిగిలిన పనికి వినియోగించవచ్చు. తర్వాతి ముఖ్యమైన పని ఏమిటో నిశ్చయించటానికి తిరిగి ఆ కేంద్రీకృత ప్రశ్న వెయ్యండి. దానికి తగిన సమయం

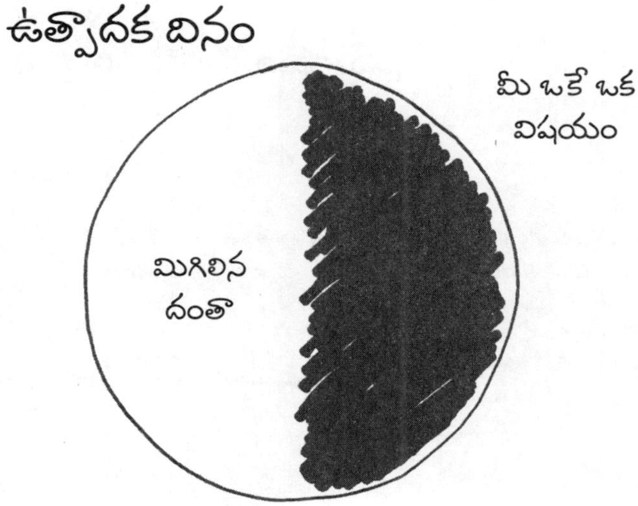

చిత్రం 28 : మీ ఒకే ఒక విషయానికి తగిన సమయం దొరికింది

వినియోగించండి. రోజంతా ఇదే క్రమం పాటించండి. "మిగిలినదంతా' పూర్తి చేసినందువల్ల మీకు బాగా నిద్ర పట్టవచ్చు కాని మీకు ప్రమోషన్ తెచ్చిపెట్టలేకపోవచ్చు.

సమయం కేటాయింపులో క్యాలెండర్ అపాయింట్ మెంట్లు గుర్తిస్తుంది కాని ఆ అపాయింట్ మెంట్లు ఎవరితోనో చెప్పదు. కనుక, మీకు మీ ఒకే ఒక విషయం ఏమిటో తెలిసినపుడు, దానిని సమర్థించటానికి అపాయింట్ మెంట్ మీకు మీతోనే. ఘనులయిన విక్రయదార్లు ప్రతిరోజూ కొత్త కొత్త ఖాతాదార్లను పట్టుకుంటారు, ఘనులయిన ప్రోగ్రామర్లు ప్రోగ్రాములు తయారుచేస్తారు, కళాకారులు చిత్రిస్తారు. ఏ వృత్తి అయినా సరే, ఏ పదవి అయినాసరే తీసుకొండి, ఖాళీలు భర్తీ చెయ్యండి. ఘనతను సాధించటానికి సమయం వినియోగిస్తే, ఘనమయిన సఫలత ఎదురవుతుంది.

అసాధారణ ఫలితాలు సాధించటానికీ, ఘనత అనుభూతి చెందటానికీ ఈ క్రమంలో సమయం కేటాయించండి:

1. మీ విరామానికి సమయం కేటాయించండి
2. మీ ఒకే ఒక విషయానికి సమయం కేటాయించండి
3. మీ పథకరచనకు సమయం కేటాయించండి.

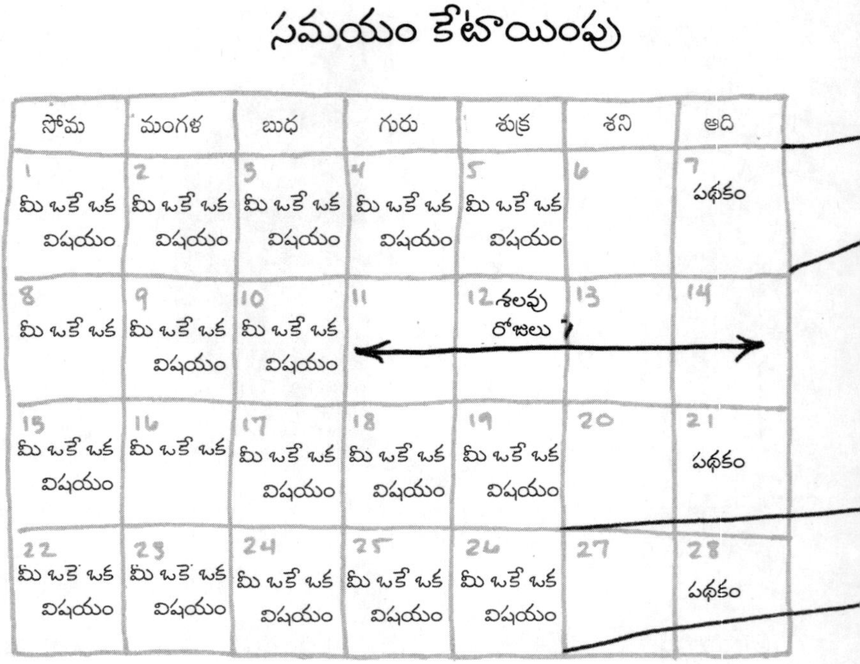

చిత్రం 29 : సమయం కేటాయింపు క్యాలెండర్

1. మీ విరామానికి సమయం కేటాయించండి

అసామాన్య సఫలత సాధించే వ్యక్తులు తమ విరామానికి సమయం కేటాయించిన తర్వాత సంవత్సరం పని ప్రారంభిస్తారు. ఎందుకని? ఆ విరామం వారికి అవసరమనీ, దానికి తగిన వ్యయప్రయాసలు భరించగలరనీ వారికి తెలుసు. నిజానికి అత్యంత సఫలురయిన వ్యక్తులు విరామాలమధ్య పనిచేస్తూ ఉంటారనిపిస్తుంది. అదే కోవలో సఫలత సాధించనివారు విరామానికి చోటివ్వరు. కారణం – అందుకు తాము యోగ్యులని వారు భావించరు. తగిన వ్యయప్రయాసలు కూడా భరించే శక్తి శంకిస్తారు. మీ

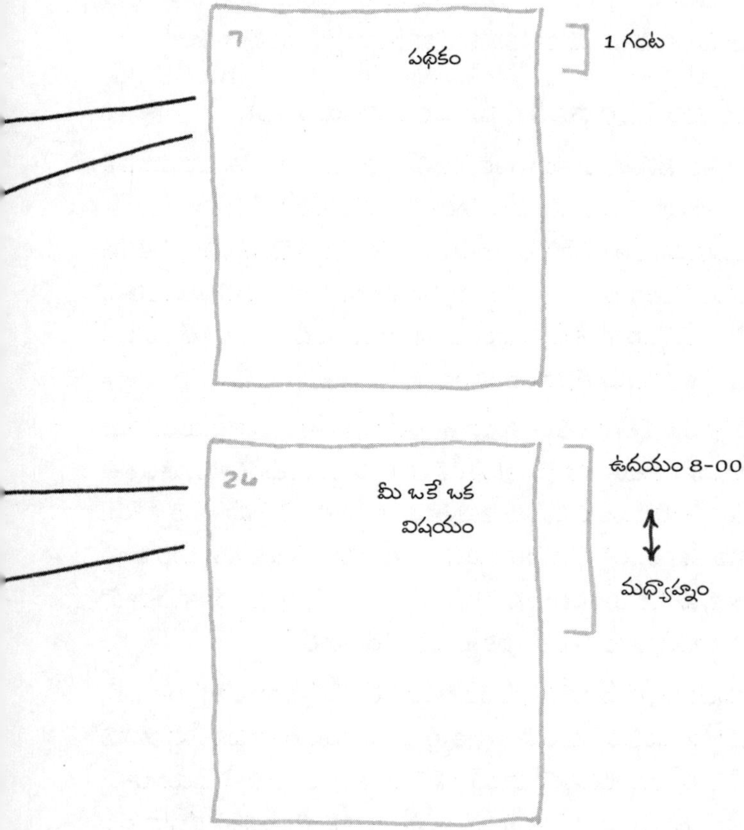

విరామాన్ని ముందుగానే ప్లాన్ చెయ్యటంవల్ల మీ కృషి సమయాన్ని సక్రమంగా ప్లాన్ చేస్తున్నారన్నమాట. మీరు ఎప్పుడు విరామం తీసుకుంటున్నారో ముందుగానే నిశ్చయించారు గనుక మిగిలిన వారు కూడా తదనుగుణంగా ప్లాన్ చేసుకుంటారు. సఫలత సాధించాలంటే,పునరుజ్జీవనం పొందటానికీ,మిమ్మల్ని మీరు వెన్ను తట్టుకోవటానికీ తగిన సమయం కేటాయిస్తారు.

విరామం తీసుకోండి. వారాంతాలు, దీర్ఘవిరామాలు కేటాయించండి. వాటిని వినియోగించండి. మీరు విశ్రమిస్తారు. సడలుతారు. తదనంతరం అధికతర ఉత్పాదకులవుతారు. మేలుగా పనిచెయ్యటానికి ప్రతి వస్తువుకూ విరామం కావాలి. మీరు అందుకు భిన్నం ఏమీ కారు.

పని ఎంత ముఖ్యమో, విరామం కూడా అంత ముఖ్యం. ఈ సూత్రాన్ని అతిక్రమించిన కొన్ని ఉదాహరణలు ఉన్నాయి. కాని వారు మనకు ఆదర్శం కాదు. వారు విశ్రాంతి తీసుకున్నా తీసుకోక పోయినా సఫలురవుతారు.

2. మీ ఒకే ఒక విషయానికి సమయం కేటాయించండి

మీ విరామానికి సమయం కేటాయించిన తర్వాత, మీ ఒకే ఒక విషయానికి సమయం కేటాయించండి. నిజమే. మీరు సరిగానే చదివారు. మీ అత్యంత ముఖ్యమయినపని రెండవస్థానం ఆక్రమిస్తుంది. ఎందుచేత? మీ వ్యక్తిగత పునరుజ్జీవనం నిర్లక్ష్యం చేస్తే, మీ వృత్తిజీవితంలో నిరంతర సఫలతను సాధించలేరు. మీ విరామానికి సమయం కేటాయించండి. ఆ తర్వాత మీ ఒకే ఒక విషయానికి సమయం కేటాయించండి.

అసాధారణ ఫలితాలను అనుభూతిచెందే అత్యుత్తమ ఉత్పాదకులు తమ ఒకే ఒక విషయం చుట్టూ తమ దైనందిన జీవితాన్ని నిర్మించుకుంటారు. వారి అతి ముఖ్యమయిన అపాయింట్ మెంట్ తమతోనే. అది వారు ఎన్నడూ మర్చిపోరు. ఒకవేళ తమ కేటాయించిన సమయానికిముందే తమ ఒకే ఒక విషయం పూర్తి అయితే, అక్కడ విరమించరు. మిగిలిన సమయం ఎలా వినియోగించాలో తెలుసుకోవటానికి వారు తమ కేంద్రీకృతప్రశ్న సంధిస్తారు.

అదేవిధంగా, తమ ఒకే ఒక విషయానికి ఒక నిర్ణీతమయిన లక్ష్యం ఉంటే, సమయంతో సంబంధం లేకుండా ఆ లక్ష్యం పూర్తిఅయేవరకూ పనిచేస్తారు. 'ఎ జాగ్రఫీ ఆఫ్ టైం' అన్న రచనలో రాబర్ట్ లెవిన్ దాదాపు అందరూ గడియారాన్ని అనుసరించి పనిచేస్తారు (అయిదు అయింది. మళ్ళీ రేపు కలుద్దాం), మిగిలినవారు పనికి అనుగుణంగా (నా పని పూర్తి అయినపుడే పని అయినట్లు) పనిచేస్తారు అంటారు. ఆలోచించండి. గోశాలలో పనిచేసే వ్యక్తి అయిదు కొట్టగానే ఇంటికి వెళ్ళలేడు. అన్ని ఆవుల పాలు పితికిన తర్వాతనే అతను ఇంటికి వెళ్ళగలడు. ఫలితాలు ముఖ్యమయిన చోట – అది ఏ పదవి కానీయండి, ఏ వృత్తి కానీయండి –ఇదే పద్ధతి. అత్యుత్తమ ఉత్పాదకులు జరగవలసిన పనికి అనుగుణంగా పనిచేస్తారు. వారి ఒకే ఒక విషయం పూర్తి అయినదాకా వారు పనిచెయ్యటం మానరు.

> "రోజు, నామవాచకం. దాదాపు నిరుప యోగంగా గడిచిన ఇరవై నాలుగు గంటల సమయం."
>
> –ఆంబ్రోస్ బియర్స్

దీనిని పనిచేయించాలంటే వీలయినంత శీఘ్రంగా పనికి సమయాన్ని కేటాయించటం. ఉదయం కాలకృత్యాలు తీర్చుకోవటానికి అరగంట

లేదా గంట కేటాయించండి. తర్వాత ఒకే ఒక విషయానికి కదలండి.

ఇందుకు రోజుకు నాలుగు గంటలు కేటాయించండి. ఇందులో పొరపాటు ఏమీ లేదు. మళ్ళీ చెబుతున్నాను. రోజుకు నాలుగు గంటలు. వాస్తవానికి అది కనీసపక్షం. అంతకు మించి కేటాయించ గలిగితే, దయచేసి ఆ పని చెయ్యండి.

'ఆన్ రైటింగ్' అనే తన రచనలో స్టీఫెన్ కింగ్ తన కార్యక్రమాన్ని వర్ణిస్తారు: "నా కార్యక్రమం చాలా స్పష్టం. ఉదయాలు కొత్త పనులకు – ప్రస్తుతం ఈ రచన – వినియోగిస్తాను. మధ్యాహ్నాలు నిద్ర, ఉత్తర ప్రత్యుత్తరాలు. సాయంత్రాలు చదవటం కుటుంబం,TV లో రెడ్ సాక్స్ క్రీడలు, ఆపరాని పునః పరిశీలనలు. ప్రాథమికంగా నా రచనావ్యాసంగానికి ఉదయాలు ముఖ్య సమయం." రోజుకు నాలుగు గంటలు అనేమాట మిమ్మల్ని ఆయన నవలలకంటే ఎక్కువగా భయపెట్టవచ్చు. కాని ఆయన ఫలితాలు చెబుతాయిగదా! అత్యంత సఫలత సాధించిన సమకాలీన రచయితలలో స్టీఫెన్ కింగ్ ఒకరు! అదీకాక ఆయన ముమ్మరంగా రచిస్తారు.

నేను ఈ కథ చెప్పినపుడల్లా, ఎవరు ఒకరు లేచి "నిజమే, స్టీఫెన్ కింగ్ కు అది చాలా సులభం. ఎందుకంటే ఆయన స్టీఫెన్ కింగ్ కనుక." అంటారు. దానికి నా సమాధానం, "ఇక్కడ మీకు మీరు వేసుకోవలసిన ప్రశ్న ఒకటి ఉన్నది. ఆయన స్టీఫెన్ కింగ్ కనుక అలా చెయ్యగలుగుతున్నారా? లేక అలా చేశారు గనక ఆయన స్టీఫెన్ కింగ్ అయినారా?" ఆ వాదన అంతటితో ముగుస్తుంది.

ఆయన పగలు ఉద్యోగం చేసేవారు గనక తన జీవితధ్యేయం అనుసరించే సమయం ఆయనకు కరువయ్యేది. సఫలత సాధించిన ఇతర రచయితలలాగానే స్టీఫెన్ కింగ్ కూడా మొదట్లో తన సమయం కోసం దేవులాడవలసి వచ్చేది – ఉదయాలు, సాయంత్రాలు, భోజన–విరామ సమయాలు వగైరా. అసాధారణ ఫలితాలు కనపడటం మొదలయ్యాక,ఆ ఏకైక విషయంద్వారా జీవనం గడుస్తుందని తెలిశాక, ఆయన తన సమయాన్ని తదనుగుణంగా కేటాయించ సాగారు.

మా బృందంలో ఒక ఎక్జిక్యూటివ్ అసిస్టెంట్ ఒక ప్రాజెక్ట్ కోసం సమయం కేటాయించ సాగారు. మొదట్లో అది ఒత్తిడి కలిగించింది. మధ్యలో ఏవో అవాంతరాలు వస్తూ ఉండేవి. ఇ–మెయిల్ మేలుకొలుపులు, సహోద్యోగుల రాకపోకలు, బృందంలో సభ్యుల

> పనులను చక్కగా చేయటం సామర్థ్యం. పర్యవసానము మంచి పనులు చేయటం
>
> – పీటర్ డ్రక్కర్

నిరంతర అభ్యర్ధనలు వగైరా. ఇవన్నీ అవాంతరాలు కావు. అవన్నీ ఆమె ఉద్యోగం బాధ్యతలు. చివరికి ఆమె ఒక ల్యాప్ టాప్ అరువు తీసుకొని ఈ రాకపోకల రద్దీ తప్పించుకోవటానికి ఒక కాన్ఫరెన్స్ రూమ్ బుక్ చేసుకున్నది. కాని ఒక వారంలో ఆమె ఆఫీసు సమయాలలో దొరకదని తెలిసి, అందరూ అలవాటు పడిపోయారు. అందరూ సర్దుకున్నారు. అందుకు ఒకవారం పట్టింది. ఒక నెలా, ఒక సంవత్సరమూ కాదు. కేవలం ఒక వారం. సమావేశాలన్నీ సమయానుకూలంగా మారిపోయాయి. జీవితం ముందుకు సాగింది. ఆమె మాత్రం తన ఉత్పాదనలో ఒక ఘనమయిన అభివృద్ధి సాధించింది.

మీరు ఎవరయినా కానీయండి, నికరంగా ఎక్కువ సేపు పనిచేస్తే, ఫలితాలు కలుగుతాయి.

పాల్ గ్రాహం 2009 లో "మేకర్స్ షెడ్యూల్, మేనేజర్స్ షెడ్యూల్" అనే శీర్షికన ఒక వ్యాసం వ్రాశారు. ఆ వ్యాసం ఎక్కువ సమయం కేటాయించవలసిన అవసరాన్ని గురించి చెబుతుంది. గ్రాహం Y కాంబినేటర్ అనేపేరున కొత్త పుంతలు తొక్కే పెట్టుబడి సంస్థ స్థాపించిన ఆద్యులు. సామాన్య వ్యాపార సంస్కృతి తను ఆశించే ఉత్పాదనకు అడ్డుపడుతుంది. ప్రజలు సంప్రదాయబద్ధంగా తమ సమయాన్ని కేటాయించటమే (లేదా అందుకు అనుమతించటమే) ఇందుకు కారణం అంటారు గ్రాహం.

గ్రాహం పనినంతటినీ రెండు బకెట్లుగా విభజిస్తారు. కర్త (చెయ్యటం లేదా సృష్టించటం), మేనేజర్ (పరిశీలన లేదా నిర్దేశం). కంప్యూటర్ భాష వ్రాయటానికీ,కొత్త భావనలు వెలువరించాటానికీ, తగిన సంపర్కం సంపాదించటానికీ, ఉద్యోగులను నియమించటానికీ, ఉత్పాదనకూ, ప్రాజెక్టులూ, పథకాలూ నిర్వహించటానికీ 'కర్త' కు తగినంత సమయం కావాలి. ఈ సమయం అంతా రోజులో సగం అవుతుంది. ప్రతిపనికీ రోజులో సగం చొప్పున జోడించుకుంటూ పోవాలి. అదే మేనేజర్ సమయం అయితే, గంటల లెక్కలో విభజన అవుతుంది. ఈ సమయంలో ఆ వ్యక్తి ఒక మీటింగ్ నుంచి మరొక మీటింగ్ కు వెళ్తూ ఉంటారు. పరిశీలన, నిర్దేశం చేసేవారు పదవిలో, అధికారంలో ఉంటారు గనుక "వాళ్ళు మిగతావాళ్ళను తమ అవసరానికి అనుగుణంగా ప్రవర్తించేటట్లు చెయ్యగలరు." కర్త సమయంలో పనిచేస్తున్న వారిని మీటింగ్ లోకి లాగితే, 'కర్త'సమయము, పని రెండూ చెడిపోతాయి. ఆ కారణంగా 'కర్త', సంస్థ కూడా ముందుకు కదలలేరు. అక్కడ పెద్ద పేచీ ఎదురవుతుంది. ఈ పరిస్థితి అవగతం చేసుకున్న గ్రాహం Y కాంబినేటర్ సంస్థలో ఒక కొత్త పంథా ప్రవేశపెట్టారు. సంస్థ పూర్తిగా 'కర్త' సమయానుసారం

నడుస్తుంది. అవసరమయిన సభలు, సమావేశాలు అన్నీ సాయంత్రం పని పూర్తయినతర్వాత మొదలవుతాయి.

అసాధారణ ఫలితాలు సాధించాలంటే, ఉదయం 'కర్త' గా పనిచెయ్యండి, సాయంత్రం మేనేజర్ గా పనిచెయ్యండి. "ఒకే ఒక విషయం, కృతకృత్యం." కావటం మీ లక్ష్యం.కాని మీ 'ఒకే ఒక విషయం' చెయ్యటానికి మీరు సమయం కేటాయించకపోతే, మీ 'ఒకే ఒక విషయం' అసంపూర్ణంగా మిగిలి పోతుంది. 'కృతకృత్యం' కాదు.

3. పథకం సమయం కేటాయింపు

చిట్టచివరికి సమయం కేటాయించ వలసింది పథక రచనకు. ఇది 'మీరు ఎక్కడ ఉన్నారు, ఎక్కడికి వెళ్ళాలనుకుంటున్నారు' అని ఆలోచించవలసిన సమయం. సంవత్సర ప్రణాళిక రచించవలసినపుడు సంవత్సరం చివర్లో సమయం కేటాయించండి. అప్పుడు మీకు రాబోయే సంవత్సరాన్ని గురించి, అప్పటి పనిని గురించి ఒక భావన కలుగుతుంది. కాని మరుసటి సంవత్సరం

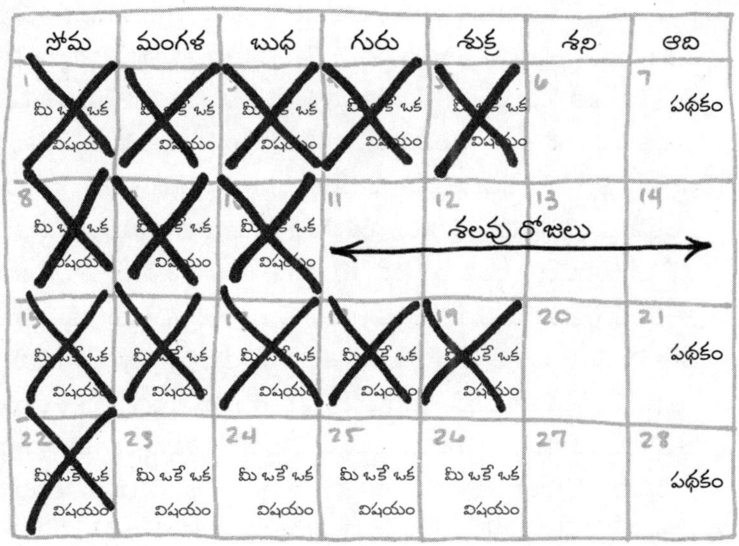

చిత్రం 30 : అన్ని X లు కలిసి అసమాన్య ఫలితాలు సృష్టిస్తాయి

ఆరంభం అవకతవక అయేటంత ఆలస్యంగా కేటాయించకండి. మీ ఒకనాటి లక్ష్యాన్ని, పంచ వర్షలక్ష్యాన్ని పరిశీలించండి. వాటిని సాధించటానికి రాబోయే సంవత్సరంలో మీరు ఎంత ముందుకు వెళ్ళాలో అంచనా వెయ్యండి. ఇక్కడ మీరు కొత్త లక్ష్యాలు జోడించవచ్చు, పాతవారిని పునః పరిశీలన చెయ్యవచ్చు, మీ ధ్యేయానికి, ప్రాధాన్యతకు ఇమడని వాటిని తీసివేయవచ్చు.

మీ సంవత్సర లక్ష్యాలు, మాసలక్ష్యాలు సమీక్షించటానికి వారానికి ఒక గంట కేటాయించండి. మొదటగా ఆ సంవత్సరం లక్ష్యాలు సాధించటానికి ఆ నెల ఏమిచెయ్యాలో పరిశీలించి నిర్ణయించండి. ఆ తర్వాత ఆ నెల లక్ష్యాలు సాధించటానికి ఆ వారం ఏమి చెయ్యాలో ఆలోచించి నిర్ణయించండి. అంటే, "ప్రస్తుత పరిస్థితినుంచి నా సంవత్సర లక్ష్యాలు సాధించటానికి నా నెలసరి లక్ష్యాలు, నా నెలసరి లక్ష్యాలు సాధించటానికి ఈ వారం నేను చెయ్యవలసిన ఒకే ఒక ముఖ్యమయిన పని ఏమిటి?" అని అడుగుతున్నారు. మీరు దామినోల వరస కదుతున్నారు. ఏపని చెయ్యటానికి ఎంత సమయం కావాలో నిర్ణయించి, మీ క్యాలెండర్ లో ఆ సమయం భద్రం చెయ్యండి. ఏతావాతా మీరు ఏమి చేస్తున్నారంటే, పథకరచన కు మీరు సమయం కేటాయించినపుడు, ,సమయం కేటాయింపుకు మీరు సమయం కేటాయిస్తున్నారు.

సాఫ్ట్ వేర్ డెవలపర్ బ్రాడ్ ఐజాక్ 2007 లో ఉత్పాదనకు ఒక రహస్యం చెప్పారు. హాస్యప్రదర్శకులు జెర్రీ సైన్ ఫెల్డ్ ఆ రహస్యం ఆయనకు చెప్పారంటారు. జెర్రీ సైన్ ఫెల్డ్ పేరు ప్రఖ్యాతి చెందక మునుపు, ఆయన ఒక ఊరినుంచి మరొక ఊరికి పర్యటన చేస్తూ ఉండేవారు. ఆ సమయంలో, ఐజాక్ ఆయనను ఒక కామెడీ క్లబ్ లో కలుసుకున్నారు. మేలైన హాస్య ప్రదర్శకులు కావటానికి కీలకమేమిటని సలహా అడిగారు. ప్రతిరోజూ జోకులు వ్రాయటమే(అదే ఆయన ఒకే ఒక విషయం) కీలకమని చెప్పారు సైన్ ఫెల్డ్. ఆ పని చెయ్యటానికి ఆయన క్యాలెండర్లో ఒక పెద్ద ఎర్ర X తో ప్రతి ఒక్క రోజూ గుర్తించటమే. "కొన్నిరోజుల తర్వాత, మీకు ఒక జోకుల గొలుసు తయారవుతుంది." సైన్ ఫెల్డ్ చెప్పారు, "అదేపని కొనసాగించండి. మీ గొలుసు రోజురోజుకు పెద్దదవుతూ ఉంటుంది. ఆ గొలుసు చూస్తూ ఉంటే మీకు ముచ్చట వేస్తుంది – ముఖ్యంగా కొన్నివారాలు వరుసగా జోకులు వ్రాసిన తర్వాత. ఇప్పుడు ఆ గొలుసు తెగకుండా చూసుకోవటమే మీ ఉద్యోగం. గొలుసు తెగకుండా చూసుకోండి.

నాకు తెలిసిన యదార్థం అంతా సైన్ ఫెల్డ్ పద్ధతిలో దాగి ఉన్నది. అందుకే నాకు ఆ పద్ధతి అంటే మక్కువ. అది అతి సరళం. అది 'ఒకే ఒక విషయం'

చెయ్యటంలో దాగి ఉన్నది. ఆ తర్వాత అదే స్వయంచాలకం అవుతుంది. మీరు క్యాలెండర్ చూసి, సంభ్రమాశ్చర్యాలతో "ఈ పని చెయ్యటానికి నేను సంవత్సరం అంతా ఎలా బద్ధుడిని కాగలను?" అనవచ్చు. కాని, మీ అతిపెద్ద లక్ష్యాన్ని ప్రస్తుతం మీ ముందు ఉంచటానికి,తర్వాతి X గుర్తించటానికి ఈ పద్ధతి రచించ బడింది. వాల్టర్ ఎలియట్ చెప్పినట్లు "నిరంతర శ్రమ అంటే సుదీర్ఘమయిన పరుగు కాదు. చిన్న చిన్న పరుగులు జోడించటమే." మీరు ఈ చిన్న చిన్న పరుగులు చేసి,ఆ గొలుసు పెంచుతూ ఉంటే, పోను పోను అది సులువు అవుతుంది.అప్పుడు గతిభారం, ప్రేరణ రంగంలోకి దిగుతాయి.

మీకు అతిముఖ్యమయిన డామినో ప్రతిరోజూ పడగొట్టటంలో ఒక గారడీ ఉన్నది. మీ జీవితంలో ఒక బలమయిన అలవాటు ఏర్పడినదాకా, ఒక్కొక రోజుగా పని చేస్తూ, ఆ గొలుసు తెగిపోకుండా చూసుకోవటమే మీరు చెయ్యవలసిన పని.

చాలా సులువుగా అనిపిస్తున్నదా?అవును, మీరు కాపాడినంత కాలము, కేటాయింపు సులభమే.

మీ కేటాయింపు కాపాడండి

మీ కేటాయింపులు సమయాన్ని సక్రమంగా కేటాయించాలంటే, వాటికి రక్షణ అవసరం. సమయం కేటాయించటం కష్టమేమీ కాదు. కాని అంతకంటే కష్టమయిన పని మీరు కేటాయించిన ఆ సమయాన్ని కాపాడటమే. ఈ ప్రపంచానికి మీ ధ్యేయము, మీ ప్రాధాన్యతలు తెలియవు. అందుకు దానికి బాధ్యత ఏమీ లేదు. ఆ బాధ్యత మీదే. మీకు ఏది ముఖ్యమో తెలియనివారినుంచీ, మీ మతిమరుపునుంచీ వాటిని కాపాడుకునే బాధ్యతా, పూచీ మీవి.

మీ కేటాయింపులు కదిలించటానికి వీలులేదనే మనస్తత్వం ఏర్పరుచు కోవటమే వాటిని కాపాడుకోవటానికి ఉత్తమమార్గం. కనుక ఎవరయినా మీరు కేటాయించుకున్న సమయంలో వేలు పెడితే, "సారీ, ఆ టైం లో నాకు వేరే పని ఉన్నది" అని నిర్మొహమాటంగా చెప్పి, అనువైన వేరే సమయాలు సూచించండి. అవతలి వ్యక్తి నిరాశ వ్యక్తం చేస్తే, మీరు సానుభూతి చూపుతారు – కాని, మీ నిశ్చయం మారకూడదు. అసామాన్య ఫలితాలు సాధించే మహామహులు– వారి సమయం విపరీతమయిన ఒత్తిడిలో ఉంటుంది–ప్రతిరోజూ చేసే పని ఇదే.

ఆ అభ్యర్ధన పైనుంచి వస్తే చాలా కష్టమయిన వ్యవహారం. ముఖ్యులు ఒకరు – మీ బాస్, మీ ఖాతాదారులు, మీ అమ్మ – చాలా అర్జెంట్ అని అడిగితే మీరు

ఎలా కాదనగలరు? సరేనని చెప్పి "నేను అది (ఫలానా సమయంలోగా) చేస్తే ఫర్వాలేదా?"అని అడగటం ఒక పద్ధతి. తరుచుగా ఈ అభ్యర్ధనలు పని జరగటం కంటే, ఆ పని మరొక చేతికి అంటగట్టటంలో మగ్నమై ఉంటాయి. కనుక ఆ అభ్యర్ధన చేసేవారు ఆ పని జరిగితే చాలుననే మనస్తత్వంలో ఉంటారు. కొన్నిసార్లు ఈ అభ్యర్ధన యదార్థం అవుతుంది. వెంటనే చేసితీరవలసిన అవసరం ఉంటుంది. మీరు చేస్తున్న పని ఆపి ఈ పని చెయ్యవలసి వస్తుంది. "తుడిపి వేస్తే, మరొక చోట స్థాపించు" అన్న సూత్రం ఇక్కడ పాటించాలి. వెనకబడిన మీ కార్యక్రమనిర్వహణకు మరొక సమయం వెంటనే కేటాయించండి.

ఇక మీరు. మీరు అతిగా పనిచేసి, అలిసి ఉంటే, కార్యక్రమం ప్రకారం పనికొనసాగించటం దుస్సాధ్యం అవుతుంది. ఒకే విషయానికి అంత సమయం కేటాయిస్తే, మిగిలిన పని అంతా ఎలా పూర్తి అవుతుందోఊహించటం కష్టమయిన పని. అప్పుడు డామినో పతనం మనసులో దర్శించటం సహాయ పడుతుంది. మీ ఒకే ఒక విషయం పూర్తయితే, తర్వాత మీరు చెయ్యవలసినదంతా సులభం అవుతుంది లేదా అనవసరం అవుతుంది అని గుర్తు చేసుకోవటం కీలకం. మొదట్లో నేను సమయం కేటాయించటం మొదలు పెట్టినపుడు ఎదురుగా ఒక కాగితం పెట్టుకున్నాను. దానిమీద "నా ఒకే ఒక విషయం పూర్తయేటంత వరకూ మిగిలినదంతా అంతరాయమే." అని వ్రాసి పెట్టుకున్నాను. మీరు కూడా ప్రయత్నించండి. మీతో బాటు ఇతరులు కూడాచూసేట్లు అనువైన చోట పెట్టండి. అప్పుడు మీకు మీరు చెప్పుకోవటమే కాక, ఇతరులకు చెప్పటానికి కూడా అది ఒక మంత్రం కావాలి. క్రమంగా అందరూ మీ పనిచేసే విధానం అర్థం చేసుకుంటారు, తోడ్పడుతారు. మీరు కేవలం గమనించండి.

సమయం ప్రకారం మిమ్మల్ని పనిచెయ్య నీయకుండా అడ్డుపడేది ఇప్పుడు మీ మనసే. ఈ ఒకే ఒక విషయం కాక రాత్రింబవళ్ళు ఇతర వ్యాపకాలు అనుసరించాలనే మీ మనసే మీకు పెద్ద సవాలు, ఆటంకం. మీ ఏకాగ్రత సరళం చేసినంత మాత్రాన జీవితం సరళం కాదు. వేరే చెయ్యవలసింది ఎప్పుడూ ఏదో ఒకటి ఉంటూనే ఉంటుంది. అనుక్షణము ఇది సత్యం. అటువంటి పనులు బుర్రలోకి ప్రవేశిస్తే,దాన్ని ఒక జాబితాలోవ్రాసి పక్కన పెట్టండి. మీరు చెయ్యవలసిన పని, చేస్తున్న పని కొనసాగించండి. అంటే బుర్రలో చెత్త ఖాళీ చేశారన్నమాట. అప్పుడు మళ్ళీ అవకాశం వచ్చేవరకూ దానిని మీ మనసులోనుంచి, దృష తరిమెయ్యండి.

మీ పని నిర్ణీతసమయం ప్రకారం జరగకుండా అడ్డుకునే అవాంతరాలు అనేకం. ఆ అవాంతరాలతో పోరాడి, మీ దృష్టి మీ ఒకే ఒక విషయంలో లగ్నం చెయ్యటానికి నాలుగు నిర్దిష్టమైన మార్గాలు.

1. **ఒక బంకర్ కట్టండి.** మీకు అంతరాయాలు, అవాంతరాలు కలగని చోటు చూసుకోండి. మీకు ఆఫీసు ఉంటే 'DoNotDisturb' బోర్డ్ ఒకటి పెట్టుకోండి. మీ ఆఫీసుకు గ్లాసు గోడలు ఉంటే వాటికి పరదాలు వేయండి. మీరు ఒక క్యూబికల్ లో పని చేస్తూ ఉంటే, ఒక ఫోల్డింగ్ స్క్రీన్ అమర్చటానికి అనుమతి పొందండి. అవసరమయితే మరొక చోటికి వెళ్ళండి. అమరులు ఎర్నెస్ట్ హెమింగ్వే ఉదయం ఏడుగంటలనుంచి తన రచనా వ్యాసంగం పడకగదిలోమొదలు పెట్టేవారు. మానవ మాత్రులే కాని అపార నైపుణ్యం గల వాణిజ్య రచయిత డాన్ హీత్ "ఒక పాత ల్యాప్ టాప్ కొన్నారు. దానిలో బ్రౌజర్లు అన్నీ డిలీట్ చేశారు. చాలావరకు అందులో వైర్లెస్, నెట్ వర్క్ డ్రైవర్లు డిలీట్ చేశారు." ఇక ఆ ల్యాప్ టాప్ తో ఆయన ఒక కాఫీ షాప్ కు వెళ్లి కూర్చునేవారు. ఈ ఇద్దరు మాహాపురుషులూ రెండు విపరీతాలు. మీరు – మధ్యస్థంగా – ఒక ఖాళీగా ఉన్న ఒక రూమ్ చూసుకుని, తలుపులు మూసుకొని కూర్చోవచ్చు.
2. **సరుకుల నిల్వలు.** మీకు అవసరమయిన వస్తువులు, తినుబండారాలు, పానీయాలు, అన్నీ అమర్చుకోండి. బాత్ రూమ్ కు వెళ్ళవలిస్తే తప్ప మీ రూమ్ వదిలి వెళ్ళకండి. కాఫీ మెషిన్ దగ్గరికి వెళ్తే చాలు అక్కడ ఎవరో ఒకరు మిమ్మల్ని వాళ్ళ బరిలోకిలాగి పట్టాలు తప్పిస్తారు.
3. **అన్నీ ఊడ్చేయండి**. మీ ఫోన్ ఆఫ్ చెయ్యండి. మీ ఇ-మెయిల్ మూసి వెయ్యండి.ఇంటర్ నెట్ నుంచి బయటికి రండి. మీ అతి ముఖ్యమైన పనికి మీ సంపూర్ణ ఏకాగ్రత అవసరం.
4. **తోడ్పాటు ఏర్పరుచుకోండి.** మీతో మాట్లాడటానికి, కలవటానికి కోరేవారికి మీరు ఏమి చేస్తున్నారో చెప్పి వారిని కలవటానికి ఎప్పుడు వీలుపడుతుందో తెలియజెప్పండి. అసలు విషయం తెలిసినపుడు, వారు మిమ్మల్ని ఎప్పుడు కలవగలరో తెలిసినపుడు వారు ఎంత సర్దుకుపోతారో చూసి మీరు ఆశ్చర్య పోతారు.

ఎంత ప్రయత్నించినా మీ సమయం కేటాయింపు సవ్యంగా కొనసాగక పోతే, ఈ ప్రశ్న అడగండి: నేను కేటాయించిన సమయం కాపాడుకోవటానికి నేను చెయ్యగలిగిన ఒకే ఒక్క పని ఏమిటి? ఆ పని చెయ్యటంవల్ల నేను చెయ్యవలసిన ఇతర పనులన్నీ సులభం లేదా అనవసరం కావాలి.

బృహత్ భావాలు

1. **చుక్కలు కలపండి.** ఈనాడు మీరు చేసేపని మీ గమ్యంతో ఏకమయితే,అసాధారణ ఫలితాలు సాధ్యమవుతాయి. మీ ధ్యేయంలోకి తొంగి చూడండి. ఆ స్పష్టతకు అనుగుణంగా మీ ప్రాధాన్యతలు నిర్ణయించండి. ప్రాధాన్యతలు తలిసిన తర్వాత కార్యాచరణమే తర్వాతి మెట్టు.
2. **మీ 'ఒకే ఒక విషయం' కు సమయం కేటాయించండి.** మీ ఒకే ఒక విషయం సఫలం కావాలంటే మీతో మీరు క్రమబద్ధంగా కలవాలి. ప్రతిరోజూ పెందలాడే సమయం కేటాయించండి. తగినంత సమయం – నాలుగు గంటలకు తక్కువ కాకుండా– కేటాయించండి. ఇలా ఆలోచించండి: మీ కేటాయింపు విచారణకు వస్తే, మిమ్మల్ని శిక్షించటానికి మీ క్యాలెండర్లో తగిన సాక్ష్యం ఉంటుందా?
3. **మీ కేటాయించిన సమయాన్ని అన్ని విధాల కాపాడండి.** "నా ఒకే ఒక విషయం నుంచి నాకు అంతరాయం కలిగించటానికి ఎవ్వరికీ, దేనికీ అనుమతి లేదు." అన్నది మీ మంత్రం అయితేనే మీ సమయం కేటాయింపు పనిచేస్తుంది. మీ నిశ్చయం ఈ ప్రపంచం ప్రయత్నాన్ని ఆపలేదు. కనుక వీలయినపుడు సృజనాత్మకంగా ఉండండి, అవసరమయినపుడు దృఢముగా ఉండండి. మీరు కేటాయించుకున్న సమయం రోజులో అత్యంత ముఖ్యసమయం. దానిని కాపాడుకోవటానికి మీరు మీకు సాధ్యమయినదంతా చెయ్యాలి.

అసామాన్య ఫలితాలు సాధించినవారు అందరూ రోజంతా పనిచేసి సాధించలేదు. వారు పనిచేసిన సమయంలో ఎక్కువ పనిచేశారు.

సమయం కేటాయించటం ఒకవైపు. ఉత్పాదకమయిన సమయం కేటాయింపు వేరేవిషయం.

16 మూడు నిబద్ధతలు

> "శాయశక్తులా పనిచేసినవారు ఎన్నడూ చింతించలేదు."
>
> –జార్జ్ హలాస్

సమయం కేటాయించి అసామాన్య ఫలితాలు సాధించటానికి మూడు నిబద్ధతలు అవసరం. మొట్టమొదటగా మీరు నియంత్రణ సాధించే మనస్తత్వం అలవరుచుకోవాలి. నియంత్రణ అంటే మీ సామర్థ్యం అత్యుత్తమ స్థాయికి చేరుకోవాలి. అసాధారణ ఫలితాలు సాధించాలంటే, అందుకు తగిన అసాధారణ ప్రయత్నం మీరు చెయ్యాలికదా! రెండవది, ఏ పని చేయ్యటానికైనా మీరు అత్యుత్తమ మార్గం అన్వేషించాలి. మీ ప్రయత్నానికి తగిన ఫలితాలు ఇవ్వని బాటన ప్రయత్నించటం నిష్ప్రయోజనం. మూడవది, మీ ఒకే విషయం సాధించటానికి మీరు చేసే పయత్నాలన్నిటికీ మీరే బాధ్యులు. ఈ నిబద్ధతల ప్రకారం కొనసాగండి అసాధారణ ఫలితాలు చవిచూసే అవకాశం మీ సొత్తు కావచ్చు.

మీ ఒకే విషయానికి మూడు నిబద్ధతలు

1. ఆధిపత్య మార్గం అనుసరించండి.
2. అ నుంచి ప కి కదలండి.
3. బాధ్యతాయుత జీవనం

1. ఆధిపత్య మార్గం

ఈ ఆధిపత్యం అన్న పదం ఇప్పుడు అరుదుగా వినబడుతుంది. కాని అసాధారణ ఫలితాలు సాధించటానికి అది కీలకం. ఆలోచిస్తే మొదట్లో అది భయానకంగా ఉంటుంది. ఈ ఆధిపత్యం ఒక గమ్యంగా కాక, ఒక బాటగా దర్శిస్తే, అది సాధ్యంగా గోచరిస్తుంది. చాలామంది ఆధిపత్యం అంటే ఒక అంతిమ ఫలితంగా దర్శిస్తారు. కాని అంతరాంతరాలలో ఆధిపత్యం ఒక ఆలోచనా విధానం, ఒక ఆచరణక్రమం, మీరు అనుభూతి చెందే ఒక పయనం. మీరు ఒక విషయంలో ఆధిపత్యంకోసం ప్రయత్నం చేస్తే,ఆ ప్రయత్నంలో మిగిలినదంతా సులువుగా, అనవసరంగా దర్శనమిస్తుంది. కనుక మీరు దేనిమీద ఆధిపత్యం సాధించదలచారో అది ముఖ్యం.

మీ డామినో ఆటలో ఆధిపత్యం ముఖ్యపాత్ర వహిస్తుంది.

ఆధిపత్యం అంటే మీకు అత్యంత ముఖ్యమైన పనిలో ఉత్తములు కావటానికి అత్యుత్తమంగా ప్రయత్నించటమేనని నా భావన. మేలయిన అనుభవము, నైపుణ్యము సాధించటానికి ప్రాథమిక సూత్రాలు నేర్చుకోవటంలోవిద్యార్థి పునః పునః ప్రయత్నమే బాట. ఇలా ఆలోచించండి: వైట్ బెల్ట్ దారులు పురోగమించటానికి కరాటే ఎత్తులు అభ్యాసం చేస్తూ ఉంటారు. ఒక స్థాయిలో బ్లాక్ బెల్ట్ యోధులకు తెలిసిన ప్రాథమిక కదలికలు అన్నీ వీరికీ తెలుసు. వారి అంత సమర్ధవంతంగా చెయ్యలేక పోతున్నారు అంటే వారికి తగిన అభ్యాసం లేదన్నమాట! వైట్ బెల్ట్ స్థాయిలో ప్రాథమికసూత్రాలమీది ఆధిపత్యంవల్ల బ్లాక్ బెల్ట్ స్థాయిలో ఆ సృజనాత్మకత కలుగుతుందన్నమాట! నేర్చుకోవటానికి ఒక ఉన్నతస్థాయి ఎప్పుడూ ఉంటూనే ఉంటుంది. కనుక ఆధిపత్యం అంటే మీకు తెలిసిన దానిమీద మీరు అధిపతులు, తెలియని దానికి మీరు శిష్యులు. అంటే మనవెనుక ఉన్నదానికి మనం అధిపతులం, మన ముందు ఉన్నదానికి మనం శిష్యులం. కనుకనే ఆధిపత్యం అనేది ఒక పయనం. తను బయటికి వెళ్ళినపుడు తన తమ్ముడు ఎడ్డీ పడక మీద కూర్చొని గిటార్ అభ్యాసం చేస్తూ ఉంటారు, కొన్ని గంటల తర్వాత తాను తిరిగి వచ్చినపుడు ఎడ్డీ అక్కడే కూర్చుని అభ్యాసం చేస్తూ ఉంటారు అంటారు అలెక్స్ వాన్ హలేన్. అధిపత్యానికి అది పయనం. అది అపారం, అనంతం.

1993 లో మానసిక శాస్త్రవేత్త కె. అండర్స్ ఎరిక్సన్ 'సైకలాజికల్ రివ్యూ' అనే పత్రికలో 'ది రోల్ ఆఫ్ డెలిబరేట్ ప్రాక్టీస్ ఇన్ ది అక్విజిషన్ ఆఫ్ ఎక్స్పర్ట్ పెర్ఫార్మన్స్' అన్న వ్యాసం ప్రచురించారు. ఆధిపత్యం అంటే ఏమిటో నిర్వచించే ప్రయత్నంలో ఈ వ్యాసం అనుభవ పూర్వక ప్రదర్శన చేసేవారు కారణజన్ములు, సహజ నిపుణులు, ఆజన్మ ప్రతిభాశాలురు అన్న బిరుదులకు స్వస్తి చెప్పింది. ఎరిక్సన్ తొలిసారిగా ఆధిపత్యం అంటే ఏమిటో సూక్ష్మ దృష్టి కలిగించారు. "10,000 గంటల సూత్రానికి"

ఆయన ఊపిరిపోశారు. అత్యుత్తమ ప్రదర్శకులకు ఆ అత్యుత్తమస్థాయి ప్రసాదించేది సంవత్సరాల తరబడి క్రమం తప్పని నిర్విరామ అభ్యాసం అని ఆయన కనుగొన్నారు. అత్యుతమ ప్రదర్శకులు అందరిలోనూ ఇది సాధారణ ప్రక్రియ. అందుకే వారు అత్యుత్తమ స్థాయి చేరుకున్నారు. అత్యుత్తమ వయొలిన్ కళాకారులు 20 సంవత్సరాల వయసు చేరేసరికి 10,000 గంటల అభ్యాసం సాధించి మిగిలినవారినుంచి వేరైనారు. అందుచేతనే అది ఒకసూత్రం అయింది. అత్యుత్తమ సాధకులు ఈ ప్రయాణం సుమారు పదిసంవత్సరాలలో పూర్తిచేస్తారు. మీరు చిన్న లెక్క వేస్తే, అది 365రోజులు సగటున రోజుకు మూడు గంటలని తెలుతుంది. ఇప్పుడు మీ ఏకైక విషయం మీ ఉద్యోగానికి సంబంధించి, మీరు సంవత్సరానికి 250 రోజులు (వారానికి 5 రోజుల చొప్పున 50 వారాలు) దానిమీద కృషి చేస్తూ ఉంటే, ఆ రంగంలో ఆధిపత్యం సాధించటానికి మీరు సగటున రోజుకు 4 గంటలు అభ్యాసం చెయ్యాలని చెబుతుంది. తెలిసినట్లే అనిపిస్తున్నదా? ఇది గాలికి కొట్టుకువచ్చిన సంఖ్య కాదు. మీ ఒకే ఒక విషయానికి మీరు ప్రతిరోజూ కేటాయించ వలసిన సమయం.

అన్నిటినీ మించి మీ అనుభవం మీరు పెట్టుబడి పెట్టిన సమయాన్ని అనుసరిస్తుంది. “నా ఆధిపత్యం సాధించటానికి నేను ఎంతకష్టపడ్డానో తెలిస్తే, నా ఆధిపత్యంలో అద్భుతం ఏమీ కనిపించదు.” అంటారు మైఖేల్ ఏంజలో. ఆయన చెప్పేది కళ్ళముందు కనబడుతూనే ఉన్నది. నిరంతరం ఒకపనిమీద సమయం వెచ్చిస్తే, అవకాశం వచ్చినపుడు అది ప్రతిసారీ నైపుణ్యాన్ని జయిస్తుంది. ఇది మీరు గుర్తు ఉంచుకోవాలని నేను చెప్పవచ్చు. కాని నిజానికి మీరు దాన్ని మనసులో ముద్రించుకోవాలి.

మీ ఏకైక విషయానికి మీరు సమయం కేటాయిస్తున్నపుడు, ఆ విషయంమీద ఆధిపత్యం సాధించే దృష్టితో మీరు దానిని అభ్యసించాలి. తద్వారా మీరు అత్యుత్తమ ఉత్పాదకులు అవుతారు. ఎట్టకేలకు అత్యుత్తములు అవుతారు. ఇక్కడ ఒక ఆసక్తికరమైన విషయం ఉన్నది. మీ ఉత్పాదన పెరిగినకొద్దీ మీకు సాధారణంగా కనబడని అనేక అదనపు ప్రయోజనాలు లభిస్తాయి. ఆధిపత్యం బాటన బహుమతులు కాచుకొని ఉంటాయి.

మీరు ఆధిపత్యం బాటన పయనిస్తూ ఉంటే, మీ ఆత్మవిశ్వాసము, మీ సఫలతా సామర్థ్యము అంచెలంచెలుగా ఎదుగుతాయి. ఆధిపత్యం బాటలలో ఒకదానికీ మరొక దానికీ ఎక్కువ వ్యత్యాసం లేదని గ్రహిస్తారు. ఇక్కడ ఆనందమయమయిన ఆశ్చర్యం ఏమిటంటే, ఒకే విషయంలో ఆధిపత్యం సాధిస్తే, అది ఇతర కార్యక్రమాలకు వేదిక అవుతుంది, ఆ కార్యక్రమాలు వేగతరంగా సాగుతాయి. జ్ఞానం ఇతరజ్ఞానాన్ని

తెచ్చిపెడుతుంది. నైపుణ్యాలు ఇతర నైపుణ్యాలను సానపెడతాయి. భవిష్యత్తులో డామినోలను పడదొయ్యటం సులభతరం చేసేది ఇదే.

ప్రావీణ్యం అనే వేట అనంతమైన బాట. అది నిరంతరమూ ఇస్తూనే ఉంటుంది. 'మాస్టరీ' అనే తన మహోన్నత రచనలో జార్జ్ లెనార్డ్, 'జూడో' స్థాపకులు జిగోరో కానో కథ చెప్తారు. ఆ కథలో కానో తన నిష్క్రమణం సమీపిస్తూ ఉండగా, ఆయన తన శిష్యులను పిలుస్తారు. తనను వైట్ బెల్ట్ తో సమాధి చెయ్యవలసిందిగా శిష్యులను ఆదేశిస్తారు. ప్రతీకాత్మకత వారికి అర్థం అయింది. మారణవిద్యలో అత్యున్నత స్థానం సాధించిన కళాకారులు తన జీవితానికి, తదుపరి అవస్థకు శిష్యుడి కేతనం నిర్ణయించుకున్నారు. జీవితాంతం నేర్చుకుంటూఉండే శిష్యుడి పయనం ఆయనకు ఇంకా ముగియలేదు! ప్రావీణ్యం సాధించటానికి సమయం కేటాయింపు అవశ్యం. సమయం కేటాయింపుకు ప్రావీణ్యం అవసరం. రెండూ చేతిలో చెయ్యివేసి నడుస్తాయి. మీరు ఒకటి చేస్తే రెండవది చేసి తీరాలి.

2. అ నుంచి ప కి

అత్యున్నత ప్రవీణులకు శిక్షణ ఇచ్చేటపుడు నేను తరుచు అడుగుతూ ఉంటాను:"ఇది మీకు సాధ్యమయినంత బాగా చేస్తున్నారా, లేకపోతేఎంత ఉత్తమంగా సాధ్యమవుతుందో అంత ఉత్తమంగా చేస్తున్నారా?"ఈ ప్రశ్న ఉద్దేశ్యం జనాన్ని మాయచెయ్యటానికి కాకపోయినా, సర్వసాధారణంగా ఇది జనాన్ని మభ్యపెడుతుంది. తమకు సాధ్యమయినదంతా చేస్తున్నా, అవసరమయినంత ఘనంగా చెయ్యటం లేదని వారికి తెలుసు. ఇందుకు కారణం వారి పద్ధతి మార్చుకొనక పోవటమే. ఒక పనిలో ప్రావీణ్యం సంపాదించాలంటే, మీకు సాధ్యమయినంత బాగా చెయ్యటమేకాదు, అవసరమయినంత బాగాచెయ్యటానికి సిద్ధంగా ఉండాలి, చెయ్యాలి.మీ పనిచేసే విధానం నిరంతరము మెరుగు పరుచుకోవటమే కేటాయించిన సమయంలో అత్యున్నత ఉత్పాదన సాధించటానికి మార్గం.

దానినే అ నుంచి ప కి మారటం అంటారు. పొద్దున్న నిద్రలేచి దినసరి కార్యక్రమం మొదలు పెట్టేటపుడు మనం రెండు మార్గాలలో ఏదోఒకటి అవలంబిస్తాం. అలవాటు (అ) లేదా పరమార్థం (ప). అలవాటు మన సహజ మార్గం. మనం చేయదలచింది, లేదా చెయ్యవలసింది గమనించటం, ఆపని చెయ్యటానికి ఉత్సాహము, శక్తి, మన సహజసామర్థ్యాలు కూడగట్టుకుని పరుగుతీయటం. ఆ చెయ్యవలసిన పని ఏదయినా కానీయండి, మన సహజ సామర్థ్యానికి, ఉత్పాదనకు, సఫలతకు ఒక పరిమితి ఉన్నది. ఈ పరిమితి మనిషినిబట్టీ, పనినిబట్టీ మారుతూ ఉంటుంది. కాని ప్రతి ఒక్కరికీ

జీవితంలో ప్రతిదానికీ ఒక సహజ పరిమితి అంటూ ఉంటుంది. కొందరికి ఒక సుత్తె ఇవ్వండి, వెంటనే వారు వడ్రంగులయి పోతారు. అదే సుత్తె నాకు ఇవ్వండి, దానితో ఏమిచెయ్యాలో నాకు తెలియదు. అంటే కొందరు సుత్తె ఉపయోగం సహజంగా, ప్రావీణ్యతతో ఉపయోగించటం తెలిసి ఉంటారు. దానిని ఎలా ఉపయోగించాలో ఏమి చెయ్యాలో వారికీ ఏమీ చెప్పనవసరం లేదు. కాని నావంటివాళ్ళు కొందరు ఉంటారు. సుత్తె పట్టుకోవటమే వారి ప్రావీణ్యానికి హద్దు. మీ ప్రయత్న ఫలితం ఆమోదం పొందితే మీరు ఆనందంగా చప్పట్లు చరుస్తూ ముందుకు సాగవచ్చు. కాని మీ ఏకైక లక్ష్యం వెంటాడేటపుడు మీ ప్రయత్నాలు, అందువల్ల కలిగే ఫలితాలు ప్రశ్నార్ధకాలు అవుతాయి. ఇక్కడ మరొక పద్ధతి అనుసరించాలి –ధ్యేయాన్ని అనుసరించే పద్ధతి చేపట్టాలి.

అత్యంత ఉత్పాదకులయిన వ్యక్తులు తమ సహజ శక్తిసామర్ధ్యాలతో రాజీపడరు. తమకు సాధ్యమయినదంతా చేసిన తర్వాత, మరింత సాధించే ప్రయత్నంలో వారు కొత్త మార్గాలకోసము, సరికొత్త పద్ధతులకోసము అన్వేషిస్తారు. కంటికి కనిపించిన మార్గాలు, పద్ధతులు పరిశీలించి, వాటిలో ఉత్తమమని తోచినవాటిని ఎంచుకొని తిరిగి తమ కృషి మొదలు పెడతారు. ఒక అ ని పొయ్యిలోకి కట్టెలు కావాలని చెప్పండి. ఆ అలవాటు ఉన్న వ్యక్తి గొడ్డలి భుజాన వేసుకుని అడవికిబయలుదేరుతారు. అదే పరమార్థ వ్యక్తి అయితే, గొలుసు రంపం ఎక్కడ దొరుకుతుంది? అని అడగవచ్చు. ప మనస్తత్వంతో మీరు సర్వదా పురోగతి సాధిస్తారు, మీ సహజ శక్తిసామర్ధ్యాలకు మించిన ఫలితాలు సాధిస్తారు. అందుకు అవసరమయిన శ్రమచెయ్యటానికి మీరు సిద్ధంగా ఉండాలి, అంతే.

మీరు చెయ్యబోయే పనులకు మీరు హద్దులు ఏర్పరుచుకోకూడదు. జీవితంలో పురోగతి సాధించాలంటే కొత్త భావాలకు, కొత్త మార్గాలకు మీరు ఆహ్వానం పలకాలి. ప్రావీణ్యత సంపాదించాలంటే మీకు నిత్యమూ కొత్త పనులు,కొత్త కొత్త సవాళ్లు ఎదురవుతూ ఉంటాయి. ఒక ధ్యేయంతో ముందుకు కదిలే వ్యక్తి "భిన్నమయిన ఫలితాలు సాధించాలంటే, విభిన్న మార్గాలు అనుసరించాలి" అన్న సరళ సూత్రం అనుసరిస్తారు. ఈ మంత్రం వల్లిస్తే మీరు పురోగతి సాధిస్తారు.

చాలామంది 'బాగానే' పనిచేసే స్థాయికి చేరుకుంటారు అక్కడ ఆగిపోతారు. అంతకుమించిన స్థాయికి చేరుకోవటానికి వారు కృషి చెయ్యరు. ప్రావీణ్యం సాధించదలచినవారు ఈ మార్గం అధిగమించి, నిరంతరము వారి లక్ష్యాన్ని ఉన్నత పరుస్తూ ఉంటారు. పురోగమించాలని తమను తామే సవాలు చేసుకుంటారు. నిరంతరము శిష్యులుగానే ఉంటారు. రచయిత, జ్ఞాపకశక్తి విజేత జోషువ ఫోయెర్

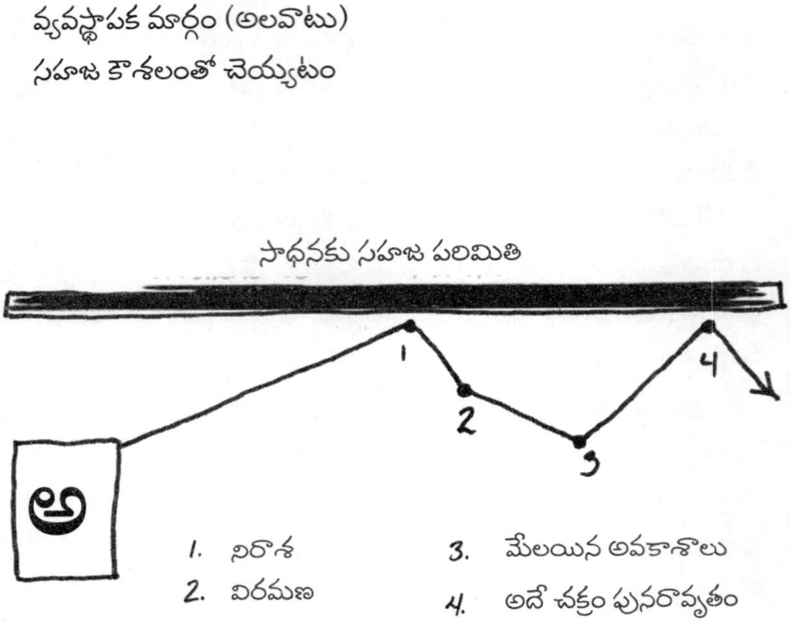

చిత్రం 31 : కాలక్రమేణ ప ప్రతిసారీ అ ని జయిస్తారు.

దీనినే "ఓకే–పీఠభూమి" అంటారు. ఆయన దీనిని టైపింగ్ తో ఉదాహరిస్తారు. అభ్యాస సమయమే ముఖ్యమయితే మన ఉద్యోగ జీవితంలో మనం టైప్ చేసే లక్షలాది మెమోలు, ఇ–మెయిల్స్ తో మన టైపింగ్ వేగం తప్పటడుగుల నుంచి నిమిషానికి 100 పదాల మేరకు ఎదగాలి. కాని అలా జరగదు. మనం ఒక వేగస్థాయికి చేరిన తర్వాత, ఇక చాలులే అనిపిస్తుంది. అక్కడే నేర్చుకోవాలనే మన కోరికను స్విచ్ ఆఫ్ చేస్తాం. అక్కడినుంచి యాంత్రికంగా పని చేస్తాం. చాలా సామాన్య సాధన స్థాయిని –ఇక చాలుననే 'పీఠభూమి'– చేరుకున్నాం.

మీరు అసాధారణ ఫలితాలకోసం వేటాడుతున్నపుడు, అది మీ ఒకే ఒక విషయానికి సంబంధించినది అయినపుడు,సాధారణస్థాయి, మరే ఇతర స్థాయిలు గాని ఆమోదించటం సబబు కాదు. సమతల స్థాయిని, సాధారణ శిఖరాలను అధిగమించ దలచినపుడు అనుసరించ దగినది ఒకే ఒక బాట –"ప"

వ్యాపారంలోను, జీవితంలోను మనమందరమూ వ్యవస్థామార్గంలో ఆరంభిస్తాము. ఏది సాధించాలన్నా మన ప్రస్తుత – శక్తిసామర్థ్యాలు, జ్ఞానం,

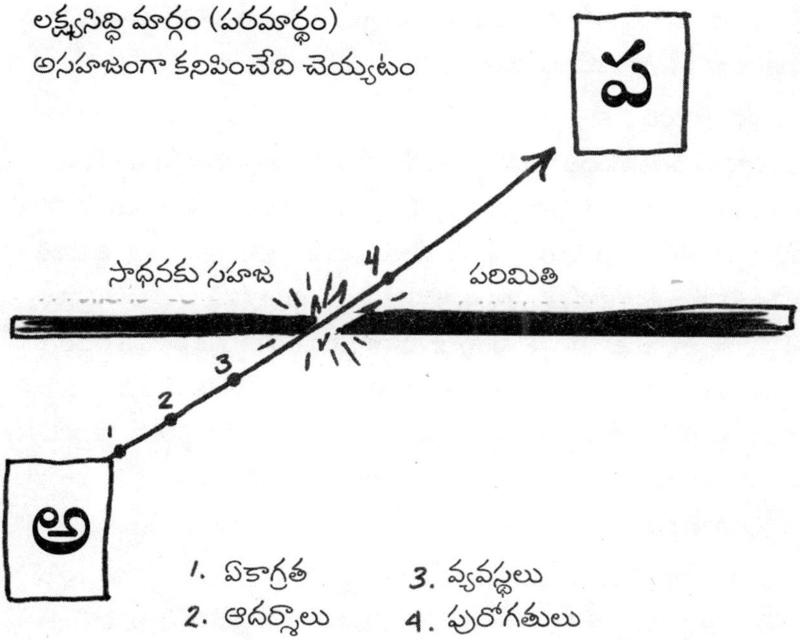

ప్రయత్నం – స్థాయిలో ఆరంభిస్తాము. క్లుప్తంగా చెబితే సులువయిన మార్గం అనుసరిస్తామన్నమాట. "అ" మార్గం సహజం కనుక అది సుఖప్రదంగా తోస్తుంది. ప్రస్తుతం మన వ్యక్తిత్వము, మన పనిచేసే విధానము అదే.

అది పరిమితమయిన బాట.

"అ" బాటన పయనిస్తున్నపుడు మన సామర్థ్యానికీ, మన లక్ష్యానికీ పరిమితులు – లక్ష్మణ రేఖలు – గీస్తాం. ఏదయినా ఒక పని అంతా "అ" పద్ధతి ననుసరిచి చేసి విజయం సాధిస్తే, అదే ప్రయత్నం మళ్ళీ మళ్ళీ చేస్తాము. భరించరాని నిరాశ కలిగేవరకూ మనం ఈ బాటనే అనుసరిస్తాం. ఆ తర్వాత ఇంతకుమించి మనవల్ల కాదని చేతులు ఎత్తేస్తాం. అప్పుడు వేరే అవకాశాలకోసం దేవులాడుతాం. ఒక పరిస్థితిలో మన శక్తిసామర్థ్యాలు అన్నీ ప్రయోగించామని అనిపిస్తే, మళ్ళీ మొదలెట్టుకుంటే ముందుకు సాగుతామని మన ఆలోచన. ఇది ఒక విషవలయం. మరొక కొత్త పని చేపడతారు. ఉత్సాహం, ప్రోత్సాహం, సహజ శక్తి, సహజ ప్రయత్నంతో శ్రమ పడతారు. చివరికి

అదే ఫలితం, అదే నిరాశ, అదే ముగింపు. అప్పుడు – మీ ఊహ కరెక్టే – మరొక అవకాశం అన్వేషిస్తూ బయలుదేరుతారు.

అదే పరిధిలోకి "ప" తీసుకురండి. పరిస్థితులు మారిపోతాయి. ధ్యేయపూర్వకమయిన పద్ధతి "ఎదగటమే నా ధ్యేయం. మరి ఇప్పుడు కర్తవ్యం ఏమిటి?" అంటుంది. అప్పుడు మీరు ముఖ్యమయిన ప్రశ్న సంధించి తర్వాతి పని చెయ్యటానికి చేతనున్నవాటిలో ఉత్తమ మార్గం అవలంబిస్తారు. అది కొత్త బాట కావచ్చు, కొత్త పద్ధతి కావచ్చు లేదా రెండూ కావచ్చు. కాని వాటిని అమలు జరపటానికి కొత్త ఆలోచనలు, కొత్త నైపుణ్యాలు, ఇంకా కొత్త సంపర్కాలు కూడా అవసరం కావచ్చు. వీటికి సిద్ధంగా ఉండండి. మొదట్లో ఇదంతా అపరిచితంగా, అయోమయంగా తోచవచ్చు. ఫర్వాలేదు. ధ్యేయమార్గంలో నడిస్తే తరుచు అసహజమనిపించే పనులు చెయ్యవలసి వస్తుంది. కాని అసాధారణ ఫలితాలు సాధించాలంటే అందుకు అనుగుణమయిన మార్గం అనుసరించాలి కదా!

మీకు సాధ్యమయినదంతా చేశారు. కాని మీరు ఆశించిన ఉత్తమఫలితాలు కలగలేదు. అప్పుడే మారు "అ" నుంచి నిష్క్రమించి "ప" లోకి ప్రవేశించాలి. మిమ్మల్ని మరికొంతదూరం తీసుకువెళ్ళే మేలయిన మోడల్స్, మేలయిన పద్దతులకోసం వెతకండి. ఆ తర్వాత కొత్తఆలోచనలు, కొత్త నైపుణ్యాలు, కొత్త సంపర్కాలు అలవరచుకోని ఆచరణలో పెట్టే ప్రయత్నం చెయ్యండి. మీకు చేతనున్న సమయంలో ధ్యేయం దిశగా ఆలోచించి కొనసాగండి. మీ సంభావ్యశక్తికి తాళాలు తెరవండి.

3. బాధ్యతాయుత జీవనం

మీరు చేసే కృషికి, మీరు పొందేఫలితానికి అవినాభావ సంబంధం ఉన్నది.మన చర్యలు ఫలితాలను నిర్ణయిస్తాయి. ఫలితాలు తర్వాత కార్యక్రమం సూచిస్తాయి. మీరు చేస్తున్న పనికి మీరు బాధ్యత వహించాలి. ఈ ప్రతిపుష్టి ఆవృతంతోనే అసాధారణ ఫలితాలు సాధించాలంటే ఏమి చెయ్యాలో మీరు కనుక్కోవాలి. కనుక ఈ ఫలితాల ఆవృతం మెరుగుపరచటం మీ బాధ్యత.

ఫలితాలకు పూర్తిగా మీరే బాధ్యులు. మీరుతప్ప మరెవరూ బాధ్యులుకారు అని అంగీకరించటమే మీ విజయానికి బాట. కనుక ఈ మూడు నిబద్ధతలలో బాధ్యత అతిముఖ్యమయిన అంశం. ఆ బాధ్యత లేకపోతే ప్రావీణ్యం సాధించే బాటలో ఏదో ఒక ఆటంకం ఎదురు కాగానే మీ పురోగమనం ఆగిపోతుంది.ఆ బాధ్యత లేకపోతే దారిలో ఎదురయ్యే చిరుసాధనల గోడలు బద్దలుచేసి ముందుకు సాగే ప్రయత్నం

కన్నుమూస్తుంది. బాధ్యతాయుత వ్యక్తులు సమస్యలతో పోరాడి ముందుకు సాగుతారు. బాధ్యతాయుత వ్యక్తులు ఫలితాలను వెంటాడుతారు. ఫలితాలు కలిగించని తమ చర్యలు, నైపుణ్యాలు, మోడల్స్, పద్ధతులు, సంపర్కాలు సమర్ధించుకునే ప్రయత్నం చెయ్యరు. ఫలితాలు సాధించటానికి అవసరమయిన ప్రయత్నాలు అన్నీ చెయ్యటంలో వారు వెనకాడరు.

ఇతరులు కలగనే ఫలితాలు బాధ్యతాయుత వ్యక్తులు సాధిస్తారు.

జీవనంలో మీరు మీ జీవన రచయితలు కావచ్చు, లేదా జీవితానికి బందీలు కావచ్చు. బాధ్యతా, బాధ్యతారహితం – ఉన్నవి ఈ రెండే ఎంపికలు. ఇది కర్కశంగా ధ్వనించవచ్చు. కాని అది పరమసత్యం. ప్రతిరోజూ మనం ఈ రెంటిలో ఓ ఏదో ఒక మార్గం ఎంచుకుంటాం. ఫలితాలు మనలను నిత్యమూ వెంటాడుతూ ఉంటాయి.

ఈ రెంటి మధ్య వ్యత్యాసం అర్థం చేసుకోవటానికి, ఇద్దరు మేనేజర్ల కథ గమనించండి. ఇద్దరి వ్యాపారాలలోనూ పోటీ ముమ్మురంగా ఉన్నది. హటాత్తుగా మార్కెట్ మారిపోయింది. ఒకనెల స్టోర్ బయట రోడ్డు మీదిదాకా కస్టమర్లు బారు తీరి ఉంటారు. మరుసటి నెల ఎవ్వరూ కనపడరు. ఇక్క ఒక్కొక్కరి ప్రతిస్పందనే ఫలితాలకు మూలం.

బాధ్యతాయుతురాలయిన మేనేజర్ వెంటనే ఏమయింది? అంటూ ప్రశ్నించి బయటకు వచ్చారు. తమకు ఎదురవుతున్న పరిస్థితులను ఆమె పరిశీలించారు. రెండవ మేనేజర్ ఏమిజరుగుతున్నదో తెలుసుకోవటానికి నిరాకరిస్తారు. అది ఒక గతుకు, చిన్నగుంత, ఒక విపరీతం. అది ఒక దుర్మహూర్తం అన్నట్లు తోసిపారేస్తారు. ఇక్కడ బాధ్యతాయుతులయిన మేనేజర్ తమ పోటీదారులు మార్కెట్ ఎలా కబళిస్తున్నారో తెలుసుకున్నారు. 'ఓహో, ఇదా విషయం!' అని సమస్యను చేపట్టి రంగంలోకి దిగుతారు. 'దీనిని చక్కదిద్దటం నా బాధ్యత!' అని వారి ఆలోచన. వాస్తవాన్ని ఎదుర్కోవటానికి సిద్ధంగా ఉన్నవారి కత్తికి పదును ఎక్కువ. పోరాటంలో ఏమి మార్పులు చేర్పులు చెయ్యాలో ఆలోచించే అవకాశం కలుగుతుంది.

అవతలి మేనేజర్ వాస్తవంతో కుస్తీ పడుతూ ఉంటారు. వారి ఉద్దేశ్యంలో ప్రస్తుత పరిస్థితికి బాధ్యతమరెక్కడో ఉన్నది. నా అభిప్రాయం వేరు. కంపెనీలో ఉన్నవారు తమపని సరిగా చేస్తే ఈ సమస్య రాకపోను.

బాధ్యతాయుతులయిన మేనేజరు పరిష్కారాలకోసం వెతుకుతారు. అంతకంటే ముఖ్యంగా పరిష్కారంలో తనూ ఒకభాగమేనని వారి అభిప్రాయం. నేను ఏమి

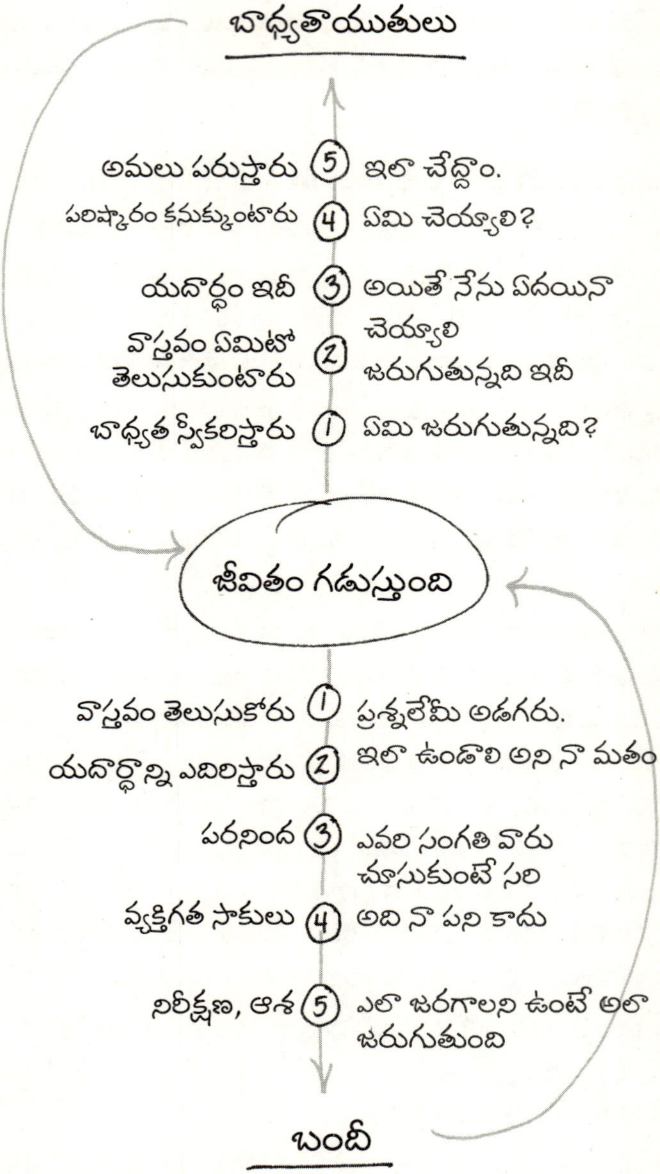

చిత్రం 32 : బందీ కాకండి, బాధ్యతాయుతంగా ఉండండి

చెయ్యాలి? ఆ ప్రశ్నకు సమాధానం దొరకగానే వారు కార్యరంగంలోకి దిగుతారు. పరిస్థితులు తమంతట తాము మారవు అని వారి ఆలోచన. కనుక వాటిని మనమే మార్చాలి. అవతలి మేనేజర్ మిగతా అందరినీ తప్పుపట్టిన తర్వాత, చేతులు దులిపివేసుకుంటారు. అది నా పనికాదు అని ప్రకటించి, పరిస్థితులు మారుతాయని కాచుకు కూర్చుంటారు.

ఇలా చెప్తే ఇద్దరిమధ్యా వ్యత్యాసం స్పష్టంగా కనిపిస్తున్నది కదా! ఒకరు తమ విధివ్రాతకు తామే రచయితలు. రెండవవారు కేవలం నలుగురితోబాటు బండి ఎక్కారు. ఒకరు బాధ్యత నిర్వహిస్తున్నారు. మరొకరు చేతులెత్తి కూచున్నారు. ఒకరు ఫలితాన్ని మార్చగలరు. మరొకరు కేవలం ప్రేక్షకులు.

బందీ అనే పదం కఠినంగా ధ్వనిస్తుంది. ఇక్కడ నేను ప్రవర్తన వర్ణిస్తున్నాననీ, వ్యక్తిని కాదనీ మీరు తెలుసుకోవాలి. ఇక్కడ ఈ ప్రవర్తన కొంతకాలం ఇలాగే కొనసాగితే అప్పుడు వ్యక్తికీ ప్రవర్తనకూ వ్యత్యాసం ఉండకపోవచ్చు. పుట్టుకతో ఎవరూ బందీలు కారు. అది కేవలం ఒక అలవాటు లేదా వైఖరి. కాని అలాగే కొనసాగితే రెండూ ఏకమవుతాయి. దీని విపర్యయం కూడా సత్యమే. ఎవరయినా ఎప్పుడయినా బాధ్యత వహించవచ్చు. అయితే మీరు బాధ్యత తలకెత్తుకున్నకొద్దీ, ప్రతిఘటనలకు మీ సమాధానం స్వయంచాలక మవుతుంది.

ఘనమయిన సాఫల్యత సాధించినవారికి వారి జీవితంలో ఘటనలలో తమ బాధ్యత స్పష్టంగా తెలుసు. వారు వాస్తవానికి భయపడరు. వారు వాస్తవాన్ని ఆహ్వానిస్తారు, ఒప్పుకుంటారు, బాధ్యత వహిస్తారు. సరికొత్త పరిష్కారాలు తెలుసుకోవటానికీ, వాటిని అమలుపరచటానికీ, మరొక వాస్తవాన్ని అనుభూతి చెందటానికీ ఇది ఒక్కటే మార్గమని వారికి బాగా తెలుసు. కనుకనే వారు బాధ్యతవహించి ముందుకు సాగుతారు. ప్రస్తుతం కలిగే ఫలితాలు వారి దృష్టిలో ఇంతకంటే మేలయిన ఫలితాలు సాధించటానికి మేలయిన చర్యలు తీసుకోవటానికి అవసరమయిన సమాచారమని వారి ఆలోచన. అసాధారణ ఫలితాలు సాధించటంలో ఈ వలయం వారు బాగా గ్రహించి ప్రయోగించుతారు.

బాధ్యత తెలియజెప్పగల భాగస్వామిని చేర్చుకోవటమే జీవితంలో బాధ్యత తెలుసుకోవటానికీ, వహించటానికీ అతి శీఘ్రమార్గం. బాధ్యతను గురించి ఒక శ్రేయోభిలాషి, సహోద్యోగులు, లేదా అత్యుత్తమ క్రమంలో ఒక శిక్షకులు మీకు తెలియపరచ గలరు. ఏది ఏమైయినా సరే, బాధ్యత తెలుసుకోవటానికి మీరు ఒక సంబంధం ఏర్పరుచుకోవటం అత్యవసరం. నిర్మొహమాటంగా నిజంచెప్పే అనుమతి

వారికి ఉండాలి. బాధ్యతలో మీ భాగస్వామి మీ ప్రోత్సాహకులు – మీకు ధైర్యం చెప్పవచ్చు, ఓదార్చవచ్చు - కారు. ఆ భాగస్వామి మీరు ఎలా వ్యవహరిస్తున్నారో ఎలా పనిచేస్తున్నారో, నిష్పాక్షికమయిన ప్రయోజనకరమయిన ప్రతిపుష్టి ఇస్తారు. ఉత్పాదన పురోగమనానికి కర్తవ్యాలు నిర్దేశిస్తారు. సలహా సంప్రదింపులు, అనుభవజ్ఞత అవసరమయినపుడు, ఆలోచనాశక్తిని తట్టి లేపుతారు. ఈ బాధ్యతాయుత భాగస్వామిగా శిక్షకులు, లేదా సలహాదార్లు ఉత్తమం అని నా అభిప్రాయం. మీ దృష్టికి అందని దానిని చూడటంలో మీ సహోద్యోగులు లేదా మీ మిత్రులు తప్పక సహాయపడ గలరు. కాని నిత్య బాధ్యత అంటే సలహా ఇవ్వగలిగినవారు మీ శిక్షకులు లేదా సలహాదార్లు. ఉత్తమ ఫలితాలకు ఆ దృఢ సంబంధం అత్యవసరం.

ఇంతకు పూర్వం నేను డాక్టర్ గెయిల్ మాథ్యూస్ పరిశోధనను గురించి చెప్పాను. తమ లక్ష్యాలను వ్రాసి పెట్టుకున్నవారి సఫలత 39.5 శాతం మెరుగుగా ఉంటుందని సారాంశం. కాని ఆ కథ ఇంకా పూర్తికాలేదు. తమ లక్ష్యాలు వ్రాసిపెట్టుకుని, తమ ప్రోగ్రెస్ రిపోర్ట్ మిత్రులకు పంపిన వారి సఫలత 76.7 శాతం మెరుగు పడిందని మరొక సూచన. మీ లక్ష్యాలు వ్రాసి పెట్టుకోవటం ఎంత ప్రభావశాలో, మీ పురోగతి ఎలా సాగుతున్నదో మరొకరితో చెప్పుకుంటే, మామూలుగా ఒక మిత్రుడికైనా సరే, మీ సఫలత రెండింతలు అవుతుంది.

బాధ్యత పనిచేస్తుంది, ఫలితాలు చూపుతుంది.

ప్రావీణ్య ప్రదర్శనమీద ఎరిక్సన్ పరిశోధన శిక్షణకూ, ఉత్తమ ప్రదర్శనకూ మధ్య అదే సంబంధం చూపుతుంది. "ఉత్తమ ప్రదర్శకులకూ, ఔత్సాహిక ప్రదర్శకులకూ మధ్య ఉన్న ముఖ్యమైన వ్యత్యాసం ఏమిటంటే ఉత్తమ ప్రదర్శకులు శిక్షకులకోసం వేటాడుతారు. వారి పర్యవేక్షణలో శిక్షణ పొందుతారు. ఔత్సాహికులకు విషయంలో ఇది చాలా అరుదుగా జరుగుతుంది." అంటారు ఎరిక్సన్.

బాధ్యతగల భాగస్వామి మీ ఉత్పాదనను తప్పకుండా ప్రభావితం చేస్తారు. వారు మిమ్మల్ని నిజాయితీగా మీ బాటన ఉంచుతారు. వారు మీ ప్రోగ్రెస్ రిపోర్ట్ కోసం వేచి ఉన్నారు అన్న ఆలోచనే మేలయిన ఫలితాల సాధనకు మిమ్మల్ని ప్రోత్సహిస్తుంది. శిక్షకులు అన్నవారు కాలక్రమేణ మీ ప్రదర్శన అత్యున్నతస్థాయికి తీసుకు వెళ్ళటం ఎలాగో వివరించి బోధిస్తారు. అత్యుత్తమ వ్యక్తులు అత్యున్నత స్థాయికి చేరుకునేది ఇలానే.

శిక్షణ/తర్ఫీదు మీ ఏకైక లక్ష్యానికి అవసరమయిన మూడు నిబద్ధత లకు తోడ్పడుతుంది. ఆధిపత్యం సాధించే బాటన, "అ" నుంచి "ప" కి పయనంలో,

బాధ్యతాయుత జీవనంలో శిక్షకులు అమూల్యం. శిక్షకులు లేకుండా అత్యుత్తమ స్థాయికి చేరిన సాధకులు చాలా అరుదు.

శిక్షకులను ఏర్పరుచుకోవటానికి ఎప్పుడయినా తగిన సమయమే. అసాధారణ ఫలితాలు సాధించాలంటే మీ శిక్షకులు మాత్రమే మీకు అత్యుత్తమ అవకాశం కలిగించ గలరు.

బృహత్ భావాలు

1. అత్యుత్తమ స్థాయి చేరటానికి నిబద్ధులు కండి. మీ అతి ముఖ్యమయిన పనిలోఅత్యున్నత శ్రమచేస్తేనే అసాధారణ ఫలితాలు సాధ్యం అవుతాయి. టూకీగా ఆధిపత్యానికి మార్గం అదే. ఆధిపత్యం సాధించటానికి తగిన సమయం అవసరం. అది సాధించటానికి నిబద్ధత కావాలి.
2. మీ ఒకే ఒక విషయాన్ని ధ్యేయంగా మలుచుకోండి."అ" నుంచి "ప" కి కదలండి. మిమ్మల్ని సుదూర తీరాలకు చేర్చగల నమూనాలు, వ్యవస్థలకై శోధించండి. సహజంగా చేతికి చిక్కేదానితో తృప్తి పడకండి. కొత్త ఆలోచనలకు, సరికొత్త నైపుణ్యాలకు, సంబంధాలకు ఆహ్వానం పలకండి. మీ అత్యుత్తమ ప్రయత్నం ఆధిపత్యానికి మార్గం అయితే, మీ అత్యుత్తమ ప్రయత్నానికి మీధ్యేయం ఒక పెద్ద నిబద్ధత.
3. **మీ ఫలితాలకు బాధ్యత వహించండి.** మీరు బందీలయితే మీకు అసాధారణ ఫలితాలు కలగటం దుర్లభం. మీరు బాధ్యత వహిస్తేనే మార్పు సాధ్యమవుతుంది. కనుక ప్రయాణీకుల సీటు వదిలి డ్రైవర్ సీట్ ఆక్రమించండి.
4. **ఒక శిక్షకులను పట్టుకోండి.** శిక్షకులు లేకపోతే అసాధారణ ఫలితాలు సాధిచటం అసాధ్యం అని చెప్పవచ్చు.

మనం ఆశిస్తున్నది సాధారణ ఫలితాలు కావనీ, మనం అసాధారణ ఫలితాలు ఆశిస్తున్నామనీ గుర్తు ఉంచుకోండి.ఆ స్థాయి ఉత్పాదన అందరికీ సాధ్యం కాదు. అలా అని దానిని వదిలిపెట్టనక్కరలేదు. మీ అతిముఖ్యమయిన పనికి తగిన సమయం కేటాయిస్తే, ఆ కేటాయించిన సమయాన్ని సద్వినియోగం చేస్తే,మీ ఉత్పాదన అత్యున్నత స్థాయికి చేరుతుంది. మీ ఏకైక విషయం శక్తి మీ జీవితంలో దర్శన మిస్తుంది.

ఇక్కడే మీరు దోపిడీకి దొరకకుండా జాగ్రత్త పడాలి.

17 నలుగురు దొంగలు

"ఏకాగ్రత అంటే మీరు చేయ్యబోని పనులు నిర్ణయించటమే."

–జాన్ కార్మాక్

1973 లో ఒక ఆశ్రమం విద్యార్థులు అమాయకంగా ఒక అధ్యయనంలో పాల్గొన్నారు. ఆ అధ్యయనం పేరు "ది గుడ్ సమారిటన్ ఎక్స్పెరిమెంట్". ఈ విద్యార్థులను రెండు గ్రూపులుగా విడదీశారు. నిస్సహాయస్థితిలో ఉన్న ఒక అపరిచితుడిని ఆదుకోవటానికి ప్రోద్బలం చేసే అంశాలు ఏమిటో తెలుసుకోవటానికి వారి ప్రయత్నం. ఆశ్రమంలో జరిగే పనులను గురించి ఒక ఉపన్యాసం తయారుచెయ్యాలని చెప్పారు. మరికొందరికి గుడ్ సమారిటన్ కథను (అవసరమైనవారికి సహాయం చెయ్యటాన్ని గురించి చెప్పే బైబుల్ కథ) గురించి మాట్లాడాలని చెప్పారు. ఒకే గ్రూప్ లో కొందరికి ఆలస్యమయిందని, త్వరగా బయలుదేరాలని చెప్పారు. మరికొందరికి వారికి ఇష్టమయినపుడు రావచ్చునని చెప్పారు. పరిశోధకులు ఆ విద్యార్థులు వెళ్ళేదారిలో నిస్సహాయస్థితిలో ఉన్న ఒక వ్యక్తిని ఏర్పాటుచేశారు. ఆ వ్యక్తి దగ్గుతూ, విపరీతమైన బాధతో నేలమీద కూలబడి ఉన్నాడు.

చివరికి ఆ వ్యక్తికి సహాయం చెయ్యటానికి ఆ విద్యార్థులలో సగం మంది కూడా ఆగలేదు. ఇక్కడ జరగవలసిన పని ముఖ్యం కాదు – సమయం ముఖ్యం. ఆలస్యం అవుతున్నదని చెప్పిన విద్యార్థులలో 90 శాతం అక్కడ ఆగి ఆ వ్యక్తికి సహాయం చెయ్యలేక పోయారు. గమ్యం చేరుకునే హడావిడిలో కొందరు అతనిని తొక్కుకుంటూ

వెళ్ళారు. వారిలో సగం మంది ఇతరులకు సహాయపడటాన్ని గురించి భాషణ ఇవ్వబోతున్న విషయం వారి మనసులలో మెదిలినట్లు లేదు.

మతగురువుల శిక్షణాలయం విద్యార్థులకే వారి ప్రధాన విషయాలమీద దృష్టి లేకపోతే, ఇక మనం అందరమూ ప్రార్థన అయినా చెయ్యగలమా?

అంటే మన ఉత్తమ ఆశయాలకు కూడా ఒక్కొకసారి విధ్వంసం కులుగుతూ ఉంటుంది. మిమ్మల్ని మోసంచేసి తప్పుతోవ పట్టించటానికి ఆరు అబద్ధాలు ఉన్నట్లే, మిమ్మల్ని ఆపి మీ ఉత్పాదన దోచటానికి నలుగురు దొంగలు కాచుకొని ఉన్నారు. ఇక్కడ మిమ్మల్ని కాపాడటానికి ఎవరూ లేరు. కనుక మీరే ఈ దొంగలను ఎదుర్కొని వారి ఆట కట్టించాలి.

నలుగురు ఉత్పాదనా చోరులు

1. "కాదు" అని చెప్పటానికి అశక్తత.
2. గందరగోళం కలుగుతుందనే భయం.
3. అనారోగ్యకరమయిన అలవాట్లు
4. పర్యావరణం మీ లక్ష్యాలను ఆదరించదు.

1. "కాదు" అని చెప్పటానికి అశక్తత

ఒక "అవును" కు వెయ్యి "లేదు, కాదు" లు ఎదురవుతాయని నాకు ఎవరో చెప్పారు. నా ఉద్యోగం ఆరంభ కాలంలో నాకు ఇది అర్థం కాలేదు. ఇప్పుడు ఆ అంచనా చాలా తక్కువగా తోస్తున్నది. మీరు ఏకాగ్రతతో పనిచెయ్యటానికి ప్రయత్నిస్తూ ఉంటే మిమ్మల్ని చికాకు పరచటం ఒక స్థాయి. మీరు ఆరంభించక మునుపే మిమ్మల్ని దారిమళ్ళించటం అంతకు మించిన స్థాయి. మీరు ఒకసారి సరేనని ఉత్పాదకులుగా ముందుకు సాగాలంటే మిమ్మల్ని దారితప్పించే ప్రతిఒక్కరికీ,కాదని చెప్పటమే మార్గం.

తోటివారు మీ సహాయ సలహాలు కోరవచ్చు. మీ సహోద్యోగులు మిమల్ని తమ జట్టులో చేరుమని అడుగవచ్చు. స్నేహితులు మీ తోడ్పాటు అడుగుతారు. అపరిచితులు మీ సహాయం అర్థిస్తారు. అన్ని వైపులనుంచీ ఆహ్వానాలూ, అంతరాయాలు తోసుకువస్తాయి. మీ ఏకైక విషయంమీద మీరు వెచ్చించే సమయము, తద్వారా మీరు సాధించే ఫలితాలూ పైనచెప్పిన అంతరాయాలు అన్నిటినీ మీరు ఎలా నిభాయిస్తారు అన్న దానినిబట్టి ఉంటుంది.

ఇక్కడ ఒకమాట. మీరు దేనికయినా "సరే" అంటున్నారంటే, మీరు వేటికి "నో" అంటున్నారో మీకు బాగా తెలిసి ఉండాలి. 'గాన్ విత్ ది విండ్' తో ప్రఖ్యాతి చెందిన

వెండితెర రచయిత సిడ్నీ హోవార్డ్ సలహా: "మీకు ఏమికావాలో తెలుసుకోవాలంటే, అంతకుముందు మీరు ఏమి వదులుకోవాలో తెలుసుకోవాలి." ఏతావాతా పెద్ద సఫలత సాధించాలంటే చిన్నవారు కావాలి. మీరు చిన్నవారు అయినపుడు, మీరు చాలా చాలాసార్లు "నో" అంటారు– ఇంతవరకూ మీరు ఊహించినదానికంటే చాలా ఎక్కువగా.

చిన్నవారు కావటంలో స్టీవ్ జాబ్స్ ను మించినవారు లేరు. యాపుల్ సృష్టించిన పరికరాలను గురించి ఆయన ఎంత గర్వించారో, వెంటబడకుండా వదిలివేసిన పరికరాలను గురించి కూడా ఆయన అంతే గర్వపడ్డారని ప్రసిద్ధి. 1997 సంస్థకు తిరిగివచ్చిన తర్వాత, సంస్థ ఉత్పాదనలను ఆయన 350 నుంచి పదికి తీసుకు వెళ్ళారు. ఆ సమయంలో ప్రతిపాదనకు వచ్చిన కొత్త ఉత్పాదనలు కాక, 340 తగ్గించారన్నమాట!1997 లో జరిగిన "మాక్ వరల్డ్ డెవలపర్స్ కాన్ఫరెన్స్" లో ఆయన "ఏకాగ్రతను గురించి ఆలోచించినపుడు 'ఏకాగ్రత అంటే 'అవును' అనటం అని మీ భావన. కాదు. ఏకాగ్రత అంటే 'కాదు' అని చెప్పటం." అని ఆయన వివరణ. జాబ్స్ అసాధారణ ఫలితాలను వెంటాడారు. అది సాధించటానికి ఒకటే మార్గం. జాబ్స్ 'కా'దనే వ్యక్తి.

'అవు' ననటం అంటే 'కా'దని చెప్పగలిగే కళ.అందరితోనూ 'సరే' నంటే ఎవరికీ 'సరే' అననట్లే. అదనంగా మీరు ఒప్పుకున్న ప్రతిఒక్క బాధ్యతా మీరు ప్రయత్నిస్తున్న ప్రతిఒక్క పనిమీదా ప్రతికూల ప్రభావం చూపుతుంది. అంటే మీరు ఒప్పుకున్న పనులు ఎక్కువ అయినకొద్దీ మీ సఫలత తరుగుతూ ఉంటుంది. మీరు ప్రతిఒక్కరినీ తృప్తి పరచలేరు. కనుక అ ప్రయత్నం చెయ్యకండి. అలా ప్రయత్నిస్తే, మీపట్ల అసంతృప్తితో మిగిలి పోయేది మీరే.

మీ ఏకైక ధ్యేయానికి 'సరే' ననటం మీ ప్రధాన కర్తవ్యమని గుర్తుంచుకోండి. మీలో ఈ దృక్పథం ఉన్నంత కాలం, మీ సమయాన్ని భంగపరిచే మరే వ్యాపకానికయినా సరే 'కా' దనటానికి మీరు సిద్ధంగా ఉండాలి.

ఆ తర్వాత అది ఎలా అన్నది మాత్రమే ప్రశ్న.

'కా' దానటానికి మనలో చాలామందిమి సతమతమవుతాం. అందుకు కారణాలు బోలెడు. ఎదటివారికి సహాయపడాలని మన కోరిక. ఇతరులను నొప్పించటం మన అభిమతం కాదు. మనం మంచిగా, నిదానస్తులుగా ఉండాలని కోరుతాం. నిర్దయులుగా, బండగా ఉండాలని కోరుకోం. ఇదంతా సమంజసమే.

మరొకరికి మన అవసరం ఉన్నదంటే చెప్పలేని సంతృప్తి. ఇతరులకు సహాయం చెయ్యటమంటే చాలా సంతోషకరమయిన విషయం. అన్నీ– మనకు ముఖ్యమయిన వ్యక్తులనూ, సత్కార్యాలనూ – విడిచిపెట్టి మన ధ్యేయాలు, లక్ష్యాలు చూసుకుంటూ కూర్చోవటం స్వార్థంగా కనిపించవచ్చు. కాని, అలా కానక్కర్లేదు.

మార్కెటింగ్ లో అగ్రగామి సెత్ గాడిన్ అంటారు,“మీరు మర్యాదగానే కాదనవచ్చు, కాదని మీరు వెంటనే చెప్పవచ్చు, కాదంటూనే మీరు అవుననే మరొకరి పేరు సూచించవచ్చు. కాని కాదన్నందువల్ల కలిగే తాత్కాలిక బాధ తట్టుకోలేక అవుననటం మీకు ఏవిధంగానూ సహాయకారి కాబోదు.” గాడిన్ సరిగ్గా చెప్పారు. ఎదటివారికి, మీకు కూడా ప్రయోజనం కలిగేలా మీరు కాదని చెప్పవచ్చు.

కాదనో, లేదనో చెప్పవలసినపుడు చెప్పేసి ఆవిషయం మర్చిపొండి. అందులో తప్పు ఏమీ లేదు. నిజానికి ప్రతిసారీ మీరు చెయ్యవలసిన పని అదే. కాని కాదని, లేదని చెప్పటం ఎదటివారికి సహాయకారిగా ఉండాలంటే అది అనేక విధాలుగా చెయ్యవచ్చు. ముందడుగు వెయ్యటంలో వారికి సహాయకారి కావచ్చు.

వారికి కావలసిన సహాయం మరొక చోట దొరికే విధంగా వారిని ప్రశ్నించవచ్చు. ఏ సహాయము అవసరపడని మరొక మార్గం మీరు సూచించవచ్చు. వారు ఏం చెయ్యాలో, ఏమి చెయ్యవచ్చునో మీకు తెలియక పోవచ్చు. మరికొంత సృజనాత్మకంగా ఉండుమని వారికి సున్నితంగా ప్రోత్సాహం కలిగించవచ్చు. సహాయపడగలిగిన మరొకరి దగ్గరికి సవినయంగా పంపవచ్చు.

మీరు అవునని చెప్పి ఉంటే, ఆ మాట నిలబెట్టుకోవటానికి అనేక మార్గాలు ఉన్నాయి. మీ సమ్మతిని ఒక తులాదండం చెయ్యవచ్చు. హెల్ప్ డెస్క్ లు, సపోర్ట్ సెంటర్లు, ఇన్ఫర్మేషన్ సెంటర్లు ఉన్నది ఇందుకే. అచ్చువేసి ఉన్న సమాచారం, తరుచు అడిగే ప్రశ్నలకు సమాధానాలు, వ్రాసి పెట్టిన వివరణలు, రికార్డ్ చేసి ఉంచిన సూచనలు, అంతకు మునపే ఇతరులు పంపిన సమాచారం, మరిచిపోకుండా ఉండటానికి చెక్ లిస్టులు, డైరెక్టరీలు, క్యాటలాగులు, అందుబాటులో ఉన్న శిక్షణా తరగతులు అన్నీ చూపి మీరు అవుననవచ్చు. అయినా మీ సమయాన్ని కాపాడుకోవచ్చు. సేల్స్ మేనేజర్ గా నా మొదటి ఉద్యోగంలో చేరినపుడు నేను ఇదే పద్ధతి అవలంబించాను. తరుచు ఎదురయ్యే ప్రశ్నలు అన్నీ అచ్చువేసి, రికార్డ్ చేసి సమాధానాలతో ఒక లైబ్రరీయే తయారు చేశాను. నేను ఎదట లేనపుడు నా జట్టుకు ఈ సమాధానాలు అందుబాటులో ఉండేవి.

నా చుట్టూ పరిసరాలను అదుపులో ఉంచటానికి ఒక తత్వము, ఒక పద్ధతి అవసరమని నేను ఒక పెద్ద పాఠం నేర్చుకున్నాను. కాలక్రమేణ 'మూడడుగుల దూరం' అని ఒక నియమం ఏర్పరుచుకున్నాను. నేను ఒకచెయ్యి బారచాపితే నా మెడదగ్గరినుంచినా చేతివేళ్ళ కొసలవరకూ ఉండే దూరం మూడడుగులు. ఆ మూడడుగుల పరిధిలోకి ఎవరు, ఏది రావచ్చును అని నిర్ణయించి నా సమయ నిర్వహణ పథకం ఏర్పరుచుకున్నాను. ఆ నియమం చాలా సరళం: ఆ పరిధిలో ప్రవేశించటానికి అభ్యర్ధన నా ఒకే ఒక విషయానికి సమబంధించినదై ఉండాలి. లేకపోతే నేను వీలు కాదంటాను లేదా, వారిని మరొక చోటికి పంపటానికి పైన చెప్పిన పద్ధతులలో అనువైనది అవలంబిస్తాను.

వీలుకాదనటం ఏకాంతంగా ఉండటానికి మందు, మాత్ర కాదు. సాధ్యమయినంత స్వేచ్ఛ, వెసులుబాటు పొందటానికి అది ఉత్తమమార్గం. మీ నైపుణ్యాలు, సామర్ధ్యాలు పరిమితమయిన మూలద్రవ్యాలు. మీ సమయం నియమితమైనది. మీరు జీవితంలో ఎప్పుడు అవునని చెప్పాలో తెలుసుకోకపోతే, సర్వదా కాదని చెప్పవలసిన పరిస్థితి ఏర్పడుతుంది.

ఈ ఉత్పాదన చౌర్యాన్ని ప్రఖ్యాత హాస్య నటులు బిల్ కాస్బీ 1977 లో ఎబోనీ అన్న పత్రికలో రచించిన ఒక వ్యాసంలో సంగ్రహ పరిచారు. ఆయన తన వృత్తిలో ఎదుగుతున్నపుడు, కాస్బీ ఒక సలహా చదివారు. దానిని మనసుకు పట్టించుకున్నారు: "సఫలతకు కీలకం నాకు తెలియదు. కాని ప్రతి ఒక్కరినీ సంతోష పరచటానికి ప్రయత్నించటమే పతనానికి కీలకం." ఇది జీవనసూత్రం కాదగిన సలహా. మీరు తరుచుగా వీలు కాదనక పొతే, మీ ఒకే ఒక విషయం సాధించటానికి సరేనేనే అవకాశం కోల్పోతారు. యదార్ధంగా అది అటో ఇటో అవుతుంది. అది తేల్చవలసింది మీరే.

మీ ఒకే ఒక విషయానికి దృఢముగా అవునని,మిగిలిన వాటికి అన్నిటికీ గట్టిగా కాదని చెప్తే అసాధారణ ఫలితాలు సాధ్యమవుతాయి.

2. గందరగోళం భయం

అసాధారణ ఫలితాల మార్గంలో మనకు నచ్చని పని ఒకటి జరుగుతుంది.అస్తవ్యస్తం, ఆందోళన, తారుమారు, అవ్యవస్థ. మనం కేటాయించుకున్న సమయంలో నిర్విరామంగా పనిచేస్తూ ఉంటే, మన చుట్టూ అనవసరమైన చెత్త పోగవుతూ ఉంటుంది.

మీరు ఏదైనా ఒక పనిమీద శ్రద్ధ చూపుతూ ఉంటే, చుట్టూ గందరగోళం అనివార్యం. మీరు మీ అత్యంత ముఖ్యమైన పనిలో నిమగ్నులై ఉన్నపుడు బయటి ప్రపంచం మీకోసం కాచుకుకూర్చోదు. అది ముందుకు నడుస్తూనే ఉంటుంది. మీ ముఖ్యమైన పనిలో మీరు ఉంటే, చుట్టూ చెత్త పడుతూ, పెరుగుతూ ఉంటుంది. దురదృష్టవశాత్తూ ఇక్కడ ఆపటానికి బటన్ ఏమీ లేదు. జీవితాన్ని మీరు స్లో-మోషన్ లో నడపలేరు. అలా సాధ్యమయితే బాగుణ్ణు అనే ఆలోచన మీకు నిరాశ కలిగించి మిమ్మల్ని దీనుల్ని చేస్తుంది.

ఈ గందరగోళానికి, చెత్తకు విముఖ వైఖరి, ఆ చెత్తతో వ్యహరిరించలేని అశక్తత మీ ఉత్పాదనను దోచివేస్తాయి.

మీ ఏకైక విషయం మీద మనసు లగ్నం చేసినపుడు,తప్పకుండా కలిగే ఫలితం: మిగతా పనులు ఆగిపోతాయి. ఇక్కడ సమస్య అదికాదు. ఉంటే ఉన్నదిలే అని మనం దానిని పట్టించుకోకుండా ఉండలేము. ఒకే ఒక ప్రధాన ప్రణాళికలో భాగం కాని వ్యక్తులు, ప్రణాళికలు ఉంటాయి. కాని అవి కూడా మీకు ముఖ్యమే. వాటి ఒత్తిడి మీరు అనుభూతి చెందుతూ ఉంటారు. మీ ఏకాగ్రతను దోచటానికి, అసంపూర్తి గా వదిలిన పనులు, అక్కడక్కడ వదిలిన చిన్న పెద్ద అతుకులు మీ చుట్టూచేరి మీ ఏకాగ్రతను కబళించటానికి కాచుకొని ఉంటాయి. మీరు కేటాయించిన సమయం జలాంతర్గామిలాగా తోచవచ్చు. మీరు మీ ఏకైక ప్రణాళికతో లోతుగా దిగినకొద్దీ గాలికోసం పైకి రావాలనీ, మీరు ఆపివేసిన పనులన్నీ పూర్తిచెయ్యాలనీ ఒత్తిడి పెరుగుతూ అవుతుంది. చివరికి అతిస్వల్ప విషయం కూడా మీ ప్రణాళికను భంగం చేస్తుందేమోనన్న అనుభూతి కలగవచ్చు.

ఇలా జరిగితే, బయట అసంపూర్తిగా వదిలివేసిన పనుల ఒత్తిడికి మీరు తల వంచితే, చాలా ఉపశమనం కలిగినట్లు అనిపిస్తుంది. కాని ఉత్పాదన విషయంలో ఈ ఉపశమనం నిజం కాదు.

అది ఒక పెద్ద దొంగ!

అసలు విషయం ఏమిటంటే ఇది ఒక ప్యాకేజ్ డీల్. మీరు ఘనమైన కార్యాలు సాధించటానికి శ్రమిస్తూ ఉంటే గందరగోళం దర్శనం ఇవ్వటం ఖాయం. నిజానికి మీ జీవితంలో ఇతరరంగాలలో ఈ గందరగోళం మీరు మీ ఏకైక ధ్యేయంలో వెచ్చించే సమయానికి తగిన నిష్పత్తిలో ఉంటుంది. ఈ పరిస్థితితో పోరాడేబదులు మీరు దానిని అంగీకరించటం ముఖ్యం. ఆస్కార్ పురస్కార విజేత, చిత్రనిర్మాత ఫ్రాన్సిస్ ఫోర్డ్ కాపోలా “ప్రగాఢమయిన పాశంతో మీరు నిర్మించే ఏ బృహత్ ప్రణాళిక అయినా సరే

గందరగోళాన్ని ఆహ్వానించటం తథ్యం." అంటారు. అంటే మీరు దానికి అలవాటు పడాలి, దాన్ని మర్చిపోవాలి.

"గజిబిజిగా ఉన్న డెస్క్ గజిబిజిగా ఉన్న మెదడుకు చిహ్నాంయితే శూన్యంగా ఉన్న డెస్క్ మాటేమిటి?"

–ఆల్బర్ట్ ఐన్ స్టైన్

ప్రతిఒక్కరి జీవితంలోనూ పట్టించుకోకుండా ఉండటానికి వీలుగాని అంశాలు కొన్ని ఉంటాయి: కుటుంబము, స్నేహితులు, పెంపుడు జంతువులూ, వ్యక్తిగత బంధనాలు, క్లిష్టతరమయిన ప్రణాలికలు. సర్వదా వీటిలో కొన్ని, లేదా అన్నీ మీ సమయంకోసం పాకులాడుతూ ఉండవచ్చు. మీరు కేటాయించిన సమయం ఇతర వ్యాపకాలకు వినియోగించలేరన్నమాట ఖాయం. మరి ఇప్పుడు ఏం చెయ్యాలి?

ఈ ప్రశ్న నాకు చాలా తరుచుగా ఎదురవుతూ ఉంటుంది. నేను క్లాసులో చెబుతూ ఉంటాను. నేను ఆపగానే చేతులు పైకిలేస్తాయని నాకు తెలుసు. "పిల్లలకు నేను మాత్రమే తల్లి/తండ్రి అయితే ఏం చెయ్యాలి?" "నామీద ఆధారపడిన వృద్ధ తల్లి, తండ్రి ఉంటే నేనేం చెయ్యాలి?" "నేను చేసితీరవలసిన పనులు కొన్ని ఉన్నాయి. మరి నేనేం చెయ్యాలి?" ఇవన్నీ సబబయిన ప్రశ్నలే. వారికి నా సమాధానం.

మీ పరిస్థితి ననుసరించి మీ అనుకూల సమయం మొదట్లో వేరుగా ఉండవచ్చు. మనలో ప్రతిఒక్కరి పరిస్థితీ అనన్యం. మీ జీవన పరిస్థితిని అనుసరించి,మీరు ప్రతి ఉదయమూ మీ ధ్యేయానికి సమయం కేటాయించలేక పోవచ్చు. ఆలనా పాలనా చూడవలసిన బిడ్డ ఉండవచ్చు, లేదా తల్లి/తండ్రి ఉండవచ్చు. మీరు డేకేర్ లో, లేదా నర్సింగ్ హోం, అదీ కాకపొతే మీరు ఉండవలసిన మరొక చోట మీ సమయం కేటాయించవచ్చు. కొంతకాలంపాటు మీరు ఏకాకిగా ఉండగలిగిన సమయం మరొక వేళ కావచ్చు. మరెవరితోనైనా మీరు వంతులు వేసుకోవచ్చు. మీకు అవసరమయిన సమయంలో వారు సహాయపడితే, వారికి అవసరమయిన సమయంలో మీరు సాయపడేలాగా. మీరు కేటాయించిన సమయంలో మీ పిల్లలు, మీ తల్లిదండ్రులు కూడా సహాయ పడవచ్చు.వారు మీతో ఉండితీరాలి గనక, లేదా మీకు వారి సహాయం కావాలి గనక.

మీరు అడుక్కోవలసి వస్తే అడుక్కోండి. మీరు వస్తుమార్పిడి చెయ్యాలంటే వస్తుమార్పిడి చెయ్యండి. మీరు సృజనాత్మకులుగా ఉండవలసివస్తే సృజనాత్మకులు అవండి. మీ పరిస్థితులకు మాత్రం తలవంచి బందీ అవకండి. "నావల్ల కాదు" అని మీ సమయాన్ని మాత్రం త్యాగం చేయకండి. "మీ పరిమితులను గురించి మీరు వాదిస్తున్నారంటే మీ పరిమితులకు మీరు వశులవుతునారు." అని మా అమ్మ అంటూ

ఉండేది. కాని మీరు అలా దిగజారి పోకూడదు. ఆలోచించండి. ఏదో ఒక మార్గం వెతకండి. అనుకున్న కార్యం సాధించండి.

"వివేచన అంటే పట్టించుకోకూడనిది తెలుసుకోవటం."
–విలియం జేమ్స్

ప్రతిరోజూ మీరు మీ ఏకైక లక్ష్యానికి అంటిపెట్టుకొని ఉంటే, అసాధారణ ఫలితాలు కలిగి తీరుతాయి. కాలం గడుస్తున్న కొద్దీ దీనివల్ల మీకు ఆదాయము, అవకాశము కలుగుతాయి. అప్పుడు గందరగోళం మేనేజ్ చెయ్యటం సాధ్యమవుతుంది. కనుక ఈ దొంగను మీ ఉత్పాదన దొంగిలించ నివ్వకండి. గందరగోళాన్ని దాటి అడుగు వెయ్యండి. దానితో ఎలా వ్యవహరించాలో తెలుసుకోండి. మీ ఏకైక ధ్యేయం మీది శ్రద్ధ మీకు తోడ్పడుతుందని నమ్మండి.

3. అనారోగ్యకరమయిన అలవాట్లు

నన్ను ఒకసారి అడిగారు, "మీ శరీరాన్ని గురించి మీరు జాగ్రత్త తీసుకోకపోతే, మీరు ఎక్కడ జీవిస్తారు?" అది సిసలయిన ప్రశ్న. నాకు ప్రేగులలో వ్రణాల బాధతో, వాటివల్ల కలిగే ఇతర బాధలతో (మీకు తెలియకపోవటం మేలు) కిందామీదా అవుతున్నాను. కొలెస్ట్రాల్ కు వేసుకున్న మందుల కారణంగా కాళ్ళు అనుక్షణం వణుకుతూ ఉంటాయి. ఆ సైడ్ ఎఫెక్ట్ తట్టుకోవాలి. మనసు ఏకాగ్రం చెయ్యటం మాట అటు ఉంచి, మామూలు పనులు చెయ్యటమే సమస్య అయి కూచున్నది. ఇది గడిచి గట్టెక్కటం ఒక పెద్దసమస్య అయింది. మా డాక్టర్ నాకు కొన్ని సూచనలిచ్చి, ఏవి అనుసరించ దలుచుకున్నానో చెప్పమన్నారు. నా ఆరోగ్య అలవాట్లు మార్చుకోవాలన్నది నా సమాధానం. అప్పుడే నేను అసాధారణ ఫలితాలకు అత్యుత్తమ పాఠం నేర్చుకున్నాను.

వ్యక్తిగత శక్తి సక్రమంగా వినియోగించకపోతే, అది మన ఉత్పాదనను దొంగిలిస్తుంది. మన శక్తి సరిగా కాపాడుకోక భవిష్యత్తులోనుంచి అరువు తెచ్చుకుంటాం. అప్పుడు క్రమంగా మన గ్యాస్ ఖాళీ అవుతుంది, లేదా అకాలంగా మనం వాడిపోయి కిందపడతాం. ఇది మీ కళ్ళఎదట నిత్యమూ జరుగుతూ ఉంటుంది. ఒకే ఒక విషయం శక్తి ఎరుగనివారు అతిగా శ్రమించటానికి ప్రయత్నిస్తారు. ఇది ఎంతకాలమో కొనసాగదు. వారు తమతో తామే భయానకంగా వ్యవహరిస్తారు. సఫలత వెంటాడుతూ వారు తమ ఆరోగ్యం నిర్లక్ష్యం చేస్తారు. రాత్రుళ్ళు మేలుకొని ఉంటారు. భోజనం సరిగా చెయ్యరు, లేదా తినటం మానేస్తారు. వ్యాయామం అసలు పట్టించుకోరు. ఒంట్లో శక్తి ఎలావున్నది అన్న విషయం ఎప్పుడోగాని జ్ఞాపకం రాదు. ఆరోగ్యము, కుటుంబ జీవితమూ కుంటుపడటం వారికి సమ్మతమే. లక్ష్యాలు సాధించే

మైకంలో తమను తామే మోసగించుకుంటారు. వారు ఈ జూదం గెలవలేరు. ఈ పద్ధతి మీ ఉత్తమమైన శ్రమను వ్యర్థం చేస్తుంది. ఆరోగ్యము, ఆనందము మనకోసం కాచుకు కూచుంటాయని ఆశించటం ప్రమాదకరం.

ఘనమైన సాధనలు, అసాధారణ ఫలితాలు సాధించటానికి చాలా శక్తి కావాలి. ఆశక్తి సంపాదించి దానిని కాపాడుకోవటమే ఇక్కడ కిటుకు.

మరి, మీరేం చెయ్యాలి? మీరు ఒక మాహాద్భుత సజీవ యంత్రం అనుకోండి. ఆ మహాయంత్రం ప్రతిరోజూ ఉత్తమ ఉత్పాదన చెయ్యాలంటే, అందుకు కావలసిన శక్తిని గురించి ఆలోచించండి. ఆధ్యాత్మిక శక్తికోసం పెందలాడే ధ్యానం, ప్రార్థనా శక్తులతో ఆరంభించండి. ఉన్నత ధ్యేయంతో చెయ్యికలిపి ఆరంభం చేస్తే, మీ ఆలోచనలు, చర్యలు ఉన్నత ధ్యేయంతో ఏకమవుతాయి. అ తర్వాత మీ భౌతిక శక్తికి ఆలవాలమయిన ఆహారం కోసం కిచెన్ కు నడవండి. రోజంతా మీకు శక్తి సరఫరా చెయ్యగల ఆరోగ్యకరమయిన బ్రేక్ ఫాస్ట్ ఆరగించండి. శక్తిలేకపోతే మీరు ఎక్కువకాలం పరుగెత్తలేరు. మీ టాంక్ ఖాళీగా ఉంటే అసలు పరుగెత్తలేరు. సరయిన ఆహారం తినడానికి సులభమయిన మార్గాలు తెలుసుకోండి. వారానికి సరిపడా దినసరి భోజనం ఎలా ఉండాలో ప్లాన్ చెయ్యండి.

బ్రేక్ ఫాస్ట్ పూర్తి అయిన తర్వాత మీ ఒత్తిడి తగ్గించుకోవటానికీ, శరీరాన్ని దృఢం చెయ్యటానికీ వ్యాయామశాలకు బయలుదేరండి. ఉత్తమ ఉత్పాదనకు సాధ్యమయినంత శక్తి అవసరం. ఆశక్తి వ్యాయామం ద్వారా లభిస్తుంది. మీకు వ్యాయామానికి తగినంత సమయం లేకపోతే, ఒక పెడామీటర్ ధరించండి. రోజుకు కనీసం 10,000 అడుగులు నడవక పొతే, రాత్రి పడుకోబోయ్యేలోగా అది మీరు చెయ్యవలసిన ఏకైక వ్యాయామ లక్ష్యంగా నిర్ణయించండి. ఈ ఒక్క అలవాటు మీ జీవితాన్నే మార్చివేస్తుంది.

మీ బ్రేక్ ఫాస్ట్ సమయం, వ్యాయామం, సమయాలలో మీ ఆప్తులతో కల్సి కాలక్షేపం చేసి ఉండకపోతే, వెళ్లి వారిని పట్టుకోండి. అసలు మీరు ఎందుకు పనిచేస్తున్నారో గుర్తుకు వస్తుంది. త్వరగా ఇంటికి చేరుకునే ప్రయత్నంలో మీరు సాధ్యమయినంత ఉత్పాదకులుగా ప్రేరితులు అవుతారు. ఉత్పాదకులయిన వ్యక్తులు భావావేశ శక్తితో పురోగమిస్తారు. అప్పుడు వారి శరీరము, మనసు కూడా తేలిక అవుతాయి.

ఇప్పుడు క్యాలెండర్ తీసుకొని మీరు చెయ్యబోయే పని ప్లాన్ చెయ్యండి. అత్యంత ముఖ్యమయిన విషయం ఏదో తెలుసుకోండి. ఆ పనులు జరిగి తీరేట్లు రూఢి

పరుచుకోండి. మీరు చెయ్యవలసిన పనులు గమనించండి. అవి పూర్తిచెయ్యటానికి ఎంత సమయం కావాలో అంచనా వెయ్యండి. ఆ క్రమంలో మీ సమయం ప్లాన్ చెయ్యండి. ఏమి చెయ్యాలో తెలిసి, నిర్ణీత సమయంలో అది చేస్తే మీకు ఊహాతీతమయిన మానసిక శక్తి వస్తుంది. రోజంతా ఇలా ప్లాన్ చేస్తే, జరుగుతున్న పనులను గురించి ఉత్తేజం పొందుతూ ఉండగా, ఏమయినా పని జరగదేమోనన్న చింతనుంచి విడుదల అవుతారు. అసాధారణమయిన ఫలితాలకు తగిన సమయం కేటాయిస్తేనే అవి దర్శనం ఇస్తాయి.

మీరు పనిలోకి వెళ్ళినపుడు, మీ ఒకే ఒక విషయం మీద కృషి చెయ్యటానికి వెళ్ళండి. మీరూ నాలాంటి వారయి ఉండి, ఉదయం నెరవేర్చవలసిన ముఖ్యకార్యాలు ఏవయినా ఉంటే, దాదాపు వాటిని అన్నిటినీ పూర్తి చెయ్యటానికి ఒక గంట సమయం కేటాయించండి. అటూ ఇటూ తిరగకండి, నిదానించకండి. కాగితంపని పూర్తి చేసి, ముఖ్యాతిముఖ్యమయిన పనిలోకి దిగండి. మధ్యాహ్నం విరామం తీసుకోండి, లంచ్ చెయ్యండి, ఆ తర్వాత మీరు చెయ్యవలసిన ఇతర పనులమీద దృష్టి పెట్టండి. ఇంటికి బయలుదేరే లోపల వాటినన్నిటినీ పూర్తి చెయ్యండి.

చివరిగా, నిద్రకు సమయం అయినపుడు, ఎనిమిది గంటలు నిద్ర పొందండి. మళ్ళీ పని మొదలుపెట్ట బోయేముందు శక్తివంతమయిన యంత్రాలు చల్లబడటం, విశ్రమించటం అవసరం. మీరు అందుకు భిన్నం ఏమీ కారు. రేపటి అసాధారణ ఉత్పాదనకు సిద్ధం కావాలంటే మీ మనసుకు, శరీరానికి విశ్రాంతి కావాలి. అందుకు మీకు తగినంత నిద్ర కావాలి. నిద్రపోకుండా ఘనమయిన కార్యాలు సాధిస్తున్నవారు మీకు ఎవరయినా తెలిస్తే, వారు విచిత్ర వ్యక్తులయి ఉండాలి. లేదా నిద్రలేనందువల్ల కలిగే ప్రభావాలు మీదగ్గర దాస్తున్నారు. ఏది ఏమయినా వారు మీకు ఆదర్శం కారు. ప్రతిరాత్రీ మీరు ఎప్పుడు పడక ఎక్కాలో నిర్ణయించుకొని మీ నిద్ర కాపాడుకోండి. దానినుంచి దూరం కావటానికి మాత్రం వల్లకండి. మీరు మేలుకొని ఉండవలసి వస్తే, మీరు అలా కొంతకాలం మాత్రమే చెయ్యగలరు. తర్వాత ఆ నిద్రకు పరిహారం ఇచ్చుకొని తీరాలి. చెయ్యవలసినపని చాలా ఉన్నదని మీ సమాధానమయితే, ఇక్కడే ఇపుడే ఆపండి. ఈ పుస్తకం మొదటికి వెళ్ళండి. మళ్ళీ మొదలుపెట్టండి. మీరు చదవటంలో మీరు ఎక్కడో కప్పదాటు వేశారు. సఫలత సాధించాలంటే తగినంత నిద్ర అవసరమని మీరు గ్రహిస్తే, మీరు సకాలంలో నిద్రపోతారు, మేలుకుంటారు.

ఘనమయిన ఉత్పాదకుల దినసరి పథకం

1. ఆధ్యాత్మికశక్తికోసం ధ్యానం, ప్రార్థన చేస్తారు.
2. శారీరకశక్తి కోసం పోషక ఆహారం, వ్యాయామం, తగినంత నిద్ర.

3. భావావేశశక్తికోసం ఆప్తులను హత్తుకోవటం, ముద్దుచెయ్యటం, నవ్వుకోవటం.

4. మానసికశక్తికోసం లక్ష్యాలు, పథకం, సమయసారణి

5. వాణిజ్యశక్తి కోసం మీ ఒకే ఒక విషయానికై సమయం కేటాయించండి.

ఈ పథకంలో ఉత్పాదన రహస్యం ఇదీ: ఉదయం పెందలాడి సమయం శక్తి కూడగట్టుకుంటూ గడిపితే, మిగిలిన రోజంతా ఎక్కువ శ్రమ పడకుండా గడుపుతారు. రోజంతా పరిపూర్ణంగా ఉండాలని మీరు ప్రయత్నం చెయ్యటం లేదు. ఆ రోజుకు ఆరంభం శక్తిమయంగా ఉండాలని మీ ప్రయత్నం. మధ్యాహ్నం వరకూ ఉత్పాదనమయంగా ఉంటే, మిగిలిన రోజంతా సులభంగా గడుస్తుంది. అంటే సుముఖమయిన శక్తి సుముఖమయిన గతిభారం కలిగిస్తున్నదన్నమాట. రోజులో ప్రారంభసమయం సక్రమంగా గడవటమే అసాధారణ ఫలితాలకు సరళ మార్గం.

4. మీ లక్ష్యాలకు దోహదం చెయ్యని పర్యావరణం

నా వృత్తి ఆరంభదశలో పెళ్లి అయిన ఒక తల్లి కౌమారదశలో ఉన్న ఇద్దరు పిల్లలతో నా ఎదట కూర్చొని ఏడ్చింది. ఇంట్లో ఏమీ మార్పు జరగనంత కాలము ఆమె వృత్తికి తోడ్పడుతామని ఆమె కుటుంబం చెప్పింది. భోజనం, కార్ పూలింగ్, వారికి సంబంధించినది ఏదీ భంగం కాకూడదు. ఆమె సరేనన్నది. ఆ తర్వాత కాని ఆమెచేసిన తప్పు ఆమెకు తెలిసిరాలేదు. నేను వింటూఉంటే, ప్రతిఒక్కరూ ఉపేక్షించే ఉత్పాదన చౌర్యాన్ని గురించి వింటున్నానని గ్రహించాను.

మీ పర్యారణం మీ లక్ష్యాలకు తోడ్పడాలి.

ప్రతిరోజూ మీరు కలిసే వ్యక్తులూ, మీ అనుభవాలే మీ పర్యావరణం. మనుషులందరూ పరిచయం ఉన్నవారే. పరిసరాలు సౌకర్యంగా ఉన్నాయి. మీ పర్యావరణంలో ఈ వ్యక్తులను, పరిసరాలను మీరు నమ్ముతారు. అవి అన్నీ మీకు తోడ్పడుతాయని మీ భరోసా. కాని కళ్ళు తెరిచి గమనించండి. ఎవరయినా, ఏదయినా, ఏ క్షణంలో నయినా సరే మీ అత్యంత ముఖ్యమయిన పనిలోనుంచి మీ ధ్యాస మరల్చి, మీ కళ్ళముందరే మీ ఉత్పాదన దోచేస్తారు. మీరు అసాధారణ ఫలితాలు సాధించాలంటే మీ చుట్టూ ఉన్న వ్యక్తులూ, పరిసరాలూ మీ లక్ష్యాలకు తోడ్పడాలి.

ఒంటరిగా ఎవరూ జీవించరు, పనిచెయ్యరు. ప్రతిరోజూ రోజంతా మీరు ఇతరులను కలుస్తూ ఉంటారు, వారివల్ల ప్రభావితులవుతారు. ఈ వ్యక్తులు మీ ప్రవర్తన, మీ ఆరోగ్యము, చివరికి మీ కార్యనిర్వహణలమీద ప్రభావం చూపుతారన్నది నిర్వివాదాంశం.

మీ చుట్టూ ఉన్న వ్యక్తులు మీరు అనుకునేదానికంటే ప్రాముఖ్యత వహించవచ్చు. వారితో కలిసి పనిచేస్తూ, సామాజికంగా కలుస్తూ, లేదా యాదాలాపంగా వారితో ఉంటూ వారి లక్షణాలు కొన్ని అలవరుచుకుంటారనేది వాస్తవం. మీ సహోద్యోగులూ,మిత్రులూ, కుటుంబ సభ్యులూ – సాధారణంగా సుముఖులు కాకపోయినా, వారి ఉద్యోగాలలో, బయటి జీవితంలో సంతృప్తులు కాకపోయినా, వారి విముఖత కొంత కాకపోయినా కొంత మీకు అంటుతుంది. ఈ వైఖరి లేదా ధోరణి అంటువ్యాధి లాంటిది. అది చాలా త్వరగా సోకుతుంది. మీరు స్థిరమనస్కులే అయి ఉండవచ్చు. ఆ విముఖత్వ ప్రాబల్యాన్ని తప్పించుకునే శక్తి ఎవరికీ శాశ్వతం కాదు.

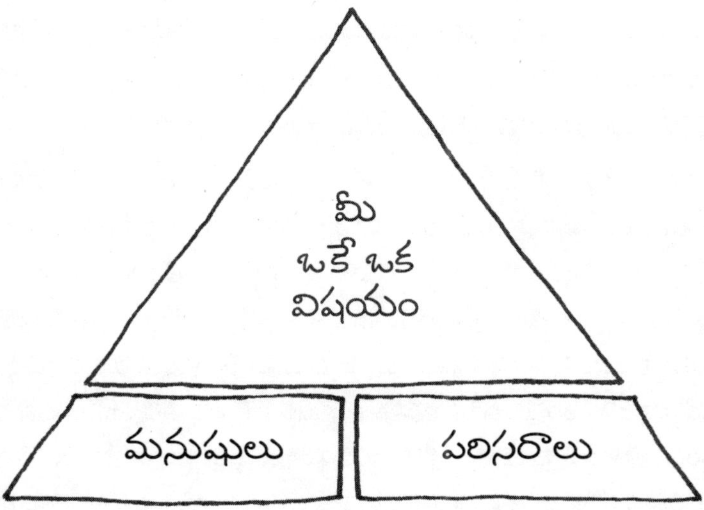

చిత్రం 33: ఒకే ఒక విషయానికి తోడ్పడటానికి ఉత్పాదక పర్యావరణం సృష్టించుకోండి

కనుక సరయిన వ్యక్తులను మీ చుట్టూ చేర్చుకోవటమే మీరు చెయ్యవలసిన పని. వైఖరి చోరులు మీ శక్తిని, ప్రయత్నాన్ని, నిశ్చయాన్ని దోచేస్తారు. మీకు తోడ్పడేవారు మిమ్మల్ని ప్రోత్సాహపరిచి చేతనయినంత సహాయం చేస్తారు. సాఫల్య మనస్తత్వం ఉన్న వ్యక్తులతో కలిసి ఉంటే వారు మిమ్మల్ని ఉత్తేజపరిచి మీ మార్గాన కొనసాగేట్లు సహాయపడుతారు. దీనినే పరిశోధకులు సాఫల్య సర్పిలం (positive spiral of success) అంటారు.

మీ స్నేహాలు, పరిచయాలు మీ ఆరోగ్యాన్నికూడా తీవ్రంగా ప్రభావితం చేస్తాయి. మన సాంఘిక సంబంధాలు మన శ్రేయస్సును ఎలా ప్రభావితం చేస్తాయో వివరిస్తూ డాక్టర్ నికొలాస్ ఏ క్రిస్తాకిస్ (హార్వర్డ్ ప్రొఫెసర్), జేమ్స్ హెచ్ ఫౌలర్ (అసోసియేట్ ప్రొఫెసర్, యూనివర్సిటీ ఆఫ్ కాలిఫోర్నియా– శాన్ డియాగో) ఒక పుస్తకం వ్రాశారు. కనేక్టేడ్: ది సర్ప్రైజింగ్ పవర్ ఆఫ్ అవర్ సోషల్ నెట్వర్క్ అండ్ హౌ దే షేప్ అవర్ లైవ్స్' అనే ఆ పుస్తకం మన సంబంధ బాంధవ్యాలకు , మాదక ద్రవ్యాల వాడకం, నిద్రలేమి, ధూమపానం, మద్యపానం, తిండి, చివరికి మన ఆనందానికికూడా ఎలా ముడిపడి ఉన్నాయో వివరంగా చెబుతుంది. ఉదాహరణకు మీ సన్నిహిత స్నేహితులు ఒకరు ఊబకాయులయితే, మీరు కూడా ఊబకాయులయ్యే అవకాశాలు 57 శాతం పెరుగుతాయి. వారి 2007 అధ్యయనంలో ఈ విషయం వెల్లడి అయింది. ఎందుచేత? మనం కలిసిమెలిసి తిరిగే వ్యక్తులు మనకు ప్రమాణాలు అవుతారు.

కాలం గడుస్తున్నకొద్దీ మీరు ఎవరితో కలిసి తిరుగుతున్నారో వారిలాగే ఆలోచించటం, వ్యవహరించటం, చివరికి వారిలాగే కనపడటానికి కూడా ప్రయత్నిస్తారు. ఇక్కడ వారి వైఖరి, వారి వారి ఆరోగ్య అలవాట్లే కాదు వారి సాఫల్యం కూడా మిమ్మల్ని ప్రభావితం చేస్తుంది. మీ చుట్టూ ఉన్న వ్యక్తులు ఉన్నత విజయాలు సాధించే వారయితే, వారి విజయాలు కూడామిమ్మల్ని ప్రభావితులను చేస్తాయి. 'సోషల్ డెవలప్ మెంట్' అనే మానసికశాస్త్ర పత్రికలో ఒక అధ్యయనం ప్రచురితం అయింది. అందులో సుమారు 500 మంది స్కూలు పిల్లలను అధ్యయనం చేశారు. వీరందరికీ పరస్పరం గాఢమయిన స్నేహితాలు ఉన్నాయి. ఉన్నత ప్రమాణాలు సాధించే విద్యార్థులతో స్నేహితం ఉన్నవారు అందరికీ వారిగ్రేడ్ లలోకూడా అభివృద్ధి కనబడుతుంది. అంతేకాక ఉన్నత ప్రమాణాలు సాధించేవారి స్నేహంవల్ల వారు ప్రోత్సాహము, ప్రోద్బలములో, విద్యావ్యాసంగంలో కూడా ప్రయోజనం పొందుతారని

ఆ అధ్యయనం సారాంశం. సఫలతను వెంటాడేవారి సాంగత్యంవల్ల మీ ప్రేరణ దృఢమవుతుంది,మీ కార్యకుశలత మెరుగు పడుతుంది.

మీ స్నేహితులు ఎలాంటివారో కనిపెట్టి చూడుమని అమ్మ చెప్పినమాట పెరుగు మూట. మీ చుట్టూ చేరినవారు తగినవారు కాకపోతే మీరు చేస్తున్నపని చెయ్యనివ్వరు, అంతరాయాలు కలిగిస్తారు, నిరుత్సాహపరుస్తారు. దీనికి విపర్యయం కూడా వాస్తవమే. ఒంటరిగా ఎవరూ సఫలురు కాలేరు, విఫలురు కాలేరు. మీ లక్ష్యాలకు తోడ్పడేవారిని వెతకండి. అలా చెయ్యనివారికి బయటికిదారి చూపండి. మీ జీవితంలో వ్యక్తులు మీరు అనుకున్నదానికంటే ఎక్కువగా మిమ్మల్ని తాకిడిచేసి ప్రభావం కలిగిస్తారు. వారికి తగిన స్థానం కల్పించండి. వారి ప్రభావం మిమ్మల్ని మీరు కోరుకున్న దిశగా నడిపించాలి. తోడ్పడే పర్యావరణం కల్పించటంలో మనుషులది ప్రథమస్థానం అయితే, పరిసరాలు ఎంతోదూరాన వెనకబడిలేవు. మీ భౌతిక పర్యావరణం మీ లక్ష్యాలకు అనుగుణంగా లేకపోతే, అక్కడ మీ లక్ష్యాలు ప్రారంభించటంకూడా కష్టమయిన పనే.

> "మిమ్మల్ని ఉన్నతస్థాయికి చేర్చే వారిని మీ చుట్టూ చేర్చుకోండి."
>
> –ఓప్రా విన్ఫ్రే

ఇది అతి సరళంగా ధ్వనించవచ్చు. మీ ఏకైక విషయంలో మీరు సఫలత సాధించాలంటే మీరు అది చేరుకోవాలి. మీరు దానిని చేరుకోగలరా, లేదా అన్న విషయంలో భౌతిక పర్యావరణం ఒక ముఖ్యపాత్ర వహిస్తుంది. పర్యావరణం అనుకూలంగా లేకపోతే మీరు ఎన్నటికీ మీ గమ్యం చేరుకోలేక పోవచ్చు. మీ పర్యావరణం ప్రతిబంధకాలతో, మార్గాంతరాలతో నిండి మీరుమొదలు పెట్టక మునుపే తప్పుదారి పట్టిస్తే, మీరు మీ లక్ష్యం చేరుకోలేరు. మీరు బరువు తగ్గటానికి ప్రయత్నిస్తున్న సమయంలో ప్రతిరోజూ కాండీ బజారులో నడవ వలసిన పరిస్థితి. కొందరు ఈ పరిస్థితిని నిభాయించ గలరు. కాని దాదాపు మనమందరమూ దారిని స్వీట్స్ రుచిచూస్తూనే ఉంటాము.

మీ చుట్టూ ఉన్న పరిస్థితులు మిమ్మల్ని మీ కేటాయించిన సమయానికి నడిపిస్తాయి లేదా దూరంగా లాక్కు పోతాయి. ఈ గమనం మీరు నిద్ర లేచినప్పటి నుంచి మీ కేటాయించిన సమయం చేరుకునే వరకూ జరుగుతుంది. మీ అలారం మోగినప్పటినుంచి మీ కేటాయించిన సమయం ఆసన్నమయేవరకూ మీరు వినేది, చూసేది మీరు అక్కడికి చేరుతారా లేదా, ఎప్పటికి చేరుతారు, చేరిన తర్వాత

ఉత్పాదకులుగా ఉంటారా లేదా అన్న విషయాలు నిర్ణయం చేస్తాయి. కనుక ఒక పరీక్ష చెయ్యండి. మీరు ప్రతిరోజూ నడవ వలసిన బాటన నడవండి. దారిలో మీకు ఎదురయిన దృశ్య, శ్రవణ చోరులను అక్కడినుంచి తొలిగించండి. నామటుకు నాకు ఇంట్లో ఇ-మెయిల్, ఉదయం పేపర్, ఉదయం టీవీ వార్తలు, కుక్కలను నడిపించటానికి వెళ్తున్న ఇరుగు పొరుగులు వంటి సాధారణ విషయాలే ఆటంకాలు. ఇవన్నీ అద్భుతమయిన వ్యాపకాలే. కాని నా ఒకే ఒక విషయం సాధించవలసినపుడు మాత్రం అవి అద్భుతాలు కావు. కనుక నేను ఇ-మెయిల్ వేగంగా ఒక చూపు చూస్తాను. వార్తాపత్రిక ఎన్నడూ చూడను. టీవీ మూసి ఉంచుతాను. ఆ తర్వాత నేను డ్రైవ్ చేస్తూ వెళ్ళవలసిన మార్గం జాగ్రత్తగా ఎంచుకుంటాను. ఉద్యోగంలో పని చేస్తున్నపుడు అందరితో కలిసి కాఫీ తాగటం, నోటీసు బోర్డ్ చూడటం తప్పించుకుంటాను. ఆ పని తర్వాత చెయ్యవచ్చు. సఫలతకు మీ బాట సరి చేసుకుంటేనే మీరు అక్కడికి చేరుకుంటారు అని నేను నేర్చుకున్న పాఠం.

మీ పర్యావరణం మిమ్మల్ని దారి తప్పించకూడదు. మీ భౌతిక పర్యావరణం, మీ చుట్టూ ఉన్న మనుషులు చాలాముఖ్యం. మీ లక్ష్యాలకు తోడ్పడని పర్యావరణం సర్వసాధారణం. దురదృష్ట వశాత్తు మీ ఉత్పాదనకు అదే పెద్ద దొంగ. హాస్య నటులు లిలీ తామ్లిన్ చెప్పినట్లు “సఫలతకు బాట సదా నిర్మాణంలోనే ఉంటుంది.” కనుక మీ ఏకైక విషయం చేరటానికి దారి తప్పకండి. ఆ బాటన సవ్యమయిన మనుషులు,ప్రదేశం ఉండేటట్లు చూసుకోండి.

బృహత్ భావాలు

1. **‘కాదు’ అనటం మొదలు పెట్టండి.** మీరు దేనికయినా సరేనంటే మిగిలిన అన్నిటికీ ‘కాదు’ అన్నట్లే నని గుర్తు ఉంచుకోండి. మీ మాట నిలబెట్టుకోవటానికి మూలం అదే. మిగిలిన అన్నిటినీ ‘ఇప్పుడు కాదు.’ అని నిరాకరించండి. అప్పుడు మీ ప్రధాన కర్తవ్యానికి ఏవీ అడ్డురావు. ‘కాదు’ అని చెప్పటం నేర్చుకుంటే మీకు స్వేచ్ఛ వస్తుంది. అప్పుడు మీ ఏకైక విషయానికి అవసరమయిన సమయం దొరుకుతుంది.
2. **గందరగోళం అంగీకరించండి.** మీ ఏకైక విషయాన్ని అనుసరించుతూ ఉంటే మిగిలినవన్నీ వెనక బడతాయని గుర్తించండి. అసంపూర్తిగా వదిలిన విషయాలు దారిన వలపన్ని ఉచ్చులు వేస్తూ ఉంటాయి.

ఇటువంటి గందరగోళం తప్పదు. దానితో తగాదా వద్దు. దానితో ఎలా వ్యవహరించాలో తెలుసుకోండి. మీ ఒకే ఒక విషయంలో మీరు సాధించే సఫలత మీ నిర్ణయం సరయినదేనని సదా రుజువుచేస్తూ ఉంటుంది.

3. **మీ శక్తి సద్వినియోగం చెయ్యండి.** అతీతమయిన భారం మీద వేసుకుని మీ ఆరోగ్యం పాడు చేసుకోకండి. మీ శరీరం ఒక అద్భుతమయిన యంత్రం. కాని దానికి వారంటీ ఏమీ లేదు. మారకం వీలుకాదు. మరమ్మతుకు చాలా ఖర్చు అవుతుంది. మీరు చెయ్యవలసింది చెయ్యటానికీ,మీరు సాధించ దలచింది సాధించటానికీ, మీరు ఆశించిన జీవనం కొనసాగించటానికీ మీశక్తి సద్వినియోగం చెయ్యటం చాలా ముఖ్యం.

4. **మీ పర్యావరణం సొంతం చేసుకొండి**. మీ చుట్టూ ఉన్న మనుషులూ,పరిసరాలు మీ లక్ష్యాలకు తోడ్పడేలా దృఢపరుచుకొండి. మీ ఒకే ఒక విషయం చేరుకోవటానికి మీ జీవితంలో సరయిన వ్యక్తులూ, దారిన సరయిన పర్యావరణము మీ ప్రయత్నాలకు దోహదంచేస్తాయి. ఆ రెండూ మీ ఒకే ఒక విషయంతో చెయ్యి కలిపినపుడు మీకు అవసరమయిన ఆశావాద దృక్పథాన్ని, భౌతిక ఉన్నతిని కలిగిస్తాయి.

వెండితెర రచయిత లియో రాస్టెన్ "జీవిత పరమార్ధం సంతోషంగా ఉండటమేనని నేను నమ్మను. ఉపయోగకారిగా ఉండటం, బాధ్యతా యుతంగా ఉండటం, అనుకంపామయంగా ఉండటం జీవిత పరమార్ధమని నేననుకుంటాను. అన్నిటినీ మించి ప్రయోజకత్వం, గుర్తింపు పొందటం, ఒకధ్యేయానికి నిలబడటం, ఒక వ్యత్యాసం చూపటం ఇవే జీవితానికి అర్ధం." అంటూ జీవిత సారాన్ని వడకట్టారు. ఒక ధ్యేయంతో జీవించండి. ఏది ముఖ్యమో తెలుసుకొని జీవించండి. ఏదో ఒక ప్రయోజనం కోసం జీవించండి. నలుగురు దొంగలను తప్పించుకోవటానికి మూడు నిబద్ధతలు పాటించినట్లే, ఈ మూడు సూత్రాలు అనుసరించండి. మీరు ఒక జాడ వదల దలిచారు. మీ జీవితానికి ఒక విలువనిచ్చారు.

18 ప్రయాణం

> "కఠినాతికఠిన ప్రయాణంలో కూడా మనం చెయ్యవలసింది ఒకదాని తర్వాత మరొకటి అడుగులు వెయ్యటమే. కాని మనం అడుగులు వేస్తూనే ఉండాలి."
>
> –చైనీస్ సామెత

"ఒకసారి ఒక అడుగు" అన్న నానుడి మందకొడిగా తోచవచ్చు. కాని అది సత్యం. లక్ష్యం ఏదయినా సరే, గమ్యం ఏదయినా సరే, మీ ప్రయాణం మొదటి అడుగుతోనే మొదలవుతుంది.

ఆ మొదటి అడుగే ఒకే ఒక విషయం.

మీరు ఒక పనిచెయ్యండి. కళ్ళు మూసుకొని మీ జీవితాన్ని సాధ్యమయినంత విస్తారంగా ఊహించండి. మీరు కలగన గలిగినంత ఊహించి ఆ పైన మరికొంత ఊహించండి. చూస్తున్నారా?

ఇప్పుడు కళ్ళు తెరిచి నేను చెప్పేది వినండి. మీరు చూడగలిగినదంతా మీరు చేరుకోగలరు. మీరు ఊహించినదంతా మీరు వెంటాడుతుంటే మీ జీవితం మీరు ఊహించినంత ఘనమవుతుంది.

ఘనమయిన జీవితం అంత సరళం.

ఇది సాధించటానికి ఒక మార్గం చెబుతాను. మీ ప్రస్తుత ఆదాయం వ్రాయండి. ఆ సంఖ్యను 2, 4, 10, 20 – ఏదో ఒక సంఖ్యతో గుణించండి. ఏదయినా ఫర్వాలేదు. ఏదో ఒక సంఖ్య తీసుకోండి. మీ ఆదాయాన్ని ఆ సంఖ్యతో గుణించండి. ఇప్పుడు ఆ

కొత్తగా వచ్చిన సంఖ్య వ్రాయండి. ఆ సంఖ్య చూస్తే భయం వేసినా. ఉద్రేకం కలిగినా లెక్కచెయ్యకండి.ఇప్పుడు చేసేపనితో రాబోయే అయిదు సంవత్సరాలలో నేను ఈ సంఖ్య సాధించగలనా? అని ప్రశ్నించుకొండి. అది సాధ్యం అయితే, అది అసాధ్యం అయేవరకూ ఆ అంకెలు పెంచండి. అప్పుడు ఆ అంకెలకు అనుగుణంగా మీ చర్యలు చేపట్టితే మీ జీవితం ఘనమవుతుంది.

ఇక్కడ వ్యక్తిగత ఆదాయం కేవలం ఒక ఉదాహరణగా చెప్పాను. ఈ ఆలోచనా విధానం మీ ఆధ్యాత్మిక జీవితానికి, మీ శరీర ఆరోగ్యానికీ, మీ వ్యక్తిగత బాంధవ్యాలకు,మీ వృత్తి, ఉద్యోగ విజయాలకు, మీ వ్యాపార సఫలతకు,మీకు ముఖ్యమనిపించిన మరిదేనికయినా అమలు జరపవచ్చు.మీ ఆలోచన పరిమితులు అధిగమిస్తే మీ జీవన పరిధి విస్తరిస్తాయి. ఘనమయిన జీవితం ఊహిస్తేనే ఘనమయిన జీవితం సాధ్యమవుతుంది.

ఘనమయిన జీవితం జీవించటమంటే, ఘనంగా ఆలోచించటం ఒక్కటే కాదు అది సాధించటానికి తగిన చర్యలు చేపట్టాలి.

అసాధారణ ఫలితాలు కావాలంటే అతి సూక్ష్మవిషయాల మీద శ్రద్ధ వహించాలి.

సూక్ష్మ విషయాలమీద దృష్టి సారిస్తే మీ ఆలోచన సరళం అవుతుంది. మీరు చెయ్యవలసింది స్పష్టమవుతుంది. మీ ఆలోచన ఎంత పెద్దదయినా సరే, మీ గమ్యం తెలుసుకొని అక్కడికి చేరటానికి ఏమిచెయ్యాలో వెనక్కు జరిగి ఆలోచిస్తే అది సూక్ష్మవిషయాలతో మొదలవుతుందని గ్రహిస్తారు. కొంతకాలం క్రితం మా స్థలంలో ఒక యాపుల్ చెట్టు నాటాలని ఆలోచన వచ్చింది. పెద్దచెట్టు కొనటం అసాధ్యమని తెలిసింది. చిన్న మొక్క ఒకటి కొని దానిని పెంచటం ఒకటే మార్గమని కనువిప్పు కలిగింది. నా ఆలోచన పెద్దదే. కాని చిన్నమొక్క స్థాయిలో ఆరంభించటం తప్ప వేరే దారి లేకపోయింది. అదే చేశాను. అయిదు సంవత్సరాల తర్వాత మాదొడ్లో యాపుల్స్ కాశాయి. నాకు సాధ్యమయినంత పెద్ద ఆలోచన చేస్తే ఏమయింది? మీకు తెలిసిపోయింది! నేను అంత పెద్దచెట్టు నాటలేదు. ఈనాడు మాకు ఒక తోట ఉన్నది!

మీ జీవితం కూడా ఇలాగే ఉంటుంది. మీకు పూర్తిగా పరిపక్వ మయినది దొరకదు. మీకు ఒక చిన్న మొక్క దొరుకుతుంది. కావాలంటే మీరు దాన్ని పెంచవచ్చు. సంకుచితంగా ఆలోచిస్తే మీ జీవితం కూడా సంకుచితంగానే మిగులుతుంది. విస్తృతంగా ఆలోచించండి, మీ జీవితం ఎదిగే అవకాశం ఉంటుంది. ఏది ఎంచుకుంటారనేది మీ చేతిలో ఉన్నది. ఘనమయిన జీవితం ఎంచుకుంటే, అది సాధించటానికి మీరు సూక్ష్మ విషయాలతో మొదలుపెట్టాలి. మీ అవకాశాలు పర్యవేక్షించాలి. ముఖ్యమయిన వాటిని ఎంచుకుని, వరసక్రమంలో అమర్చాలి.

అత్యంత ముఖ్యమయిన దానిని చెయ్యటం ఆరంభించాలి. సూక్ష్మంగా ఆరంభించాలి. మీ ఏకైక విషయం కనుక్కోవాలి.

ఇక్కడ ఖచ్చితమయిన విషయం అంటూ ఏమీ లేదు. కాని ఎప్పుడూ అన్నిటికంటే ముఖ్యమయినది ఏదో ఒకటి ఉంటుంది. ఎప్పటికీ ఒకే విషయం ముఖ్యంగా ఉంటుందని చెప్పటం లేదు. కాని ఎప్పుడయినా సరే ఒకే ఒక ముఖ్య విషయం ఉంటుంది.. ఆ ఒక్క విషయమూ మీ ధ్యేయంతో ఏకీభవిస్తే, మీరు చెయ్యవలసిన పనులలో ముఖ్యాతి ముఖ్యమయినది అయితే, మీరు చెయ్యవలసిన అతి ఉత్పాదక కార్యం అదే. మీరు అత్యుత్తమ దశకు చేరటంలో అది మీకు తోడ్పడుతుంది. ఒక పనిచేస్తే ఇంకా చెయ్యవలసిన పనులు పుట్టుకు వస్తాయి. ఒక అలవాటులో నుంచి మరికొన్ని అలవాట్లు పుట్టుకు వస్తాయి. సఫలతలోనుంచి సఫలత పుడుతుంది. సరయిన డామినో మరొక డామినోను, అది మరొక దానిని, అది ఇంకొక దానిని పడదోస్తాయి. కనుక అసాధారణ ఫలితాలు కావలసినపుడు డామినో గొలుసుకట్టు చర్య ఆరంభించే తులాదండచర్య అన్వేషించండి. ఈ గొలుసుకట్టు చర్యలు ఒక ఉధృతమయిన అల లాంటివి. ఘనమయిన జీవితాలు ఈ అలల మీద క్రమంలో సవారి చేస్తాయి. అంటే మీరు సఫలతను వెంటాడుతున్నపుడు, గమ్యానికి గెంతలేరు. అసాధారణ సంఘటన అలా జరగదు. ప్రతిరోజూ, ప్రతివారం, ప్రతినెలా, ప్రతిసంవత్సరమూ మీరు మీ ఏకైక ధ్యేయంతో కొనసాగుతూ ఉంటే మీరు సంపాదించే జ్ఞానము, ఉరవడి అసాధారణ జీవితం రూపుదిద్దే సామర్థ్యం ప్రసాదిస్తాయి.

"బహుదూరం వెళ్ళటానికి
సాహసించేవారే
ఎంతదూరం వెళ్ళగలరో
కనుక్కోగలరు."

–టి.ఎస్.ఇలియట్

కాని ఇది స్వతస్సిద్ధంగా జరిగే పనికాదు. అది సంభవించేటట్లు చెయ్యటమే మీ కర్తవ్యం.

ఒక సాయంత్రం వృద్ధ చెరోకీ ఒకరు తన మనవడితో మనుషులు అందరిలోనూ నిరంతరం జరిగే యుద్ధాన్ని గురించి చెప్పారు. ఆయన చెప్పారు, "బిడ్డా,మనలోపల రెండు తోడేళ్ళ మధ్య యుద్ధం జరుగుతుంది. ఒకటి భయం. అది ఆదుర్దా, ఆందోళన, అనిశ్చితి, సందేహము, చాంచల్యం, నిశ్చేష్టతల మయం. మరొకటి విశ్వాసం. అది ప్రశాంతత, దృఢవిశ్వాసం, స్థైర్యం, ఉత్సాహం, నిశ్చితి, ఉద్రేకం, క్రియాశీలత కలిగిస్తుంది. ఆ మనవడు ఒక క్షణకాలం ఆ విషయం ఆలోచించి

"ఏ తోడేలు గెలుస్తుంది?" అని నీరసంగా అడిగాడు. 'నువ్వు దేన్ని మేపితే అదే.' వృద్ధ చెరోకీ సమాధానం.

అసాధారణ ఫలితాల దిశగా మీ ప్రయాణం అన్నిటినీ మించి మీ విశ్వాసం మీద ఆధారపడి ఉంటుంది. మీ ధ్యేయం, మీ ప్రాధాన్యతలమీద మీకు విశ్వాసం ఉన్నపుడే మీరు మీ ఒకే ఒక విషయం తెలుసుకోవటానికి ప్రయత్నిస్తారు. అది ఏమిటో తెలిసిన తర్వాత ఆపని చేపట్టటానికి అడ్డుపడే సందేహవ్యూహాన్ని ఛేదించేశక్తి మీ సొత్తు. విశ్వాసం కార్యాచరణకు దారి తీస్తుంది. కార్యరంగంలోకి దిగితే మన లక్ష్యానికి అడ్డుపడే మానసిక శక్తులన్నీ తొలగిపోతాయి.

స్నేహితుల సలహా

సఫలత తృప్తినిస్తుంది. ఆ ప్రయాణమే సంతృప్తిదాయకం. ప్రతిరోజూ నిద్రలేచి మీ ఒకే ఒక విషయంతో కార్యాచరణ ఆరంభించటానికి అంతకు మించిన మేలయిన కారణం ఒకటి ఉన్నది. నాణ్యమయిన జీవనం, మీకు ముఖ్యమయిన విషయంలో సఫలత సాధించటానికి మీకు సాధ్యమయినదంతా చెయ్యటం వల్లసఫలత, ఆనందమే కాకుండా అంతకంటే అమూల్యమయిన ప్రతిఫలం దొరుకుతుంది.

మీ జీవితంలో పశ్చాత్తాపం అంటూ ఉండదు.

కాలగతిలో వెనక్కువెళ్ళి మీ 18 సంవత్సరాల యువకులతో మాట్లాడటం, లేదా ముందుకు వెళ్లి మీ 80 సంవత్సరాల అనుభవం ఉన్న వ్యక్తిత్వంతో మాట్లాడటం సాధ్యమయితే, ఇద్దరిలో మీరు ఎవరి సలహా తీసుకుంటారు? ఆసక్తికరమయిన అవకాశం కదా! నా మటుకు నాకు నా వృద్ధ వ్యక్తిత్వమేకావాలి. ఆ నిశితమయిన చూపులో సంవత్సరాల తరబడి అనుభవంతో కూడబెట్టిన వివేచన ఉన్నది కదా!

మరి వయసుమళ్ళిన మీ వివేచనామయ వ్యక్తిత్వం ఇప్పుడు ఏమంటుంది? "పోయి నీ జీవితం జీవించు, నిర్భయంగా, పరిపూర్ణంగా జీవించు. ఒక ధ్యేయంతో జీవించు. అందుకు నీ సర్వశక్తులూ ఒడ్డు. ఎన్నడూ పట్టు వదలకు." ప్రయత్నం ముఖ్యం. అది లేకుండా ఆ ఉన్నతస్థాయిలో సఫలత ఎన్నటికీ సాధ్యం

"ఇప్పటికి ఇరవై ఏళ్ల తర్వాత మీరు చేసిన పనులకంటే చెయ్యని వాటిని గురించే ఎక్కువ నిరాశ చెందుతారు. కనుక కట్లు విప్పండి. సురక్షితమయిన తీరాలకు దూరంగా పయనించండి. మీ తెరచాపలు వాణిజ్య వాయువులకు అనుకూలంగా తిప్పండి. అన్వేషించండి. కలలు కనండి. కనుక్కోండి."

– మార్క్ ట్వేన్

కాదు. సాధించటం ముఖ్యం. అది లేకుండా మీరు మీ సంభావ్యశక్తి అనుభూతి చెందలేరు. ఒక ధ్యేయాన్ని వెంటాడటం ముఖ్యం. అది లేకుండా చిరకాల ఆనందం సాధ్యం కాదు. ఇవన్నీ నిజమన్న విశ్వాసంతో ముందడుగు వెయ్యండి. చెప్పుకోదగిన జీవనం జీవించండి. అప్పుడు చివర్లో "నేను అలా చేసిఉండవలసింది." అని కాక "అలా చేసినందుకు ఇప్పుడు సంతోషంగా ఉన్నది." అనుకుంటారు.

నేను ఇలా ఎందుకు ఆలోచిస్తున్నాను? ఎందుకంటే చాలాసంవత్సరాల క్రితం చెప్పుకోదగిన జీవితం ఎలా ఉంటుందో తెలుసుకోవటానికి ప్రయత్నించాను. బయటికివెళ్లి అది ఎలాఉంటుందో కనుక్కోవాలని నిశ్చయించు కున్నాను. ఆ పర్యటన చెయ్యటం మేలయింది. వయసులో, వివేచనలో, సఫలతలో నా కంటే పెద్దవారిని దర్శించాను. శోధించాను. చదివాను. సలహా అడిగాను. సాధ్యమయిన ప్రతిచోట జాడలు, గుర్తులు వెతికాను. చివరికి ఒక సరళమయిన భావం మీద అడుగేశాను: చెప్పుకోదగిన జీవనం అనేక విధాలుగా వెలకట్టవచ్చు. కాని పశ్చాత్తాపం లేని జీవితం అన్నిటినీ మించింది.

జీవితం చాలా చిన్నది. చెయ్యవలసింది, చెందవలసింది అని చింతిస్తూ కూచోవటానికి వ్యవధి లేదు.

నాకు ఈ ఆలోచన ఎలా కలిగింది? జీవితాన్ని గురించి అత్యంత స్పష్టత కలవారు ఎవరై ఉంటారా అని నన్ను నేనే ప్రశ్నించు కున్నాను. జీవితం చరమదశలో ఉన్నవారే అందుకు సమర్ధులని నిర్ణయించు కున్నాను. అంతంతో ఆరంభించటం సవ్యమయిన ఆలోచన అయితే, ఎలా జీవించాలో తెలుసుకోవటానికి జీవితం చరమదశను మించినదశ లేదు. జీవితంలో వెనుదిరిగి చూడటం తప్ప ప్రస్తుతం చెయ్యవలసింది ఏమీ లేనివారు జీవితంలో ఎలా ముందుకుసాగాలో చెప్పగలరని తోచింది. వారి అందరి ముక్తకంఠం నన్ను ఉక్కిరి బిక్కిరి చేసింది: జీవితం చరమాంకంలో చింతలులేని జీవితం జీవించు.

చింతలు అంటే ఎటువంటి చింతలు? నాకు కన్నీరు తెప్పించి చేతిగుడ్డ అవసరం కల్పించిన పుస్తకాలు చాలా అరుదు. కాని 2012 లో బ్రానీ వేర్ రచించిన 'ది టాప్ ఫైవ్ రిగ్రెట్స్ ఆఫ్ ది డైయింగ్' నాకు కన్నీళ్లు తెప్పించి చేతిగుడ్డ అవసరం కల్పించింది. జీవితం ఆఖరు క్షణాలలో ఉన్నవారి ఆలనా పాలన చూస్తూ వేర్ చాలా సంవత్సరాలు గడిపారు. ఆ ఆఖరు క్షణాలలో ఉన్నవారిని ఆమె వారి జీవితంలో చింతలు ఏమయినా ఉన్నాయా, వారు చేసినవి మరోవిధంగా చేసిఉండేవారా అని ప్రశ్నించారు. సామాన్యమైన విషయాలే పునరావృత మవుతున్నాయని బ్రానీ కనుక్కున్నారు. అవరోహణ క్రమంలో

దర్శనం ఇచ్చిన ఐదు సాధారణ విషయాలు: నేను అంతకంటే ఆనందంగా గడిపి ఉండాలిసింది –ఆనందం మన ఇష్టానుసారం కలుగుతుందని వారు చాలా ఆలస్యంగా గ్రహించారు; నేను నా స్నేహితులనుఅంటిపెట్టుకొని ఉండాలిసింది –అందుకు అవసరమయిన ప్రయత్నమూ లోపించింది, తత్కారణంగా అవకాశం దొరకలేదు; నా అనుభూతులు వెలిబుచ్చటానికి తగిన ధైర్యం ఉంటే బాగుండేది –తరుచు నోరుమూసుకొని ఉండటం,వెలిబుచ్చని అనుభూతులు అతిభారం అయినాయి; నేను అంత శ్రమపడి పనిచేసి ఉండవలసింది కాదు – జీవించటానికి సంపాదనలోనే కాలం అంతా గడిపారు. చివరికి విషాదమే మిగిలింది.

ఇవన్నీ కఠినంగా ఉన్నా వీటిని అన్నిటినీ మించినది ఒకటి ఉన్నది. అందరినీ వేధిస్తున్న చింత ఒకటే: ఇతరులు ఆశించినట్లు కాక నేను ఆశించిన జీవితం జీవించే ధైర్యం ఉంటే బాగుండేది. ఫలించని కలలు, నెరవేరని ఆశలు. ఆఖరు క్షణాలలో ఉన్నవారందరి ప్రప్రధమ చింత అదే."వారెవరూ తమ కలలు సగంకూడా ఆదరించలేదు. అదంతా వారి ఎంపికల వల్లనే జరిగిందని తెలుసుకుంటూ కన్నుమూశారు వారు." అంటారు వేర్.

ఈ విషయాలు గమనించింది బ్రానీ వేర్ ఒక్కరే కాదు. 1994 లో ముగిసిన సమగ్ర పరిశోధనల తర్వాత గిలోవిచ్, మేద్వేక్ "మనుషులు తమ జీవితాలలో వెనుదిరిగి చూసినపుడు వారు చెయ్యని పనులే వారికి అత్యంత చింత కలిగిస్తాయి. ..మనుషులు చేసేపనులు మొదట్లో కష్టం కలిగించవచ్చు; కాని వారి చెయ్యని పనులే వారికి సుదీర్ఘచింత కలిగించి వారిని బాధిస్తాయి." అంటారు.

మన ఆశలు మనం ఆదరించాలనీ, మన ధ్యేయాలు, కర్తవ్యాలతో ప్రయోజనకరమైన జీవనం కొనసాగించాలనీ పెద్దల సందేశం. స్ఫటికంలా స్వచ్ఛమయిన ఈ సందేశం అత్యుత్తమ వివేచనా పీఠం నుంచి వచ్చింది.

చింతలు ఉండకూడదు.

కనుక ప్రతిరోజూ అత్యంత ముఖ్యమయిన పనిచేస్తూ కొనసాగండి. ఏది ముఖ్యమో తెలిస్తే ప్రతిదాన్లోనూ అర్థం కనిపిస్తుంది. ఏది ముఖ్యమో తెలియకపోతే, ఏదైనా ఒకటిగానే తోస్తుంది. ఉత్తమ జీవనవిధానం అది కాదు.

సఫలత – అంతరంగం

జీవితంలో చింతలులేకుండా జీవించటం ఎలా? అసాధారణ ఫలితాలకు మీ ప్రయాణం మొదలయినట్లుగానే. ధ్యేయం, ప్రాధాన్యత, ఉత్పాదన; చింత తప్పించుకోవాలి, తప్పించుకో గలము అన్న వివేచనతో; మీ ఒకే ఒక విషయం మీ మనసులో, మీ కార్యక్రమంలో సర్వోత్తమ స్థానంలో; మనం అందరమూ వేయగలిగిన మొదటి అడుగుతో.

ఈ భావన ఒక కథతో ఉత్తమంగా చెప్పవచ్చునని నా నమ్మకం.

ఒక సాయంత్రం ఒక చిన్నవాడు తండ్రి ఒడిలోకి ఎగిరి కూర్చుని, "నాన్నా, మనం తగినంత సమయం కలిసికాలక్షేపం చెయ్యటం లేదు." అని గుసగుసలాడాడు. ఆ తండ్రికి కొడుకంటే అతి గారాబం. పిల్లవాడు అన్నమాట నిజమేనని ఆయనకు తెలుసు. "నువ్వు చెప్పేది నిజమే. తప్పు నాదే. క్షమించు. ఈ నష్టం రేపు పూడుస్తాను. ఒట్టు. రేపు శనివారం కదా. రోజంతా మనం ఇద్దరం కలిసి గడుపుదాం. నువ్వూ, నేనూ మాత్రం." అది పథకం. ఆరాత్రి ఆ పిల్లవాడు మర్నాడు ఎలా ఉండబోతున్నదో ఊహించుతూ, నాన్నతో చెయ్యబోయే సాహసాలు తలుచుకుని ఉత్సాహంతో, ముఖంమీద చిరునవ్వుతో నిద్రపొయ్యాడు.

మర్నాడు ఉదయం తండ్రి మామూలుకంటే ముందు లేచారు. కొడుకు నిద్రలేచి ఆటపాటలకు సిద్ధం కాకమునుపే పేపరు చదువుతూ కాఫీ తాగుతూ ఆనందించాలని ఆయన ఆశయం. ఆయన పేపర్ లో వాణిజ్య విభాగం చదువటంలో నిమగ్నులయి ఉన్నపుడు హఠాత్తుగా కుమారుడు పేపర్ లాగేసుకుని,"నాన్నా నేను రెడీ. పద, ఆడుకుందాం." అని ఉత్సాహంగా కేకలు పెట్టాడు.

కొడుకును చూస్తే ఆయనకి ఒళ్ళు పులకరించింది. వాడితో కలిసి ఆటలాడాలనే ఆతురత కలిగింది. కాని తన ఉదయం కార్యక్రమం పూర్తిచేయ్యాలనే తృష్ణకూడా కలిగింది. బుర్రగోక్కుని ఆయన ఒక ఆలోచనకు వచ్చారు. కొడుకును దగ్గరికి తీసుకొని, గట్టిగా హత్తుకుని, ఇద్దరూ కలిసి పజిల్ పూర్తి చెయ్యటం తమ మొదటి ఆట అని చెప్పారు. "ఆ తర్వాత మనం బయటికివెళ్లి రోజంతా ఆడుదాం." అన్నారు ఆయన.

నిమిషాల్లో ఆ పిల్లవాడు తండ్రి ముఖంమీది పేపర్ లాగేసి "డాడీ, నేను చేశేశాను." అన్నాడు. తండ్రి ఆశ్చర్య పోయారు. ఆయన ఎదట పూర్తిగా సమకూర్చిన ప్రపంచపటం ఉన్నది. అంతా ప్రకటనలో ఉన్నట్లుగానే, ఒక్కముక్క కూడా తప్పిపోకుండా సమకూర్చి ఉన్నది. ఆశ్చర్యం, గర్వం మిళితమయిన స్వరంతో ఆయన " అంత త్వరగా ఎలా చేశావు నాన్నా?" అని అడిగారు.

పిల్లవాడి ముఖం వెలిగిపోయింది. "అది సులభం డాడీ. మొదట్లో నాకు చేతకాలేదు. కష్టమై వదిలేద్దామనుకున్నాను. కాని వాటిలో ఒక బిళ్ళ కింద పడింది. నేను కిందికి వంగినపుడు మనది గ్లాస్ టాప్ టేబుల్ కనుక కిందినుంచి ఒక మనిషి బొమ్మ కనబడింది. అప్పుడు నాకు ఒక ఐడియా వచ్చింది!

"ఆ మనిషి బొమ్మ సరిచేస్తే ప్రపంచ పటం చక్కబడింది."

నేను కిశోరప్రాయంలో ఉన్నపుడు ఈ కథ మొట్టమొదటిసారిగా విన్నాను. అది మర్చిపోలేక పొయ్యాను. ఆ కథ నాకునేనే మనసులో నిరంతరము చెప్పుకునేవాడిని. తద్వారా నా జీవితంలో ఒక సిద్ధాంతం ఏర్పడింది. జీవితాన్ని సమతుల్యం చెయ్యటానికి తండ్రి ప్రయత్నిస్తున్నారన్న విషయం తేటతెల్లం. ఆ విషయం నాకు అవగతం అయింది. కొడుకుస్ఫూర్తితో కనుక్కున్న పరిష్కారం ఆశ్చర్యం కలిగించి నన్ను ఆకట్టుకున్నది. అతను ప్రగాఢమయిన సంకేతాన్ని అర్థం చేసుకున్నాడు. జీవితానికి సరళమయిన సూటిబాట. వ్యక్తిగతంగానూ, వృత్తిపరంగానూ మనకు ఎదురయ్యే ఏ సవాలుకైనా ఆరంభం. అత్యున్నత స్థాయిలో అసాధారణ ఫలితాలు సాధించాలంటే మనమందరమూ అర్థం చేసుకోవలసిన ఏకైక విషయం. నిస్సందేహంగా. నిర్వివాదంగా.

సఫలత కర్తవ్యంలోనే ఉన్నది.

మిమ్మల్ని మీరు కూడదీసుకోండి. మీ ప్రపంచం కుదురుగా ఉంటుంది. మీ జీవితంలో ఒక ధ్యేయం ఉన్నపుడు, మీకు మీ ప్రాధాన్యతలు తెలిసినపుడు, ప్రధాన విషయాలలో ఉన్నతమయిన ఉత్పాదన సాధించినపుడు, మీ జీవితానికి అర్థం కలుగుతుంది, అసాధారణ ఫలితాలు సాధ్యమవుతాయి.

జీవితంలో సఫలత అంతా మీతోనే మొదలవుతుంది. ఏమి చెయ్యాలో మీకు తెలుసు. ఎలా చెయ్యాలో మీకు తెలుసు. ఆ తర్వాతమెట్టు సులభం.

మీరే మొదటి డామినో.

ఒకే ఒక విషయం అమలు

"ఆలస్యంలో సమృద్ధి పూజ్యం."
–విలియం షేక్స్పియర్

ప్రస్తుత కర్తవ్యం?

మీరు పుస్తకం చదివారు. మీ జీవితంలో అసాధారణ ఫలితాలు అనుభవించటానికి సిద్ధంగా ఉన్నారు. మరి మీరు ఏం చెయ్యాలి? ఒకే ఒక విషయంలోనుంచి సారం పిండటం ఎలా? పుస్తకం సారాంశంలోకి వెళ్దాం. ఒకే ఒక విషయం ప్రయోగించటానికి మార్గాలు తెలుసుకుందాం.

క్లుప్తంగా చెప్పటానికి, కేంద్రీకృతప్రశ్న చిన్నది చేస్తాను. కనుక ప్రతి ప్రశ్నచివరా "...అలా చేసినందువల్ల, మిగిలినదంతా సులువు అవుతుంది, లేదా అనవసరం అవుతుంది." అని జోడించటం గుర్తు ఉంచుకోండి.

మీ వ్యక్తిగత జీవితం

ఒకే ఒక విషయం మీ జీవితంలో ముఖ్య రంగాలలో స్పష్టత తీసుకురావాలి. చిన్న ఉదాహరణలు.

- నా జీవిత ధ్యేయం కనుక్కొని నిశ్చయించుకోవటానికి నేను చెయ్యవలసిన ఒకే ఒక విషయం ...?
- నేను కోరిన శరీరదార్ఢ్యం సాధించటానికి రాబోయే 90 రోజులలో నేను చెయ్యదగిన ఒకే ఒక విషయం...?

- నా ఆధ్యాత్మిక విశ్వాసం బలపడటానికి ఇవాళ నేను చెయ్యవలసిన ఒకే ఒక విషయం ...?
- రోజుకు 20 నిమిషాలు గిటార్ వాయించే సమయం కనుక్కోవటానికి నేను చెయ్యవలసిన ఒకే ఒక పని ...? రాబోయే 90 రోజులలో నా గాల్ఫ్ ఆటలో ఐదు స్ట్రోక్స్ తగ్గించాలంటే...? ఆరు నెలలలో పెయింటింగ్ నేర్చుకోవాలంటే...?

మీ కుటుంబం

మీ కుటుంబంతో సరదాలకు,మరుపురాని అనుభూతులకు ఒకే ఒక విషయాన్ని ప్రయోగించండి. ఇక్కడ కొన్ని సూచనలు ఉన్నాయి.

- మా వైవాహిక జీవితం మెరుగుపడాలంటే ఈ వారం నేను చెయ్యవలసిన ఒకే ఒక విషయం ...?
- కుటుంబమంతా కలిసి చేసే కాలక్షేపం మరింత నాణ్యంగా ఉండాలంటే చెయ్యవలసిన ఒకే ఒక విషయం...?
- మా పిల్లల స్కూల్ చదువుకు తోడ్పడాలంటే ఈరాత్రి మేం చెయ్యవలసిన ఒకే ఒక విషయం...?
- మా తర్వాతి విహారయాత్ర ఉత్తమం కావాలంటే మేం చెయ్యవలసిన ఒకే ఒక విషయం...? మా రాబోయే క్రిస్మస్ అత్యుత్తమం కావాలంటే...? రాబోయే మా థాంక్స్ గివింగ్ అత్యుత్తమం కావాలంటే...?

ఇవి కేవలం ఉదాహరణలని గుర్తు ఉంచుకోండి. వ్యక్తిగతంగా ఇవి మీకు అన్వయిస్తే మంచిదే. లేకపోతే మీకు ముఖ్యమయిన రంగాలు తెలుసుకోవటానికి వీటిని వినియోగించండి.

ఇక్కడ సమయం కేటాయించటం మర్చిపోకండి. అవసరమయిన పనులు జరిగేట్లు, అవసరమయినపనులలో నైపుణ్యం సాధించటానికి తగిన సమయం కేటాయించుకోండి. కొన్ని విషయాలలో సమాధానం తెలుసుకోవటానికి సమయం అవసరం కావచ్చు. మరికొన్ని విషయాలలో వాటిని అమలు పరచటానికి సమయం అవసరం కావచ్చు.

ఇప్పుడు ఉద్యోగంలోకి వెళ్దాం. ఒకే ఒక విషయం శక్తి అక్కడ ఎలా ప్రయోగిస్తారో చూద్దాం.

మీ ఉద్యోగం

ఒకే ఒక విషయం ప్రయోగించి మీ వృత్తి జీవితాన్ని పైమెట్టుకు చేర్చండి. ఆరంభానికి కొన్ని ఉదాహరణలు.

- నా ప్రస్తుత ప్రాజెక్ట్ గడువులోపల పూర్తిచేయ్యాలంటేఇవాళ నేను చెయ్యవలసిన ఒకే ఒక విషయం...?
- మెరుగుగా పనిచెయ్యాలంటే ఈనెల నేను చెయ్యవలసిన ఒకే ఒక విషయం...?
- నా జీతం పెరగాలంటే రాబోయే రివ్యూ లోపల నేను చెయ్యవలసిన ఒకే ఒక విషయం...?
- ప్రతిరోజూ పని పూర్తిచేసి సకాలంలో ఇంటికి చేరటానికిచెయ్యవలసిన ఒకే ఒక విషయం...?

మీతో పనిచేసే బృందం

ఇతరులతో కలిసి మీరు చేసే పనిలోకి ఒకే ఒక విషయాన్ని లాగండి. మీరు మేనేజర్ కానియ్యండి, ఆఫీసర్ కానియ్యండి, వ్యాపారవేత్త కానియ్యండి. మీ ఉత్పాదన పెంచటానికి ఒకే ఒక విషయం ఆలోచన అమలు పరచండి. ఉదాహరణకు కొన్ని అంశాలు.

- ఏ సమావేశంలోనయినా సరే "ఈ సమావేశం త్వరగా ముగించేలోపల మనం సాధించగలిగిన ఒకే ఒక విషయం ...?
- మీ బృందం కూర్చటంలో "రాబొయ్యే ఆరునెలలలో అద్భుతమయిన నైపుణ్యం కనుక్కోవటానికీ, అభివృద్ధి చెయ్యటానికీ చెయ్యవలసిన ఒకే ఒక విషయం...?
- రాబోయే నెలకు, సంవత్సరానికి, అయిదు సంవత్సరాలకు ప్లాన్ చెయ్యటంలో – మన లక్ష్యాలు గడువులోగా సాధించి, బడ్జెట్ మీరకుండా ఉండటానికి చెయ్యవలసిన ఒకే ఒక విషయం...?
- మీ డిపార్ట్ మెంట్ లో లేదా మీ సంస్థస్థాయిలో ఒకే ఒక విషయం సంస్కృతి స్థాపించటానికి రాబోయే 90 రోజులలో చెయ్యగలిగిన ఒకే ఒక విషయం ...?

ఇక్కడకూడా ఇవి కేవలం ఉదాహరణలు మాత్రమే. అసలు విషయాలు మీరు ఆలోచించటానికి ఆనవాలు. వ్యక్తిగత జీవితంలోలాగానే ఇక్కడకూడా ముఖ్యమయిన విషయాలు నిర్ణయించుకోగానే అవి జరుగుతాయని నిశ్చయించుకోవటానికి మీరు సమయం కేటాయించాలి. ఉద్యోగంలో ఇది మీరు చెయ్యవలసిన తాత్కాలిక ప్రాజెక్ట్ కావచ్చు. లేదా పునరావృతమయ్యే దీర్ఘకాలికచర్య కావచ్చు. ఏదయినా సరే. మీరు అసాధారణ ఫలితాలు సాధించాలంటే మీతో మీరు భేటీ కావటమే మాటతప్పని బాట.

ఈ పుస్తకంలోని ముఖ్య భావాలను గురించి నలుగురు కలిసినపుడు చర్చించటం, లేదా సంస్థలో జరిగే వర్క్ షాప్ లలో చర్చించటంవల్ల అందరికీ వీటినిగురించి అవగాహన కలుగుతుంది. అప్పుడు అందరూ సామూహికంగా ముందుకు కదలవచ్చు.

ఒకే ఒక విషయం ఆచరణలో ఇతరులు కూడా పాల్గొనవలసి వస్తే,వారికి కూడా ఈ పుస్తకం ఒక ప్రతి ఇవ్వటాన్ని గురించి ఆలోచించండి. మీరు తెలుసుకున్నవి ఇతరులకు చెప్పటం ఒక ఆనందం. కాని వారు ఈ పుస్తకం చదివి తమ అభిప్రాయాలు, దృక్పథాలు వెలిబుచ్చటం వింటే మీరు ఆనందాశ్చర్యాలకు గురి అవుతారు.

ఒకే ఒక విషయం మీ జీవితంలోకాని ఇతరుల జీవితాలలోకాని ఒక కొత్త అలవాటు కావాలంటే, కేవలం ఈ పుస్తకం చదవటము, ఇక్కడ అక్కడ దానిని గురించి మాట్లాడటమూ చాలదని మీరు తెలుసుకోవాలి. ఒక కొత్త అలవాటు చేసుకోవాలంటే 66 రోజులు పడుతుందని ఈ పుస్తకం చదివి తెలుసుకొని ఉంటారు. కనుక దీనిని ఆ దృష్టితో చేపట్టండి. మీ జీవితంలో వెలుగు రావాలంటే, అది నిప్పు అంటుకునేదాకా మీరు ఒకే ఒక విషయం మీద మనసు ఏకాగ్రం చెయ్యాలి.

ఒకే ఒక విషయం ప్రభావం చూపగల ఇతర రంగాలు పరిశీలించుదాం.

మీ స్వచ్ఛంద సేవ

మన సాంవత్సరిక ఆర్థిక అవసరాలు తీరాలంటే మనం చెయ్యవలసిన ఒకే ఒక విషయం ...? మన సేవ ద్విగుణీకృతం కావాలా...? మన వాలంటీర్లు ద్విగుణీకృతం కావాలా...?

మీ స్కూల్

స్కూల్ విడిచి వెళ్ళేవారి సంఖ్య సున్నాకు తగ్గించాలంటే, మనం చెయ్యవలసిన ఒకే ఒక విషయం ...? మన పరీక్షలలో ఇచ్చే మార్కులు 20 శాతం పెంచాలా...? పాస్ అయేవారి సంఖ్య 100 శాతం చెయ్యాలా...? తల్లిదండ్రుల పాల్గొనటం ద్విగుణీకృతం చెయ్యాలా...?

మీ ప్రార్థనాలయం

మన ప్రార్థన అనుభవాలు మెరుగుపడాలంటే మనం చెయ్యవలసిన ఒకే ఒక విషయం ...? మన విస్తరణ ధ్యేయం ద్విగుణీ కృతం చెయ్యాలా...? మన హాజరు బాగా పెరగాలా...? మన ఆర్థిక లక్ష్యాలు సాధించాలా...?

మీ సమాజం

మన సామాజిక మనస్తత్వం మెరుగుపడాలంటే మనం చెయ్యవలసిన ఒకే ఒక విషయం ఏమిటి...? ఇంటికి తిరిగి వచ్చేవారికి సహాయం...? మన వాలంటీర్ల సంఖ్య ద్విగుణీకృతం చెయ్యాలా...? మన వోటర్ల సంఖ్య రెండింతలు చెయ్యాలా...?

నా భార్య మేరీ ఈ పుస్తకం చదివిన తర్వాత, ఆమెను ఒక పని చెయ్యమని అడిగాను. నా వైపు తిరిగి ఆమె ఏమన్నదో తెలుసా? "గ్యారీ, ప్రస్తుతం అది నా ఒకే ఒక విషయం కాదు!" మేం నవ్వుకున్నాం. హై ఫైవ్ ఇచ్చుకున్నాం. చివరికి ఆ పని నేనే చేసుకున్నాను!

ఒకేఒక విషయం మీకు పెద్ద ఆలోచనలు కలిగిస్తుంది. చెయ్యవలసిన పనులన్నీ జాబితా రాయిస్తుంది. అందులో ప్రాధాన్యత అనుసారం గుర్తించుమంటుంది. అప్పుడు మొదటి పనికి ఆరంభం పలుకుమంటుంది. మీ డామినో పతనం ఆరంభించే ఒకే ఒక విషయం.

ఒక నూతన జీవితానికి సిద్ధంకండి. ప్రత్యేకమయిన పెద్ద ప్రశ్న అడగటమే అసాధారణ ఫలితాల రహస్యం అని గుర్తు ఉంచుకోండి. ఆప్రశ్నమిమ్మల్ని చాలా చిన్న అతి కేంద్రీకృతమయిన జవాబుకు చేరుస్తుందని గుర్తు ఉంచుకోండి.

మీరు అన్నీ చెయ్యటానికి ప్రయత్నించారంటే ఏమీ చెయ్యకుండా మిగిలిపోతారు. అంతే. మీరు ఒకేఒక విషయం - సరయిన ఒకేఒక విషయం –చెయ్యటానికి ప్రయత్నించారంటే, మీరు అనుకున్నదంతా పూర్తి చేస్తారు.

ఒకే ఒక విషయం యదార్థం. ఈరు దానిని అనుసరిస్తే అది ఫలిస్తుంది.

కనుక ఆలస్యం చెయ్యకండి. ఒకే ఒక విషయం నా జీవితంలో ప్రయోగించటానికి –అది చేసిన తర్వాత మిగిలినదంతా సులభం అవుతుంది లేదా అనవసరం అవుతుంది – ప్రస్తుతం నేను చెయ్యవలసిన ఒకే ఒక విషయం ఏమిటి?

ఆ ప్రశ్నకు సమాధానమే మీ ఒకే ఒక విషయం చేసుకోండి.

పదండి ముందుకు...

పరిశోధన...

ఈ పుస్తకంలో పాఠాలను అనుసరించి నేను కొంతకాలంగా జీవిస్తూ ఉన్నా, 2008 నుంచి ఒకే ఒక విషయం మీద పరిశోధన మొదలు పెట్టాం. అప్పటినుండి వెయ్యికి పైగా పాండిత్య భరితమయిన రచనలు, వైజ్ఞానిక అధ్యయనాలు, విద్యావిషయిక వ్యాసాలూ, వందలాది వార్తాపత్రిక, మాసపత్రిక వ్యాసాలూ, తమతమ రంగాలలో నిష్ణాతులయినవారి రచనల గ్రంథాలయం సమకూర్చాము. కొత్తకొత్తవిషయాల దొంతరలు, వాస్తావాలు, కథలు అన్నీకలిసి మాకు అందుబాటులో ఉన్న స్థలాన్ని అంతటినీ నింపివేశాయి. ఈ పుస్తకంలో తెలుసుకున్నది ఇంకా గాఢంగా అధ్యయనం చెయ్యాలంటే, The 1 Thing.com దర్శించండి. విషయానుసారంగా అక్కడ విస్తృతమైన విషయాల జాబితా దొరుకుతుంది.

ఈ వెబ్ సైట్ మా మనసులకు సింహద్వారం. మాకు ఉత్తేజం కలిగించిన రచయితల పేర్లు ఉంటాయి. ఆన్ లైన్ లభించే వ్యాసాలకు లింక్ లు చూపుతాము. మా ఆలోచనకు పదును పెట్టిన వ్యాసాల జాబితా చూపుతాము. దానికితోడు కొన్ని ఆసక్తికరమయిన నిరాధారమయిన కథలు, వార్తలు, కొన్ని తమాషా వీడియోలు కూడా జోడించాం. ఆ సవారి ఆనందించండి.

3Ps
THE ONE THING
Priority
Purpose
ONE

వందనాలు

ఈ పుస్తకం కూర్చుతున్నపుడు ఒకే ఒక విషయం సూత్రాలకు అనుగుణంగా అమర్చాలని నిశ్చయించుకున్నాం. పుస్తకాలు అన్నీ దాదాపు 'స్టైల్' సృష్టించిన చికాగో మాన్యువల్ అనుసరిస్తాయి. ఆ సూచనల ప్రకారం మీరు విషయ సూచిక, అసలు రచన చేరుకోక మునుపే సగం శీర్షిక, శీర్షిక, కాపీరైట్, ఎండార్స్ మెంట్లు, రచయిత ఆత్మకథ, వందనాలు, అంకితం, పుస్తక పరిచయం అన్నీ ఉంటాయి. నిజంగానా?

అదంతా కిటికీలోనుంచి బయటకు గిరాటు అయింది. పాఠకులుగా మీకు చెప్పవలసినపుడు, మీ అనుభవం మెరుగు పరచటానికి ఇది ఒకే ఒక "డిజైన్" విషయం అనుకున్నాం. ఫలితంగా వందనాలు పుస్తకం వెనుకకు చేరుకున్నాయి. యదార్థంగా రచయితలకు ఏది అతిముఖ్యమో దాని ప్రకారం మీరు ఈ పుస్తకం ఆర్డర్ చేస్తే ఈ విభాగం పుస్తకం ముందు అట్టలోపల ఉండవలసింది.

ఈ పుస్తకం రేఖాచిత్రం 2008 వేసవిలో మొదలుపెట్టి ప్రచురణ కర్తలకు మొదటి పూర్తి డ్రాఫ్ట్ జూన్ 1, 2012 న ఇచ్చాము. నాలుగు సంవత్సరాల ప్రయాణం. సహాయం లేకుండా ఆ ప్రయాణం సాధ్యం అయేది కాదు. అంతా ఇంతా కాదు. చాలా సాయం.

మొట్టమొదటగా కుటుంబం. నా భార్య మేరీ, కుమారుడు జాన్ ల ప్రేమ, సహకారాలు లేకపోతే ఈ పుస్తకం ఇలా రూపొందేది కాదు. ఈ రచనలో నా భాగస్వామి జే తన భార్య వెండీ, పిల్లలు గస్, వెరోనికాల ప్రేమకు, ప్రోత్సాహానికి కృతజ్ఞులయి ఉంటారు. మా భార్యల వంటి వివేచనా పరులు, విద్యావంతులకు తప్పుల తడకలా ఉన్న మారాతలు చదివి, తప్పులు దిద్ది, చివరికి పూర్తయిన పుస్తకంగా రూపుదిద్దటం వారి బాధ్యత అయింది. ఇందులో వారికి కనీసం థాంక్స్ కూడా చెప్పేవారు లేరు.

ఒక పెద్ద టీం మాకు తోడ్పడి ఉపకారం చేసింది. విక్కీ లుకాచిక్, కిలా మాగీ తెచ్చి ఇచ్చిన పరిశోధనా వస్తువు చదివి జీర్ణం చేసుకోవటానికి మాకు ఆరునెలలు పట్టింది. వాలెరీ వోగ్లార్ స్తిప్, సారా జిమ్మర్ మన్ వారి ఏకైక విషయం అనుసరించి మా ప్లేట్లు, క్యాలెండర్లు స్వేచ్చగా వదిలారు. కనుకనే మేము పుస్తకంమీద మనసు నిలపగలిగాం. మిగిలిన మా బృందం అలిసన్ ఒడం, బార్బరా సాంస్, మిందీ హాగర్, లిజ్ క్రాకోవ్, లీసా వేదర్స్, డెనిస్ నీసన్, మిచ్ జాన్సన్ అందరూ వారి ఒకే ఒక విషయం అనుసరించి మా ఒకే ఒక విషయం అనుసరించటంలో మాకు సాయపడ్డారు.

మా కెల్లర్ విలియమ్స్ రియాల్టీ భాగస్థులు, సీనియర్ నాయకులు ప్రతి ఒక్కరూ తమ భావాలు వెలిబుచ్చి మాకు తోడ్పడ్డారు: మొ యాన్డర్సన్, మార్క్ విల్లిస్, మేరీ టేనంట్, క్రిస్ హెల్లర్, జాన్ డేవిస్, టోనీ దిసేల్లో, డయానా, శాన్ కోకోస్కా , జిమ్ తాల్బాట్. మీ అందరికీ ధన్యవాదాలు. మీ చాకచక్యం అమోఘం. ఎలెన్ మార్క్స్ నాయకత్వంలో మా మార్కెటింగ్ టీం ఈ పుస్తకం డిజైన్ చెయ్యటంలో విస్తృతంగా కృషి చేశారు. ఈ పుస్తకాన్ని గురించి మీరు విన్న విశేషాలన్నీ వారు సృష్టించినవే: ఆనీ స్విట్, హిలరీ కోల్బ్, స్తేఫానీ వాన్ హక్, లారా ప్రైస్ అతీవ పాశం గల మైఖేల్ బాలిస్త్రేరి, కైట్లిన్ మకిన్తాష్, వారితో కలిసిన మా ప్రొడక్షన్ టీం టమారా హర్విట్జ్, జెఫ్ రైడర్, ఓవెన్ గిబ్స్, ఇంకా వెబ్ టీం హంటర్ ఫ్రేజియర్, వెరోనికా దయాజ్, కారీ సిల్వెస్టర్, మైక్ మలినోవిస్కి, బెన్ మేఫీల్డ్ మా IT పని అంతా ఫీడ్ మాగ్నెట్, NVNTD వంటి మా భాగస్తులతో కలిసి ఇంటాబయటా కూడా సమన్వయించారు. ఆంథోనీ అజర్, టాం ఫ్రీడ్ రిచ్, డానీ థామ్సన్ మా విక్రయ భాగస్థులు, మార్కెట్ భాగస్థులతో కలిసి ఈ పుస్తకం సాధ్యమయినన్ని చేతులకు చేరేటట్లు చూశారు. ప్రచరణకు పూర్వము, తర్వాత కూడా కృషి చేసిన కైట్లిన్ మర్చంట్(KW రిసెర్చ్), మోనా కోవీ, జూలీ ఫాంటేసి, డాన్ శ్రోకా(KWU) లకు ప్రత్యేక ధన్యవాదాలు.

తన ఒకే ఒక విషయం తెలిసి, ఆ పంథాన జీవిస్తున్న ప్రచురణకర్తతో కలిసి పనిచేసే అవకాశం మాకు కలిగింది. ఆయనే బార్డ్ ప్రెస్ అధిపతి రే బార్డ్. మేము రచన చేస్తున్న సమయంలో ఆయన ఒక అద్భుతమైన టీం కూడదీసి మాకు సలహా ఇవ్వటంలో తోడ్పడి, ప్రోత్సహించారు. ఆ తర్వాత తప్పులు పరిష్కరించే సమయంలో లోపరహితంగా చెయ్యటానికి ఆయన మమ్మల్ని పరిమితుల అవధుల వరకూ నిజంగా వెంటాడారు. ప్రచురణ విభాగంలో మా ఇతర సభ్యులు షెరీ స్ప్రాగ్ (మేనేజింగ్ ఎడిటర్), జెఫ్ మారిస్ (ఎడిటర్), కాపీ /ప్రొడక్షన్ ఎడిటర్ – డెబొరా కోస్తేన్బాదర్, హేస్పెన్ హైడే డిజైన్ కు చెందిన ర్యాండీ మియాకే, గారీ హేస్పెన్ హైడే, ప్రూఫ్ రీడర్ – ల్యూక్ తార్న్, ఇందెక్సర్ – లిండా వెబ్స్టర్.

కేవ్ హెన్రికస్ కమ్యూనికేషన్స్ కు చెందిన పబ్లిసిస్ట్ బార్బరా హెండ్రిక్స్, షెల్టన్ ఇంటర్ ఆక్టివ్ కు చెందినా సామాజిక మాధ్యమ నిపుణులు రాస్తీ షెల్టన్ మాధ్యమాల ప్రచారం జరిపి శీఘ్రమైన ప్రతిపుష్టి ఇచ్చారు. మా బృంద సభ్యులతో కలిసి మా తొలి డ్రాఫ్ట్ ను గురించి ప్రతిపుష్టి ఇచ్చిన అనుభవజ్ఞులయిన పాఠకులు ఉన్నారు: జెనిఫర్ డ్రిస్కోల్–హోలిస్,స్పెన్సర్ గేల్, డేవిడ్ హతవే, రాబర్ట్ ఏం హూపర్ Ph.D, స్కాట్ ప్రావెంస్, సింథియా రాబిన్స్, రాబర్ట్ టాడ్, టాడ్ సాటర్స్టెన్.

అనేక విషయాల మీద మా ప్రశ్నలకు సమాధానాలు ఇచ్చిన పరిశోధకులు, ఆచార్యులు, రచయితలూ అందరికీ మా ధన్య వాదాలు: డాక్టర్ రాయ్ బౌమైస్తర్ (ఫ్లోరిడా స్టేట్ యూనివర్సిటీ లో ఫ్రాన్సిస్ ఎప్పెస్ ఎమినెంట్ స్కాలర్, సోషల్ సైకాలజీ ఏరియా డైరెక్టర్), డాక్టర్ మైరాన్ పి గుట్మన్ (నేషనల్ సైన్స్ ఫౌండేషన్ లో సోషల్, బిహేవియరల్, ఎకనామిక్ సైన్సెస్ డైరెక్టొరేట్), డాక్టర్ ఎరిక్ క్లిన్గర్ (ప్రొఫెసర్ ఆఫ్ సైకాలజీ ఎమెరిటస్ –యూనివర్సిటీ ఆఫ్ మిన్నెసోటా – మోరిస్), డాక్టర్ జోనాథన్ లేవావ్ (ఎసోసియేట్ ప్రొఫెసర్ ఆఫ్ మార్కెటింగ్ – స్టాన్ ఫర్డ్ యూనివర్సిటీ), పాల్ మాక్ ఫెద్రీస్ (అద్వితీయ వెబ్ సైట్ wordspy.com స్రష్ట), డాక్టర్ డేవిడ్ ఇ మేయర్ (ప్రొఫెసర్ ఆఫ్ సైకాలజీ(కాగ్నిషన్ &పర్సెప్షన్) – యూనివర్సిటీ ఆఫ్ మిషిగన్, డైరెక్టర్ – యూనివర్సిటీ ఆఫ్ మిషిగన్ బ్రెయిన్, కాగ్నిషన్,& యాక్షన్ లాబొరేటరీ డైరెక్టర్), డాక్టర్ ఫిల్లిస్ మాయెన్ (మాక్ నైట్ ప్రెసిడెన్షియల్ చెయిర్ ఇన్ సోషియాలజీ–యూనివర్సిటీ ఆఫ్ మిన్నెసోటా), ఎరికా మోస్నర్(ఇన్స్టిట్యూట్ ఫర్ ఎడ్వాన్స్డ్ స్టడీలో హిస్టారికల్ స్టడీస్, సోషల్ సైన్స్ లైబ్రరీ), వాల్యాస ఆర్మ్ స్ట్రాంగ్ (డ్వైట్ ది ఐసెన్ హోవర్ లైబ్రరీ), డాక్టర్ ఎడ్ డైనర్ (రచయిత,ప్రొఫెసర్ ఎమెరిటస్ (సైకాలజీ)– యూనివర్సిటీ ఆఫ్ ఇల్లినాయ్), జేమ్స్ కాథ్ కార్ట్ (సీనియర్ లీడర్ షిప్ కన్సల్టెంట్ – ఫ్రాంక్లిన్ కోవీ). బెలర్ యూనివర్సిటీలో ని హానకమార్ స్కూల్ ఆఫ్ బిజినెస్ (కెల్లర్ సెంటర్) కు, మా ప్రయాణం ఆరంభదశలో మల్టి టాస్కింగ్ మీద పరిశోధన చేసిన కేసీ బ్లెయిన్ కు మా కృతజ్ఞతలు. చివర్లో మా బిజినెస్ కోచ్ కు నా ధన్యవాదాలు చెప్పకపోతే ఉపేక్ష అవుతుంది.

చిట్ట చివరగా బేన్ హెన్యన్ కు ధన్యవాదాలు. సంవత్సరాల క్రితం ఆయన సూక్ష్మదృష్టి నా దృక్పథాన్ని మార్చివేసి నా కార్యాచరణకు రూపుదిద్దింది.

ప్రతి ఒక్కరికీ, ప్రతి ఒక్కదానికీ ధన్యవాదాలు!

రచయితలు

గారీ కెల్లర్

వృత్తిపరంగా ఒకే ఒక విషయం బోధించటం. క్లయంట్లకు ఇళ్ళ క్రయ విక్రయాల్లో ఎలా వ్యవహరించాలో బోధించటంలో గానీ ప్రజ్ఞ అద్భుతం. రియల్ ఎస్టేట్ సేల్స్ మేనేజర్ గా ఆయన ఏజంట్లను ఉద్యోగంలోకి తీసుకుని, వారికి శిక్షణ ఇచ్చి వృత్తిజీవనం కొనసాగించటంలో తోడ్పడ్డారు. ఆయన కెల్లర్ విలియమ్స్ రియాల్టీ ఇంటర్నేషనల్ సంస్థ ఆస్టిన్ (టెక్సాస్) లో స్థాపించి, దానిని ఉత్తర అమెరికాలో రియల్ ఎస్టేట్ సంస్థలలో రెండవస్థానానికి చేర్చారు. అందుకు ఆయన తన బోధనా, శిక్షణ,కోచింగ్ నైపుణ్యాలు వినియోగించారు. నాయకత్వానికి గారీ నిర్వచనం:"వారు ఆలోచించవలసిన పద్ధతిన ఎలా ఆలోచించాలో నేర్పటం. అప్పుడు వారు ఎప్పుడు ఎలా చెయ్యవలసింది అప్పుడు అలా చెయ్యగలుగుతారు. అప్పుడు వారు తలుచుకున్నపుడు వారు కోరుకున్నది సాధించ గలుగుతారు."

కెల్లర్ ఎర్నస్ట్ & యంగ్ సంస్థ ఎంటర్ప్రెన్యూర్ ఆఫ్ ది ఇయర్ పురస్కారం సాధించారు. Inc మ్యాగజిన్ ఎంటర్ ప్రెన్యూర్ ఆఫ్ ది ఇయర్ పురస్కారం ఫైనల్స్ చేరుకున్నారు. రియల్ ఎస్టేట్ పరిశ్రమలో ఆయన ప్రభావశాలి అయిన నాయకులు గా పరిగణించ బడుతారు. జాతీయ స్థాయిలో ఉత్తమ అమ్మకాలు సాధించిన మూడు రచనలతో ఆయన అనేకులు చిరువ్యాపారస్థులకు సాయపడ్డారు. ఆయన రచనలు: ది మిలియనీర్ రియల్ ఎస్టేట్ ఏజంట్, ది మిలియనీర్ రియల్ ఎస్టేట్స్ ఇన్వెస్టర్, SHIFT: హౌ టాప్ రియల్ ఎస్టేట్ ఏజన్ట్స్ టాకిల్ టఫ్ టైమ్స్. పుస్తకం అంటే బోధించటానికి మరొక మార్గం. కాకపోతే ఇక్కడ క్లాస్ రూమ్ అపారం. వ్యాపార శిక్షకులుగా, జాతీయస్థాయి ట్రెయినర్ గా గారీ లెక్కకందనంతమందికి సహాయంచేసి

గారీ

జే

వారు తమ ఏకాగ్రత ఒకే ఒక విషయం మీద ఏకాగ్రం చేసి అసాధారణ ఫలితాలు సాధింప జేశారు.

తన భార్య మేరీ, వారి కుమారుడు జాన్ లతో ఏర్పరుచుకున్న జీవితమే తన జీవితంలో అత్యంత ఉత్తమసాధన అని గారీ విశ్వాసం. ఆయనను ఎరిగినవారికి ఇందులో ఆశ్చర్యం ఏమీ తోచదు.

జే పాపశాన్

జే కెల్లర్ విలియమ్స్ రియాలిటీ లో పబ్లిషింగ్ విభాగం వైస్ ప్రెసిడెంట్, రేలేక్ పబ్లిషింగ్ సంస్థ ప్రెసిడెంట్. వృత్తి పరంగా ఆయన ఒకే ఒక విషయం రచనలు చెయ్యటమే. జూనియర్ హైస్కూల్ లో ఉన్నపుడు ఆయన ఎలక్ట్రిక్ టైప్ రైటర్ మీద తన తొలి పుస్తకం రచించటానికి ప్రయత్నించాడు. హైస్కూల్ టీచర్లలో ఒకరు ఆ కుర్రవాడి రచనలకు భవిష్యత్తు ఉన్నదని విశ్వసించి, అతను వ్రాసిన వ్యాసం ఒకటి ఉపాధ్యాయులందరికీ చూపించారు. కాలేజ్ లో చదివేటపుడు జే ఒక పుస్తకాల షాప్ లో పనిచేసి కాలేజ్ ఫీజులు కట్టాడు. ఆయన రచనా రంగంలో పట్టా, ఆ తర్వాత ఆచార్య పట్టా కూడా సాధించారు. చదువు పూర్తయిన తర్వాత జే పబ్లిషింగ్ లో ఉద్యోగంచేపట్టారు. హార్పర్

కోలిన్స్ (న్యూయార్క్) లో పనిచేస్తున్నపుడు ఆయన అత్యుత్తమ అమ్మకాలు సాధించిన రచనలు బాడీ ఫర్ లైఫ్(బిల్ ఫిలిప్స్ రచన), గొ ఫర్ ది గోల్ (మియా హేం రచన). ఇటీవల, గారీతో పనిచేసిన పది సంవత్సరాలలో గారీ పురస్కారాలు సాధించిన, లేదా ఉత్తమ అమ్మకాలు సాధించిన పది పుస్తకాలకు సహరచయిత అయారు. మిలియనీర్ రియల్ ఎస్టేట్ సిరీస్ వాటిలో ఒకటి.

తన పుస్తకాలలోని భావాలు చెప్పటంలో జే కి విపరీతమయిన పాశం. ఆయన సదస్సులు, సమావేశాలు, శిక్షణా కార్యక్రమాలలో క్రమం తప్పకుండా పాల్గొంటారు. ఆయన కెల్లర్ విలియమ్స్ యూనివర్సిటీ ఇంటర్నేషనల్ మాస్టర్ ఫాకల్టీ.

ఉద్యోగం కాక, జే తన భార్య వెండీ తో కలిసి సఫలమయిన రియల్ఎస్టేట్ బిజినెస్ నడుపుతారు. వారి పిల్లలు గస్, వెరోనికా. వారు ఆస్టిన్ (టెక్సాస్) లో జీవితం ఆనందిస్తున్నారు.

ఇప్పుడు నేను చెయ్యగలిగిన ఒకే ఒక విషయంఏమిటి?

ఇప్పుడు దీని భావం అర్ధం చేసుకున్నారు గనుక, మీ జీవితంలో ఒకే ఒక విషయం అమలు జరుపవలసిన సమయం వచ్చింది. ఈరోజే The1Thing.com దర్శించండి. పెద్ద ఆలోచనచేసి వాటిని సాధించటానికి సూక్ష్మఆలోచన చేసి మీ ఒకే ఒక విషయం మీద ఫోకస్ చెయ్యండి. ఈరోజే మొదలు పెట్టండి. మా సెమినార్లు, కోచింగ్ ప్రోగ్రామ్స్ గురించి, ప్రత్యేక ఒకే ఒక విషయం పరికరాలను గురించి తాజా సమాచారం తెలుసుకోండి. ప్రపంచవ్యాప్త మయిన ఈ ఉద్యమంలో ఇతరులు ఏమి చెప్తున్నారో వినండి. మీ ఒకే ఒక విషయ వార్తలు మాతో పంచుకొండి. మీ ఒకే ఒక విషయాన్ని ఈనాడే అనుభూతి చెందండి.